Phù Sinh Cô mộ Triều tịch I

NANUBOOKS COPYRIGHT

PHỦ SINH CÔ MỘ TRIỀU TỊCH (TẬP 1)

FU SHENG GU MU ZHAO XI

Author: Xin Yi Wu

Phương Đông *dịch*

Nanubooks
Nhà xuất bản
Thanh Niên

Mở đầu

Chàng thiếu niên cứ trằn trọc mãi trên chiếc giường xa lạ, dù nhắm mắt hay mở mắt thì hình bóng cô nương ấy vẫn cứ quanh quẩn trong đầu hắn, không thể nào gạt đi nổi. Hình ảnh ấy như một tâm ma[1] khó hóa giải, mà hắn cũng không nỡ hóa giải.

Thật ra hôm nay chỉ mới là lần đầu họ gặp mặt.

Lúc ấy đang là chính Ngọ, những bụi cỏ ven đường đã ngả vàng giữa sắc trời đầu thu. Bọn họ đã đi suốt nửa ngày, cả người và ngựa đều đã thấm mệt, nên quyết định ghé vào một dịch trạm[2] nghỉ chân chốc lát.

---

[1] Bóng ma tâm lý.

[2] Còn gọi là dịch quán hoặc quan dịch, là nơi dừng chân thời xưa của những người chuyển công văn giữa các vùng, có khi còn là nơi nghỉ chân của các quan lại khi đi công cán.

Mọi người thì thầm trò chuyện tán gẫu với nhau, không biết buổi cung yến tết Trung thu năm nay sẽ có điều gì mới lạ. Dịch thừa[3] dẫn bọn người hầu đứng chắp tay chầu chực ở gần đó, dáng điệu vô cùng cung kính và khép nép. Bỗng ngoài cửa chợt có tiếng huyên náo, có lẽ các thị vệ đang xua đuổi những người khách đi nhầm vào chỗ này.

Mặc dù lần này bọn họ chỉ mang theo chút hành lý gọn nhẹ và số ít người hầu, không rùm beng phô trương thanh thế, nhưng cũng không có nghĩa là họ sẽ hạ mình ngồi chung sảnh với đám người tạp nham đó. Đương nhiên là các thị vệ hiểu rất rõ phép tắc này, dịch thừa cũng thế, còn đám người hầu ở dịch trạm tuy không rõ nội tình sự việc, nhưng cũng rất biết điều mà im lặng làm theo sai bảo.

Một lát sau, mã phu[4] dịch trạm chợt hớt hải chạy vào trong, nói nhỏ vài câu gì đó với dịch thừa.

Hướng Tử Kỳ trước nay vốn hiếu kỳ, lập tức hỏi ngay: "Bên ngoài có chuyện gì?"

Mã phu đỏ mặt tía tai, được dịch thừa ra hiệu cho phép bẩm báo mới lau mồ hôi rồi khom người đáp: "Hồi bẩm quý nhân, là một vị... cô nương muốn vào xin ngụm nước uống." Hắn lắp bắp một hồi, có vẻ như không biết phải mô tả người ấy như thế nào.

---

[3] Người quản lý dịch trạm.

[4] Người chăn ngựa.

Dịch thừa phát bực với sự ngu dốt của thủ hạ, liền khẽ quát: “Cô nương gì chứ? Có mang theo dịch khoán[5] không? Cứ việc đuổi đi là được rồi, cần gì phải vào bẩm báo?”

Tử Kỳ nghe bảo người ấy là một “cô nương” thì lại càng hứng thú hơn. Hắn đang buồn bực vì chuyến đi chán ngắt, thế nên lập tức đứng dậy ngó ra ngoài cửa, miệng nở nụ cười, nói: “Ông quản lí đúng là nhỏ mọn quá, chẳng qua chỉ là xin ngụm nước uống, sao lại không cho chứ?”

Chỉ có hắn là thấy hiếu kỳ, nhưng lại nằng nặc kéo theo hai bằng hữu, cả đám vừa cười nói vui vẻ vừa bước ra ngoài.

Khi ấy, nàng đang đứng bên ngoài chuồng ngựa, thản nhiên cầm cỏ trong máng lên đút cho con lừa đen gầy gò đứng bên cạnh mình. Áo trắng tóc đen, cổ mảnh vai thon, nhìn từ phía sau có thể thấy được nàng ăn mặc như một người qua đường bình thường, nhưng không mang theo hành trang gì, trên vai nàng là một vật bằng lông tròn tròn màu tím nâu. Hơn mười thị vệ và tùy tùng đứng vây tròn xung quanh nàng vài bước, nhưng không một ai mở miệng ngăn cản nàng.

Cảm giác mệt mỏi lúc buổi trưa tại chốn đồng không mông quạnh lập tức tan biến. Tử Kỳ bạo gan mặt dày, lại quen tính phong lưu, lập tức mỉm cười nháy mắt với bằng hữu rồi cất tiếng hỏi: “Tiểu nương tử, nước trong dịch trạm này chỉ đáng cho lừa cho ngựa uống thôi, nhưng rượu ở đây thì lại khá ngon, hay là ta rót cho nàng một chén nhé?”

---

5 Công văn cho phép các quan lại được ở trong dịch trạm.

Cô nương ấy vừa nghe xong liền quay sang mấp máy môi với nhúm lông trên vai. Nhúm lông ấy chợt xù ra một chiếc đuôi lớn, lắc mình vài cái, thì ra là một con thú nhỏ dáng dấp tương đương với một con mèo báo.

"Tử Kỷ, đừng có buông lời càn rỡ." Cao Di đã hơn hai mươi tuổi, là người lớn tuổi nhất trong bọn họ nên đã phần nào bớt đi tính khí bắng nhắng của thời niên thiếu, hắn mỉm cười khuyên nhủ Tử Kỷ.

"Huynh vừa mới thành thân thì gan đã bị chó tha đi mất rồi à? Chẳng qua chỉ là uống một chén rượu, có gì mà không được?" Tử Kỷ hất cằm nhìn sang chàng thiếu niên bên cạnh châm chọc: "Thất Lang, đệ thấy có đúng không?"

Người thiếu niên kia vốn đã không vừa lòng chuyện Tử Kỷ một mực lôi hắn ra đây hóng chuyện, lúc này lại càng không nói năng gì. Tử Kỷ sợ hắn khó chịu bèn dỗ ngọt: "Nơi này cách Biện Kinh rất xa, chẳng mấy khi có cơ hội thoát khỏi sự gò bó. Đệ..." Hắn chưa nói dứt câu liền phát hiện ra chàng thiếu niên đang ngẩn ngơ nhìn theo bóng dáng của cô nương kia hệt như người mất hồn.

Tử Kỷ liền khẽ lấy tay huých vào người Cao Di, hai người đều rất lấy làm kinh ngạc.

Lúc này một giọng nói vô cùng thong dong chợt vang lên bên tai: "Rượu đâu?"

Cô nương kia đã quay người lại tự bao giờ. Khi nhìn vào ánh mắt của nàng, tất cả mọi người bao gồm cả Tử Kỷ đều bất giác thu lại điệu bộ cợt nhả, suồng sã, nhưng lý do không phải vì nàng có một dung mạo khuynh quốc khuynh thành khiến người ta mê đắm. Bởi bọn họ đều là người có xuất thân danh giá, đã chẳng còn kinh ngạc trước bất cứ mỹ nhân quốc sắc thiên hương hay cảnh tượng hào hoa tráng lệ nào tại chốn trần tục này. Cô nương trước mặt họ trông có vẻ tuổi vừa đôi mươi, gương mặt trắng trẻo, đôi mắt sâu thẳm, mũi thẳng môi mỏng, toát ra phong thái sắc sảo, bén ngót như lưỡi dao… khiến người ta không dám kiên trì nhìn thẳng vào nàng, chẳng ai còn để ý xem nàng có đẹp hay không nữa.

Bây giờ thì họ đã hiểu vì sao mã phu kia khi gặp cô nương xin nước uống này lại lưỡng lự, không dám tự ý quyết định, vì sao đám thị vệ vây lấy nàng nhưng lại không dám mạo muội tiếp cận.

Nàng không giống phụ nữ thôn quê, cũng không giống thiếu nữ khuê các, không giống với bất kỳ một cô nương nào mà họ từng gặp trên đời này. Nàng giống như một thanh kiếm sắc bén, không cần tuốt ra khỏi vỏ cũng khiến người ta vô thức tiến lại gần, muốn ngắm nghía vẻ sắc lạnh của nó nhưng lại sợ sẽ bị thương vì chính lưỡi nhọn ấy.

"Không phải nói sẽ rót rượu sao?" Cô nương ấy khẽ phủi đi vụn cỏ trong tay.

Tử Kỳ đột nhiên bừng tỉnh, lập tức nói: "Thất Lang, bảo đệ rót rượu kìa, sao còn chưa đi?"

Chàng thiếu niên được gọi là "Thất Lang" kia có hơi ngẩn người, nhưng rồi lại ngoan ngoãn trở vào trong dịch trạm, đích thân rót một chén rượu rồi đỏ bừng mặt đưa tới trước mặt cô nương kia.

Cô nương ấy đón lấy chén rượu, khi đưa tay ra, ống tay áo có hơi chếch lên, để lộ một loạt vết thương cũ trên cổ tay. Nhưng nàng không hề có ý giấu đi, chỉ nhìn hắn mỉm cười, ánh mắt cũng không hề có chút xa lạ, e lệ gì, tựa hồ như đang nhìn một người bằng hữu đã quen biết nhiều năm.

Chàng thiếu niên thầm giật mình sửng sốt, khẽ nhúc nhích yết hầu, nhưng không biết phải nói gì, chỉ lặng lẽ nhìn nàng cầm chén rượu đưa lên vai đút cho nhúm lông đó.

Nhìn gần mới thấy nhúm lông ấy thì ra là một con chồn tím vô cùng hiếm gặp. Nó cúi đầu ngửi chén rượu rồi đưa miệng thuận theo tay của cô nương ấy mà uống hết chén rượu, uống xong còn chép miệng một cái rồi ve vẩy cái đuôi, tỏ vẻ rất hài lòng. Chàng thiếu niên thấy nó lanh lợi, ma xui quỷ khiến thế nào lại đưa tay ra định vuốt đuôi của nó. Nhưng còn chưa kịp chạm vào, con chồn tím ấy đã rụt đuôi lại, sau đó cong mình nhe răng, dáng vẻ phòng bị vô cùng hung tợn.

"Thần kì quá!" Tử Kỷ thật lòng cảm thán một câu.

Đến tận sau khi mọi người đã quay về dịch trạm uống trà, Tử Kỷ vẫn cứ liên tục trêu đùa: "Ta cứ thắc mắc vì sao đệ không thích thiên kim của khu mật sứ Phương Điển, cũng không vừa mắt với cháu gái xinh đẹp của Trịnh thái phó, bao nhiêu giai nhân ở Biện Kinh cũng không thể lọt vào mắt xanh của đệ. Thất Lang ơi Thất Lang, thì ra kiểu người mà đệ thích lại là như thế... Kiểu người trí mạng như thế, ta thật sự không nhìn ra đấy!"

Cao Di lúc này đã định thần, nhớ lại dáng vẻ của nữ tử ấy và thần sắc không chút ủy mị nhún nhường nào của nàng thì liền trầm tư: "Theo ta thấy, cô nương ấy chắc hẳn không phải người Trung Nguyên, nhìn từ đầu đến chân có vẻ rất kỳ lạ..."

"Mặc kệ nàng ấy là phiên tộc hay là mán tử[6], chỉ cần là người sống thôi, nếu Thất Lang thật sự thích thì chẳng có gì là không được. Có điều, người ta đã đi xa rồi, nói mấy điều này cũng vô ích." Tử Kỳ nhấp một ngụm trà rồi cười hỏi: "Thất Lang, nếu đệ có lòng, sao vừa rồi không giữ nàng ấy lại?"

Hắn vốn chỉ hỏi đùa thôi, bởi Thất Lang là người có thân phận cao quý, trước nay luôn rất tự cao, kiêu ngạo, chưa từng vướng bận hồng trần. Với xuất thân và dung mạo của Thất Lang thì chỉ có thiếu nữ trong kinh si mê hắn, chứ hắn chưa bao giờ động lòng với ai. Thậm chí người trong thành còn lan truyền tin đồn rằng hắn thích nam sắc. Nếu không phải bọn họ lớn lên bên nhau từ bé, hiểu rõ nhau thì nói không chừng cũng đã tin điều đó rồi. Bây giờ xem ra, có lẽ trước nay là do tuổi tác hắn vẫn còn nhỏ nên mới chưa nghĩ đến chuyện nam nữ thôi. Hôm nay có duyên gặp được giai nhân thì liền giống như bị người ta hút mất hồn vậy.

---

6 Phiên tộc: Các dân tộc sống gần biên giới; Mán tử: Kẻ man di, chỉ các dân tộc thiểu số.

"Nàng ấy nói đi liền đi ngay, đệ biết làm thế nào?" Chàng thiếu niên cất tiếng đáp, trong giọng nói lộ rõ vẻ buồn bực.

Hiếm khi thấy hắn có dáng vẻ thế này, ngay cả biểu ca[7] Cao Di của hắn cũng không khỏi bật cười, "Tiểu Thất, đệ định theo đuổi cô nương ấy thật sao?"

"Thì cứ giữ người ta lại đã, sau đó tính tiếp cũng không muộn!" Tử Kỷ ngồi bên cạnh ra sức xúi giục hắn, rồi lại không nhịn được cười: "Lẽ nào đệ không sợ giai nhân ấy ăn tươi nuốt sống đệ hay sao..."

Hắn còn chưa dứt lời thì Thất Lang đã đứng bật dậy, rồi trước khi mọi người kịp phản ứng, Thất Lang đã bước ra ngoài cửa, phóng ngựa đuổi theo nàng.

Ngoài dịch trạm chỉ có một con đường quan đạo[8], hắn rõ ràng trông thấy nàng lên đường đi về phía Biện Kinh, chỉ mới qua thời gian một tuần trà, với tốc độ cưỡi ngựa của hắn thì chỉ trong nửa canh giờ là chắc chắn sẽ đuổi kịp nàng. Song, hắn cứ lao ngựa mải miết, trên đường đi không bỏ lỡ một bóng người nào, vậy mà đến tận lúc xế chiều vẫn không thấy giai nhân đâu, trước mắt chỉ toàn là cỏ úa phất phơ, cát vàng mù mịt.

Cao Di và Tử Kỷ đuổi đến nơi, mãi đến khi trời gần tối mới khuyên được hắn tạm thời dừng chân nghỉ ngơi ở dịch trạm gần nhất tại Bình Thu Phường.

---

[7] Anh họ.

[8] Đường lớn do triều đình xây dựng để tiện cho việc công cán của quan lại.

Tử Kỷ bị Cao Di mắng cho một trận, trong lòng có hơi hối hận, lúc dùng cơm tối vẫn không quên khuyên nhủ chàng thiếu niên đang ủ rũ mặt mày, không chịu động đũa kia: "Đệ cứ nghỉ ngơi đi, nói không chừng chúng ta đã vượt trước nàng ấy rồi, sáng mai mình lại gặp nàng trên đường đấy."

Nhưng cho dù như thế thì họ cũng không yên tâm, bèn ngồi lại uống rượu trò chuyện với hắn đến tận khuya rồi mới ai về phòng nấy. Hắn rõ ràng nghe thấy Tử Kỷ trước khi rời đi còn nói nhỏ với Cao Di: "Tiểu Thất này lúc chưa nếm mùi tình ái thì không sao, vừa dính vào phát là hệt như bị ma nhập vậy."

Hắn chính xác là đã bị ma nhập rồi.

Bình Thu Phường là dịch trạm lớn cuối cùng trên đường về Biện Kinh của họ, phía dịch trạm vừa hay họ đến nơi thì đã chuẩn bị phòng ốc tươm tất. Mấy ngày nay đi đường mệt mỏi, toàn thân đầy bụi, vất vả vô cùng, nhưng mỗi khi yên tĩnh, trong đầu hắn lại lập tức hiện lên dáng vẻ của nàng, nụ cười của nàng khi nhận chén rượu, mái tóc buộc gọn của nàng, dấu vết cầm kiếm lâu năm trên tay nàng và những vết sẹo trên cổ tay... Tất cả điều đó đều vương vấn trong lòng hắn, cứ hiện đi hiện lại, đến ngay cả con thú hung dữ trên vai nàng với hắn bây giờ cũng trở nên thân thiết một cách kỳ lạ.

Hắn đã sống trên đời này được mười bảy năm, từ lúc ra đời đến nay đã hưởng hết mọi sự nâng niu, mẫu thân yêu thương, phụ thân và huynh trưởng che chở, thánh thượng và thái hậu cũng rất quý trọng hắn. Cộng thêm thiên tư thông tuệ, dung mạo xuất chúng, hắn hầu như có hết mọi điều tốt đẹp trên thế gian. Ngoại trừ thiên hạ ra thì bất kỳ thứ gì, hắn cũng đều có thể thu gọn trong lòng bàn tay, nhưng lại chẳng có thứ gì lọt được vào mắt hắn. Khi còn bé, có một cao tăng đắc đạo từng nói đường trần duyên của hắn rất mỏng, người nhà sợ hắn chết yểu, chỉ mong hắn được bình an, vui vẻ, vì vậy việc gì cũng đều nghe theo hắn. Hắn tu Phật tập Đạo, nghiên cứu huyền học, nhưng trong lòng vẫn cảm thấy mơ hồ, không rõ mục đích của đời mình, hôm nay mới hiểu thì ra mình vốn đang chờ một người.

Tiếng côn trùng bên ngoài kêu rả rích, tiếng chân của những thị vệ gác đêm thưa dần. Nàng cuối cùng cũng đến, ngồi yên bên cửa sổ. Hắn đứng sát bên nàng, kiên nhẫn rẽ tóc nàng ra, dùng lược bí chải mượt lại rồi kết thành kiểu tóc đồng tâm. Nhành cây mềm dẻo của một thân cây rỗng ruột vươn dài vào trong cửa sổ, phát ra tiếng kêu như đang ngân nga. Nàng đưa tay nắm lấy nhành cây, còn hắn đưa tay đặt lên vòng eo mềm dẻo của nàng... Mái tóc mà hắn vừa khó khăn lắm mới kết vừa ý cho nàng không hiểu từ lúc nào lại xõa ra. Dưới bầu trời sao lấp lánh, bên ánh lửa xanh ngọc, nàng đưa đôi cánh tay trắng trẻo ôm lấy hắn, gác đôi chân thon thả, mềm mại lên eo hắn, dịu dàng gọi hắn là "phu quân"...

"Nàng gọi nữa đi, gọi lại lần nữa đi!" Hắn lẩm bẩm lặp đi lặp lại.

"Phu quân, phu quân... Không phải chàng nói sẽ ở bên ta cả đời sao? Cả một đời, thật tuyệt biết bao."

Ánh mắt của nàng đầy hạnh phúc và say mê. Lúc ấy trong mắt nàng chỉ có hắn, "cả đời" ấy trong lòng nàng chỉ có hắn. Nhưng tiếc là cuộc đời của người phàm thật sự quá ngắn ngủi.

Một con chim lớn màu trắng chợt bay đến từ phía chân trời yên ả, bỗng một ánh bạc lóe lên, một thanh trường kiếm chợt đâm xuyên qua con chim, máu chảy đầm đìa, bầu trời xuất hiện một vết nứt, thế rồi tất cả mọi mộng ảo chợt tan biến đi hết.

Hắn giật mình tỉnh lại, tấm chăn gấm mới tinh trong dịch trạm khiến hắn cau mày. Một cái bóng màu đen đầy lông lá đang co mình bên gối hắn, cúi đầu khịt mũi ngửi nhẹ.

Ánh trăng mờ ảo, đèn trong phòng đều tắt hết. Hắn dường như chỉ mới ngủ thiếp đi một lát, thế mà lại mơ một giấc mơ rất dài. Con chồn tím nhìn thấy chàng thiếu niên mơ màng ôm chăn ngồi dậy thì liền cong đuôi chạy về bên cạnh chủ nhân.

Chủ nhân của chồn tím đang đứng cúi đầu bên cạnh thư án, một làn gió đêm nhẹ thổi qua, nàng đưa tay dùng một vật gì đó vuốt lại mép giấy bị gió thổi trên bàn, sau đó từ từ quay đầu lại, vật cầm trong tay lóe lên ánh sắc lạnh.

Chàng thiếu niên cảm thấy đôi tai mình nóng bừng lên, hắn biết mình đã tỉnh rồi, nhưng cảnh tượng trước mắt còn làm hắn kinh ngạc hơn cả giấc mơ vừa rồi.

Nàng làm cách nào để vượt qua được tai mắt của thị vệ mà vào trong này? Đã đến bao lâu rồi? Mấy câu hỏi này nghe ra quá ngu xuẩn, thế nên hắn đắn đo một hồi lâu, cuối cùng lại hỏi ra một câu càng xuẩn ngốc hơn: "Nàng... đến tìm ta sao?"

"Trên đường đi bận vài việc linh tinh nên lần này ta đã đến muộn." Nàng nhìn hắn, cất giọng nhẹ nhàng thân thiết. "Ngươi xem, ngươi đã trưởng thành rồi."

Tâm trí hắn rối loạn, không hiểu ra ý trong câu nói của nàng, nhưng trong lúc đang nói thì nàng đã đi đến cạnh hắn rồi ngồi xuống mép giường.

"Do không muốn quấy rầy giấc mộng xuân của ngươi nên ta mới ngồi chờ một chút."

Rõ ràng là một câu nói suồng sã quá đà, thế mà nàng lại nói một cách thản nhiên, không hề có chút lả lơi, giả tạo nào. Ngược lại với nàng, hắn lại cảm thấy xấu hổ vô cùng, nhưng không thể nào biện minh được, chỉ biết đỏ mặt cắn môi, âm thầm ôm chặt lấy tấm chăn.

"Lại mơ thấy ta sao?"

"Không... Ta, ta..."

Nàng mỉm cười, đùa nghịch với vật đang lóe lên sắc lạnh trong tay. "Lần đầu tiên à? Đừng sợ, dù sao đi nữa cũng là lần cuối cùng rồi."

Cho dù đầu óc đang mơ màng viển vông, nhưng hắn vẫn từ từ hiểu ra ý tứ trong câu nói của nàng, lập tức bừng tỉnh, lúc này hắn cũng đã nhìn rõ vật trong tay nàng, đó là một thanh đoản kiếm trông có vẻ rất cũ kỹ và thô sơ.

"Nàng muốn giết ta sao?"

Nàng không hề quan tâm đến dáng vẻ hốt hoảng của chàng thiếu niên mà hòa nhã hỏi: "Có cần gọi thị vệ ngoài cửa không?"

"Ta có thể hỏi lý do không?" Bàn tay nắm chăn của người thiếu niên từ từ thả lỏng. Hắn tuy là người trong hoàng tộc, nhưng cả ngày chỉ an nhàn, không tranh đấu với ai, thế nên nhất thời không thể nghĩ ra ai lại dám mạo hiểm bất chấp tội diệt tộc mà đến lấy tính mạng của hắn thế này.

"Không bảo chúng vào cũng được, ta sẽ không phải đại khai sát giới." Nàng mỉm cười, rút thanh đoản kiếm trong tay ra. "Ngươi hỏi ta tại sao... Để ta nghĩ xem. Phải rồi, lần này ta muốn cho ngươi biết cảm giác 'đau xé ruột gan' thật sự là như thế nào."

Thanh đoản kiếm có vẻ ngoài tầm thường đó sau khi được rút khỏi vỏ trông càng lạnh lẽo hơn, ánh xanh sắc lạnh ấy lặng yên vô cùng, tạo cho hắn một cảm giác rất quen thuộc. Chàng thiếu niên càng tin rằng mình và nàng chắc chắn không phải chỉ mới gặp nhau lần đầu vào hôm nay, chỉ có điều hắn không thể nhớ ra nhân duyên trước đây của hai người.

"Có phải ta từng làm gì đó khiến nàng tổn thương không?" Chàng thiếu niên cúi đầu nhìn cổ tay của nàng, trên đó chi chít những vết sẹo giống như từng bị nhiều lưỡi dao rạch qua, nhưng trong giấc mơ kỳ lạ, huyền ảo vừa rồi của hắn thì mấy vết thương này lại không hề tồn tại.

"Ta chẳng còn nhớ gì cả. Nếu thật sự có thì chắc chỉ là vô tình thôi. Ta, ta đối với nàng..."

Những lời sau đó, hắn ngại ngùng không nói nên câu, cũng không dám nói tiếp nữa. Lưỡi kiếm sắc bén đã vạch rách áo của hắn, đâm nhẹ vào ngực hắn. Nàng chưa dùng nhiều sức lực nhưng cũng đủ khiến máu bắt đầu chảy xuống bụng hắn.

Hắn không phải kẻ tham sống sợ chết, nhưng mạng sống đang bị đe dọa, theo bản năng, hắn vẫn khẽ lui người về sau một chút, đưa tay nắm lấy bàn tay đang cầm kiếm của nàng, nét mặt sốt sắng. "Khoan đã!"

Nàng cũng không vội vàng, nhướng mày lắng nghe lí do xin tha mạng của hắn.

"Cho dù ta từng làm gì, có phải ta làm hay không thì người chết cũng là hết. Nếu ta có thể sống tiếp, thì từ nay về sau, ta sẽ làm mọi điều cho nàng, ta muốn nàng có thể sống thật vui vẻ... Nàng không tin sao?"

"Ta tin." Nàng lắc đầu. "Chỉ tiếc rằng những lời thế này, lần trước ngươi đã từng nói rồi."

Hắn hơi ngẩn người, sau đó khẽ thở dài. "Chúng ta đúng là đã từng quen biết. Vết thương trên tay nàng... từ đâu mà có vậy?"

Nàng nhẹ nhàng đưa thanh kiếm lên đặt dưới cằm hắn, khiến hắn buộc phải ngẩng đầu lên. "Không phải ngươi đang dần nhớ lại mọi chuyện rồi sao? Vẻ ngoài cũng càng lúc càng giống... với ngươi rồi."

"Những giấc mơ của ta, không lẽ là thật sao?" Chàng thiếu niên vừa hỏi xong thì chợt cảm nhận được bàn tay còn lại của nàng khẽ đặt lên trên mu bàn tay hắn. Hắn vội vàng nắm chặt lấy tay nàng, cảm thấy tim đập mạnh, dưới hàng mi run rẩy là ánh mắt mơ màng, quyến luyến, hắn đỏ bừng mặt không dám nhìn thẳng vào nàng. "Nàng gọi ta là 'phu quân'."

"Đồ vô dụng, suốt mấy trăm năm cũng không hề tiến bộ!" Nàng mỉa mai, trong giọng nói dường như có chút thẫn thờ, thất vọng, sau đó nàng cúi đầu nhìn bàn tay đang nắm chặt không chịu buông của hắn rồi hỏi: "Ta hỏi ngươi, trên tay ta có bao nhiêu vết sẹo, ngươi có nhớ không?"

Hắn lắc đầu, ngón tay vô thức mân mê những vết sẹo trên cổ tay nàng. Các vết sẹo chằng chịt, kéo dài đến tận phía trên cổ tay áo, không biết bao nhiêu là vết.

"Hai mươi mốt vết." Nàng thở dài rồi đưa tay bóp nát xương bàn tay hắn.

Trong quá trình nàng ra tay sau đó, cho dù là thị vệ canh gác ngay ngoài cửa cũng sẽ không nghe thấy động tĩnh gì, biết vậy nhưng hắn vẫn không giãy giụa dữ dội hoặc kêu gào thảm thiết. Chỉ có vào lúc đau đớn nhất, hắn mới khàn giọng thốt lên một tiếng: "A Vũ Nhi."

Nàng bỗng sững người lại, phân tâm nhìn về phía hắn. Khuôn mặt đẹp không tì vết ấy lúc này đang tái mét lại đầy đau đớn, hàng mi dày như mưa xuân đã ướt đẫm, không biết là mồ hôi hay nước mắt.

- A Vũ Nhi, chỉ có ta là không thể nhận được sự tha thứ của nàng sao?

- A Vũ Nhi, tại sao nàng cũng khóc?

Lúc này nàng mới nhận ra mình đúng là đã rơi một giọt lệ. Thật là một chuyện hiếm hoi chưa hề xảy ra trong suốt mấy trăm năm nay.

Xong chuyện, nàng đưa trái tim còn chưa lạnh ấy cho con chồn tím ăn. Lần này con chồn tím tỏ vẻ khó chịu, quay đầu đi không chịu ăn.

"Mao Nhung Nhi, ngay cả ngươi cũng cảm thấy chán rồi sao?" Nàng cầm mảnh giấy trên thư án lau vết máu dính trên tay. Vừa rồi khi chàng thiếu niên chưa tỉnh giấc, nàng đã đọc những dòng chữ trên đó.

"Con sông chảy mãi không quay đầu, nỗi nhớ trôi dài càng thêm nhớ. Đêm dài đằng đẵng mà không ngủ, hòa với hơi sương đến bình minh."

Trước khi tra kiếm vào vỏ, nàng tiện tay rạch thêm một vết nữa lên cổ tay mình, vết thương sâu đến tận xương, nhưng chẳng bao lâu sau liền lành lại, chỉ để lại một vết sẹo xấu xí.

Nàng lẩm bẩm: "Hai mươi hai vết rồi... Đúng là có hơi chán thật."

Chương 1

Môi hở răng lạnh

Đêm khuya ở Trường An, tiếng trống canh báo hiệu giờ nghỉ, những con phố lúc này đã không còn bóng người, chỉ còn ánh trăng lạnh lẽo soi xuống đường vắng.

Có một khoảnh khắc, lính canh tuần đêm ở phía tây Vụ Bổn Phường dường như trông thấy có vài cái bóng sáng mờ mờ lướt qua, nhưng chưa kịp nhìn rõ thì nó đã ẩn mình vào trong tường. Nơi đó là cuối phố, ba mặt đều là tường đất, ngoại trừ ánh trăng trắng lạnh ra thì không còn gì khác. Lính canh dụi mắt mấy lượt rồi thầm trách mình lẽ ra trước ca trực không nên uống quá chén.

Ở một góc nơi lính canh không nhìn thấy, ánh sáng mờ ảo ấy theo chân hai bóng người phóng xuyên qua bức tường rồi bước vào một ngõ nhỏ tuy âm u nhưng lại vô cùng huyên náo. Nơi này trái ngược hoàn toàn với vẻ tĩnh lặng sau giờ giới nghiêm của Trường An, chỉ trong một con ngõ chật hẹp mà vang lên đủ mọi thứ âm thanh tạp nham, tiếng buôn bán trả giá, tiếng cười nói bàn tán vô cùng xôn xao, náo nhiệt, nhưng tuyệt nhiên lại không hề có ánh đèn nào, ngay cả ánh trăng cũng có vẻ như không rọi được đến nơi đây, chỉ có ánh sáng lấp lánh của mấy món đồ kim loại quý giá thỉnh thoảng lóe lên, phản chiếu những bóng người mờ ảo, thấp thoáng.

"Lần này sao lại đi lâu như vậy?" Người đi phía trước có thân hình yểu điệu, thướt tha, tay cầm một cái đèn lồng, nhưng trong đèn không hề có nến, chỉ có một viên ngọc to bằng nắm tay trẻ sơ sinh, phát ra ánh sáng như đom đóm. Nàng làu bàu nói: "Rõ ràng có thể nhìn thấy được, sao cứ bắt ta phải cầm đèn dẫn đường? Ta có phải nha hoàn của ngươi đâu..."

"Cằn nhằn gì chứ? Giục ta về gấp như vậy rốt cuộc là vì chuyện gì?" Người đi phía sau nàng có vẻ rất bực dọc, giọng điệu tuy lạnh lùng cao ngạo nhưng tiếng nói phát ra lại rất trẻ con.

"Có cả chuyện tốt và chuyện xấu, ngươi muốn nghe chuyện nào trước?"

"Nực cười, ngươi tìm ta mà lại có chuyện tốt sao?"

"Ngươi không cảm thấy Quỷ Thị[9] này vắng vẻ hơn trước nhiều sao? Đang trong thời kỳ bất ổn, ngươi không ở đây, trong lòng ta không yên tâm." Ánh đèn lồng dừng lại ở một góc phố, thiếu nữ vừa nói vừa đưa tay đẩy cổng, không gian chợt sáng bừng lên, một trạch viện cao ba tầng sừng sững hiện lên trước mắt.

"Đám Bạch Giao chờ bên trong cũng khá lâu rồi." Nàng mỉm cười quay đầu lại, ánh đèn ở cổng phản chiếu lấp lánh trong đôi mắt to tròn của nàng, soi rõ dáng người thanh tú, đáng yêu trong bộ y phục xanh lá.

Tiểu đồng[10] đi phía sau chỉ trạc mười hai mười ba tuổi, dáng người thấp bé, cởi áo khoác trùm đầu đưa cho tên nô bộc đang đứng đón phía sau, sau đó không nói lời nào mà vén màn bước vào trong sảnh.

Bên trong quả nhiên vô cùng náo nhiệt, trò tửu lệnh[11] đang diễn biến tới hồi gay cấn. Một Hồ thương[12] to béo tay cầm chén rượu ca hát, nhảy múa, mỗi khi lắc lư thì râu trên mặt và những khối thịt trên bụng cũng rung theo tiết tấu, khiến tất cả mọi người trông thấy đều bật cười.

"A, Thời Vũ về rồi!" Người vừa lên tiếng là một văn sĩ áo trắng ăn vận thanh tao. Hắn vốn đang trò chuyện đối ẩm với

---

9 Chợ họp ban đêm,, người đi chợ như những bóng ma, khiến chợ như chợ ma.

10 Cậu bé.

11 Lối phạt rượu trong bữa tiệc, chọn một người đứng ra làm chủ, người này có quyền chỉ định người khác ngâm thơ, làm câu đối, nhảy múa... ai thua sẽ bị phạt uống rượu.

12 Thương gia người Ba Tư.

một ông lão gầy gò bên cạnh, trông thấy hai người kia bước vào thì liền mừng rỡ đứng dậy nói, "Về thì tốt quá rồi. Ta đang thắc mắc với Lão Yển, không biết có chuyện gì đã giữ chân ngươi lại."

Ông lão gầy gò được gọi là "Lão Yển" cũng cất tiếng chào, "Đường xa vất vả, tiểu lang quân[13] mau nghỉ ngơi, lát nữa ta bảo đám Nam Mán Tử diễn cho người xem một khúc xà hí[14] được không? Lần trước không phải người rất thích xem sao?"

"Trò đó chán ngắt!" Tiểu đồng phẩy tay lạnh lùng nói: "Nhung Nhung vội vã báo tin cho ta, ta còn tưởng các ngươi gọi ta về để lo hậu sự cho các ngươi chứ."

"Đây gọi là vui được thì cứ vui. Tiệc tùng mỹ tửu này chẳng qua chỉ là để tiêu sầu mà thôi..." Văn sĩ nọ lập tức vào chuyện chính trước khi tiểu đồng nổi giận: "Thời Vũ, ngươi có biết chuyện mấy hôm trước A Cửu bị hủy mất nguyên linh[15] không?"

"A Cửu... Là con Thanh Khâu Hồ[16] lẳng lơ ấy đúng không?" Thời Vũ nghi hoặc hỏi.

Văn sĩ Bạch Giao khẽ đằng hắng một tiếng. Thanh Khâu Hồ trước nay vốn nổi tiếng với dung mạo xuất chúng, mà A Cửu lại có nhan sắc thuộc dạng thượng đẳng trong số đó, danh tiếng lẫy lừng trong giới tu luyện thành Trường An, nhất cử

13 Cách gọi thanh niên trẻ tuổi trong nhà hoặc gọi con trai nhà người khác.
14 Xiếc rắn.
15 Linh hồn của những sinh vật tu luyện.
16 Loài cáo sống ở vùng Thanh Khâu, tu luyện thành người.

nhất động đều say đắm lòng người, không hiểu sao lại bị Thời Vũ gọi là con Thanh Khâu Hồ "lẳng lơ".

Bạch Giao và A Cửu cũng có chút giao tình, thế nên thấy rất thương cho nàng ta, "Đúng vậy, nàng ấy bây giờ chỉ còn thoi thóp, công sức tu luyện ngàn năm đã tiêu tan hết, vậy mà đến kẻ đã sát thương mình là ai cũng không rõ. Mà nạn nhân không phải chỉ có một mình nàng ấy, tên Dạ Xoa thường ra vào Quỷ Thị cũng gặp cảnh tương tự, khi phát hiện ra thì chỉ còn cái xác không."

"Còn nữa còn nữa, còn có cả con Cóc Tinh hay đi cùng với Ngọc Trâm công tử, là cái tên mà ngươi chê là ồn ào, thối mồm ấy. Nghe nói hắn bị đánh cho hiện nguyên hình, rồi bị người phàm nhặt về làm thuốc." Nữ tử áo xanh lục nói xen vào. Nàng dường như có xích mích gì đó với người được gọi là "Ngọc Trâm công tử", khi nhắc tới hắn thì vẻ mặt lộ rõ sự khinh ghét.

"Không biết mấy người bọn họ đã chọc giận ai, kẻ đó lại không hề để lại chút dấu vết manh mối gì. Môi hở răng lạnh, mấy ngày nay mọi người đều cảm thấy bất an." Bạch Giao tỏ vẻ lo lắng, tất cả mọi người có mặt ở đó cũng đều im lặng không nói gì, ngay cả Hồ thương to béo đang nhảy múa và nhạc sư đang tấu nhạc cũng đều dừng lại, bầu không khí náo nhiệt vừa rồi lập tức tan biến.

Ai cũng biết, cho dù là thần hay ma, tiên hay yêu, tinh hay quái, một khi đã sống dựa vào thiên địa linh khí[17] thì thân

[17] Luồng khí linh thiêng của trời đất.

xác chỉ là hư ảo, nguyên linh mới là cốt lõi. Nguyên linh là do công lực tu luyện và tinh khí[18] vốn có ngưng tụ mà thành. Thân xác bị hủy đi vẫn có thể luyện lại, nhưng nguyên linh một khi đã mất đi rồi thì cho dù còn thân xác cũng chỉ là cái vỏ, còn kẻ mất thân xác thì sẽ hồn bay phách tán, đây chính là cái chết thật sự đối với những kẻ tu luyện.

Thời Vũ trầm tư suy nghĩ, A Cửu tuy thích lợi dụng sắc đẹp mê hoặc người khác, ngày thường thái độ cũng không hề đoan chính, nhưng hắn đã từng nhìn thấy chân thân[19] của nàng ta, có chín đuôi, tròng mắt đỏ tươi, là huyết mạch thuần khiết nhất của dòng tộc Thanh Khâu, lại có tu vi[20] cao tới ngàn năm. Nếu nàng ta tập trung toàn lực, liều mạng quyết chiến đến cùng thì những kẻ tu luyện trong thành Trường An này không mấy ai là đối thủ của nàng ta. Tên Dạ Xoa ở Quỷ Thị hung hăng, ranh mãnh, Cóc Tinh thì chuyên dùng độc, toàn thân hôi thối, lại có Ngọc Trâm công tử chống lưng, hạng tầm thường không gây khó dễ cho hắn được. Theo lời Bạch Giao nói, khi bọn chúng gặp chuyện thì không ai hay biết, bên cạnh cũng không có dấu vết giằng co, vật lộn, như vậy có thể thấy chúng còn chưa kịp phản công thì đã bị hủy đi nguyên linh mà thần không biết quỷ không hay. Thủ đoạn cao tay thế này Thời Vũ chắp tay bái phục, nhất thời không thể nghĩ ra được đây là hành vi của kẻ nào, bởi thường thì người có khả năng làm được điều này chẳng việc gì phải đi so đo tính toán với đám tép riu như A Cửu, Dạ Xoa và Cóc Tinh.

[18] Ngọn nguồn của sự sống.

[19] Thuật ngữ của Phật giáo, chỉ săc thân hiện ở thế gian.

[20] Công lực tu luyện được.

Lão Yến thấy Thời Vũ trầm ngâm hồi lâu liền đưa tay chỉ lên trời rồi thấp thỏm nói: "Tiểu lang quân, có khi nào là thượng giới giáng Thiên Phạt[21] xuống để trừng trị chúng ta không?"

"Thiên Phạt gì chứ? Chúng ta có động chạm gì đến ai đâu." Thiếu nữ áo xanh lục phì cười. Nàng ngồi bên cạnh Thời Vũ, chống cằm nói: "Nếu ở đây không còn yên ổn nữa thì chúng ta chuyển sang chỗ khác là xong, dù sao chúng ta ở Trường An này ba trăm năm cũng chán rồi."

"Nhung Nhung cô nương, thân phận địa vị của cô khác với chúng tôi, đương nhiên không sợ trời không sợ đất. Thành Trường An mà còn không yên ổn thì ở đâu có thể yên ổn chứ? Hiện giờ linh khí trong thiên địa ngày càng cạn kiệt, việc tu luyện ngày càng khó khăn. Các thần xuất thân từ trên núi thần Côn Luân Khư[22] thượng cổ còn có chốn đi về, người nào đi được thì đã đi cả rồi, chỉ còn lại mấy kẻ trời đất không dung, lục đạo[23] không nhận, phải lang bạt khắp chốn phàm trần như chúng tôi. Niềm hi vọng tu luyện để đắc đạo nay đã không còn, chỉ còn lại thân này, tiến không được mà thoái cũng không xong. Chúng tôi lại sợ phạm luật trời, không dám giao thiệp với người phàm, không dám tùy ý sát hại sinh linh, còn phải khổ sở gánh chịu Lôi Kiếp[24]. Chúng tôi ẩn mình ở đây, chỉ mong

[21] Hình phạt trời giáng xuống.

[22] Nơi ở của thần tiên trên trời.

[23] Ba đường thiện tức thiện đạo (thiện đạo, nhân đạo, a-tu-lu đạo) và ba đường ác tức ác đạo (địa ngục, ma quỉ và súc sinh) của Phật giáo.

[24] Kiếp nạn mà người tu luyện cần phải trải qua để đắc đạo, xuất hiện dưới dạng sấm sét.

sống được ngày nào hay ngày ấy, vậy mà bây giờ lại gặp phải kiếp nạn này, giờ biết phải làm sao đây?"

Lão Yển vừa dứt lời, bốn bề lập tức dậy lên tiếng xì xào, có người than thân trách phận, có người phẫn nộ, bất bình, nhưng đa phần đều hoang mang, không biết xoay xở ra sao.

Thời Vũ thấy thế liền cau mày nói: "Hốt hoảng gì chứ? Chỉ thế này thôi mà đã sợ mất mật rồi sao? Thật uổng công các ngươi tu luyện bấy lâu! Nhung Nhung nói rất đúng, Thiên Phạt gì chứ? Các thần nơi Côn Luân Khư còn chưa lo được cho mình, không hơi đâu đi xử lí đám tôm tép như chúng ta. Ba người bị hủy đi nguyên linh kia không có quan hệ gì với nhau, nhưng cũng chẳng phải hạng tốt lành, ắt hẳn là đã đắc tội với kẻ có máu mặt nào đó nên mới gặp phải nạn này."

"Nhưng nếu cái nạn này rơi xuống đầu chúng ta thì biết làm sao?" Bạch Giao hỏi.

"Chú ý hành xử cẩn trọng, án binh bất động là được. Chúng ta không chủ trương khiêu khích trước nhưng nếu đối phương cố tình sinh sự thì cũng chỉ còn cách lĩnh giáo xem đối phương rốt cuộc có bản lĩnh lớn ra sao thôi." Thời Vũ nói xong liền đặc biệt nhắc nhở Nhung Nhung: "Nếu ngươi không muốn gặp kết cục như A Cửu thì tốt nhất đừng có kiếm chuyện gây sự."

"Ta chưa bao giờ kiếm chuyện gây sự cả!" Nhung Nhung nói chắc như đinh đóng cột, sau đó nhìn một lượt những người có mặt, "Đã nghe thấy chưa? Thời gian này các ngươi phải biết điều một chút, nếu thấy có kẻ lạ mặt lui tới chốn này thì nhất định phải đề cao cảnh giác."

Trạch viện này là một quán rượu khá có tiếng tăm trong Quỷ Thị. Hơn ba trăm năm trước, Nhung Nhung vì thích sự phồn hoa của Trường An nên đã đến sống ở đây, chẳng mấy chốc đã trở nên thân thiết với đám yêu ma quỷ quái trong thành. Nàng thích uống rượu lại ham vui, thế nên đã mở ra quán rượu này, xem đây vừa là nơi an sinh, lại vừa là nơi tụ tập của những người cùng chí hướng. Những kẻ tu luyện trong thành Trường An cũng thích nhất là tụ tập ở Quỷ Thị thuộc Bốn Vụ phường này, vì vậy những người ra vào quán rượu đều là những gương mặt quen thuộc, nếu có kẻ lạ mặt thì đa phần cũng không phải là người phàm.

Hôm nay, trong số những người có mặt ở đây, ngoại trừ nhạc sư và đám nô bộc ra thì Thời Vũ với tư cách là bằng hữu thân thiết của Nhung Nhung cũng sống trong quán rượu này. Bạch Giao vốn là một con Giao Long[25] hai ngàn bảy trăm năm tuổi, nhưng không thể hóa thành rồng, vì chịu ơn của Thời Vũ nên đã theo Thời Vũ đến sống ở đây. Còn về những người như Sơn Tiêu[26] Lão Yển, Nam Mán Tử hậu duệ của Vu Hàm[27] và Cự Thủ Quái[28] thích hóa trang thành người Hồ to béo chính là những khách quen của quán rượu này, không phải là đám "ngưu tầm ngưu mã tầm mã"của Nhung Nhung thì cũng là

25 Thuồng luồng, một sinh vật trong truyền thuyết.

26 Khỉ mặt chó.

27 Pháp sư thời nhà Thương.

28 Quái vật tay to.

người có giao tình với Bạch Giao. Trên danh nghĩa thì Nhung Nhung là chủ nhân của quán rượu, nhưng thật ra chính người trông có vẻ ngoài chỉ như một tiểu đồng là Thời Vũ kia mới là người lãnh đạo của họ, mỗi khi có chuyện, tất cả mọi người đều trông chờ hắn đưa ra quyết sách.

Nghe lời cảnh cáo thốt ra từ miệng của một người "chưa bao giờ kiếm chuyện gây sự" như Nhung Nhung, tất cả mọi người đều cười xòa tán đồng.

Thời Vũ thích sạch sẽ, thế nên liền vào trong tắm gội. Khi hắn đã rũ sạch bụi trần, thay bộ y phục mới bước ra thì trong sảnh đã lại dậy lên mùi rượu, khắp nơi huyên náo, còn chưa thấy người đã nghe thấy tiếng cười lảnh lót của Nhung Nhung.

Đám nô bộc nhanh tay lẹ mắt dọn bàn ăn mới cho Thời Vũ, trên đó là các món sơn hào hải vị thơm ngon đẹp mắt.

"Được tin ngươi sẽ quay về nên ta đã dặn dò nhà bếp chuẩn bị riêng mấy món này cho ngươi đấy." Nhung Nhung thấy Thời Vũ ngồi xuống hồi lâu mà vẫn chưa động đũa, chợt nhớ lại từ lúc về đến giờ vẻ mặt của hắn cứ u uất, bèn đặt chén rượu trong tay xuống ngồi sát lại nhỏ giọng hỏi han: "Lẽ nào... vẫn chưa lấy được Quy Sơn Phi Ngư[29] sao?"

"Đừng nhắc nữa!" Thời Vũ vừa nghe xong đã âm thầm nghiến răng. Hắn vốn đã có dung mạo như tranh, khi hắn giận, hai mày cau lại, trông lại càng đáng yêu hơn.

---

[29] Một loài cá có cánh, biết bay trong truyền thuyết, sinh trưởng từ núi Quy Sơn.

Quy Sơn Phi Ngư bơi dọc theo dòng nước Chính Hồi Thủy, tương truyền sau khi ăn nó sẽ không còn sợ sấm sét nữa, hiện giờ số lượng loài này còn lại rất ít, có thể xem là báu vật hiếm có, Thời Vũ đợt vừa rồi lên đường là để đi tìm nó. Hắn là người biết suy tính cẩn thận, trước nay không bao giờ làm việc gì khi chưa chuẩn bị kĩ càng, thế nên Nhung Nhung tưởng rằng chuyến này hắn ắt sẽ thành công, nào ngờ lại về tay không.

"Trên đường xảy ra bất trắc gì sao?"

Hắn không đáp, Nhung Nhung biết ngay mình đã đoán đúng, "Có phải lại do tên khốn Ngọc Trâm đã giở trò phá bĩnh không?"

"Ngươi đánh giá cao hắn quá rồi đấy." Thời Vũ cười lạnh lùng đáp.

Nghĩ cũng phải, Ngọc Trâm công tử tuy là kẻ địch trước nay của họ, việc gì cũng đối đầu với họ, dăm ba hôm lại đến sinh sự, nhưng hắn hiếm khi gây khó dễ được cho Thời Vũ.

Nhung Nhung đang định hỏi tiếp, Thời Vũ liền cầm đũa gắp một miếng cá trên bàn rồi thong dong nói: "Không phải ngươi báo có một chuyện tốt và một chuyện xấu muốn nói cho ta nghe sao? Chuyện mọi người mới bàn luận vừa rồi là tốt hay xấu vậy?"

Câu nói này của hắn rõ ràng có ý trêu đùa Nhung Nhung.

Nhung Nhung có ba tật xấu: Mê rượu, thích làm dáng và háo sắc.

A Cửu trước khi gặp chuyện vốn từng có xích mích với Nhung Nhung. Nhưng mấy chuyện tranh đấu của nữ nhân[30], Thời Vũ vốn không quan tâm, bởi theo những gì hắn biết về Nhung Nhung thì lý do Nhung Nhung không thích A Cửu khả năng lớn là vì vẻ ngoài của A Cửu đẹp hơn nàng ta, cốt cách phong lưu cũng hơn hẳn nàng ta, thế nên Nhung Nhung không bao giờ cho A Cửu bước chân vào quán rượu của mình.

Nhung Nhung lừ mắt với Thời Vũ, "Ta không ác độc như vậy đâu. Con Thanh Khâu Hồ đó cứ thèm thuồng ngươi, ngươi cũng rất ghét kia mà. Nhưng kết cục của ả thê thảm như vậy không phải là điều chúng ta mong muốn, tất nhiên đó là chuyện xấu rồi! Còn về chuyện tốt mà ta nói..." Nhung Nhung đảo mắt, trên mặt lộ ra vẻ mừng rỡ rồi nói khẽ vào tai Thời Vũ: "Ta đã tìm được người mà ta thương mến, ta muốn song tu[31] với hắn!"

---

[30] Phụ nữ, nữ giới.

[31] Một kiểu tu hành thông qua hành vi giao hợp của nam nữ.

Chương 2

Rượu Tư Vô Tà

Trong tẩm thất[32] của Nhung Nhung lúc này rực rỡ ánh nến, phía sau bức bình phong ánh lên hai bóng người.

"Người này... Ngươi tìm ở đâu ra vậy?"

"Là do hắn tự tìm đến đấy. Sáng sớm hôm nay, Bạch Giao nói trong quán rượu xuất hiện một gương mặt lạ. Ta vừa nhìn thấy đã ưng mắt rồi, thế nên đã giữ hắn lại."

Thời Vũ đứng bên cạnh trướng hoa, nhìn vẻ mặt hớn hở của Nhung Nhung rồi nghi hoặc hỏi, "Giữ hắn lại bằng cách nào?"

---

[32] Phòng ngủ.

"Chuyện này... Ta chẳng qua chỉ là chuốc cho hắn một chén rượu thôi." Nhung Nhung khẽ cắn môi, rồi trong lúc Thời Vũ còn chưa kịp nói gì, nàng đã tự chột dạ trước, "Được rồi được rồi, là hai chén Tư Vô Tà, được chưa? Ta chẳng qua chỉ rót rượu vào cái chén lưu ly to nhất, ai ngờ hắn lại uống một hơi hết sạch."

Thời Vũ nhất thời cũng không biết phải nói gì.

Tư Vô Tà là loại rượu rất quý. Năm xưa, hắn dựa theo công thức mà Nhung Nhung "tiện tay mang đi" từ Côn Luân Khư, mất gần trăm năm mới thu thập đủ nguyên liệu, thử nghiệm rất nhiều lần, nhưng cuối cùng cũng chỉ chưng cất ra được một ít. Do trong rượu có vài nguyên liệu quý giá khó mà tìm được lần nữa, thế nên "một ít" ấy có thể xem là duy nhất trên đời. Theo lời Nhung Nhung, ngay cả vị thượng thần[33] từng là chủ cũ của nàng, cũng chỉ cần uống một chén Tư Vô Tà là đã ngả nghiêng chao đảo rồi, thế nên ngày thường nàng không dám mà cũng không nỡ uống nhiều, thèm lắm thì cũng chỉ mở nắp vò rượu ra ngửi một lúc, không ngờ lần này lại mạnh tay như vậy.

"Vì chưa điều tra ra được gốc gác của hắn nên ta mới làm thế, đề phòng hắn bỏ chạy!" Thấy vẻ khinh bỉ hiện lên trong mắt Thời Vũ, Nhung Nhung có hơi uất ức, nhưng không hề tỏ ra hối hận.

Thời Vũ thở dài: "Đã biết hắn lai lịch không rõ ràng, vậy mà ngươi cũng dám ra tay! Ngươi quên lời ta từng dặn

[33] Cấp bậc cao nhất trong giới tu luyện.

ngươi rồi sao? Còn mạnh miệng nói là mình không bao giờ gây chuyện! Đám người Bạch Giao cứ để mặc cho ngươi làm càn vậy à?"

"Ta thật sự thích hắn mà. Bạch Giao và Lão Yển cũng nói người này rất xứng với ta, chỉ là cần chờ ngươi về xem qua một lượt rồi sau đó mới làm chuyện tốt cũng không muộn."

"Chờ ta về làm gì? Ta chẳng thèm quan tâm mấy chuyện thô tục của các ngươi."

Đám người bọn họ tuy thuộc hạng thấp kém tận cùng trong giới tiên ma, nhưng dù gì cũng có được thân xác bất tử, sống trên đời quá lâu mà lại chẳng có tương lai gì nên sinh ra rất nhiều thói hư tật xấu của phàm trần, nào là ham mê của cải, nào là quyến luyến thanh sắc, nào là cờ bạc khát máu, chỉ cần không phạm phải tội lớn, không gây náo động thượng giới thì muốn sống thế nào cũng được.

Nhưng Thời Vũ lại là người lạnh lùng thoát tục, có thể xem là một nhân tố cá biệt.

Nhung Nhung nịnh hót hắn: "Ngươi và ta là bằng hữu thân thiết, ta có chuyện tốt thì sao có thể quên ngươi được?"

"Nhảm nhí!"

Thấy không thể nói lời ngon ngọt lấy lòng hắn được, Nhung Nhung đành phải khai thật trước khi Thời Vũ dứt áo bỏ đi. "Vì trước nay ta chưa từng làm chuyện này, nên trong lòng thấp thỏm không yên. Chẳng may nếu như..."

"Có sắc dục mà lại không có gan làm, đúng là nực cười. Ngươi đã chuốc cho hắn hai chén Tư Vô Tà rồi, còn sợ chẳng may gì nữa?" Thời Vũ đưa mắt nhìn người nằm trên giường, "Cùng lắm là ngủ một giấc thiên thu thôi."

"Thời Vũ tốt bụng, ngươi giúp ta một lần này đi." Nhung Nhung sốt ruột giậm chân: "Ta bảo sau này hai chúng ta cùng song tu, thì ngươi cứ nhất quyết không chịu. Bây giờ ta khó khăn lắm mới gặp được một người ưng ý, ngươi lại khoanh tay làm ngơ, lẽ nào ngươi quên ai là người đã cưu mang, chăm sóc ngươi suốt sáu trăm năm nay rồi sao?"

Con đường tu luyện của chúng sinh đều phải dựa vào Thanh Linh khí[34] trong thiên địa, hiện giờ con đường ấy đã gần như không có lối ra, thế nên mới sinh ra đủ loại bàng môn tả đạo. "Song tu" gì chứ? Toàn là những lời nhảm nhí mà Nhung Nhung nghe được từ miệng của đám A Cửu! Chẳng qua chỉ là cái cớ để bọn họ lưu luyến vẻ ngoài, chìm đắm trong khoái lạc mà thôi.

Thời Vũ giật tay áo đang bị Nhung Nhung nắm ra, nhưng cuối cùng cũng bất lực, đành phải bước lên phía trước, cúi người nhìn kẻ đang hôn mê trên giường, rồi lập tức cảm thấy chói hết cả mắt.

Không phải là do Thời Vũ có tầm nhìn hạn hẹp, mà là do người đó ăn mặc quả thực vô cùng diêm dúa, lòe loẹt. Hắn tết tóc, đội một chiếc hoa quan[35] màu vàng phỉ thúy, mặc áo

---

[34] Linh khí tinh khiết.

[35] Vật đội trên đầu nam tử, làm bằng gỗ bạch dương.

màu xanh lục chằng chịt họa tiết, bên ngoài khoác áo tím, cộng thêm chiếc quần vàng lấp lánh và dây đai dát vàng, cả người đầy trang sức, có không biết bao nhiêu là túi thơm và ngọc bội, dưới chân còn đi thêm đôi hài lục hợp[36] thêu gấm. Cũng may hắn xuất hiện với bộ dạng này ở đây, chứ nếu ban ngày ban mặt mà ăn mặc thế này đi trên đường phố Trường An, không bị tống vào nhà giam vì tội mặc những màu cấm kỵ thì cũng sẽ bị xem là kẻ điên.

Có điều, ở Quỷ Thị này trước nay không thiếu những kẻ quái dị, tên mặc áo gấm này ngoại trừ cách ăn mặc lố lăng ra thì không có gì bất thường, vẻ ngoài cũng chỉ gọi là tàm tạm. Nghĩ đến việc hắn dễ dàng mắc bẫy của Nhung Nhung, trong lòng Thời Vũ thấy rất khinh bỉ, chẳng biết là thứ thô tục chui ra từ chốn thâm sơn cùng cốc nào nữa!

"Ngươi vừa mắt với thể loại này sao? Trông hắn chẳng khác gì con vẹt bảy màu cả!" Hắn không hề giấu giếm sự kinh ngạc và chê bai của mình.

Nhung Nhung hai má ửng hồng, "Ngươi thì hiểu cái gì? Ta lại thích cái dáng vẻ vừa lố vừa lạnh của hắn. Hơn nữa, sau này hắn thành người của ta rồi thì cách ăn mặc chẳng phải sẽ nghe theo ta hết sao?"

Thời Vũ đúng là không hiểu, cũng chẳng thèm tìm hiểu tâm tư kỳ lạ này, chỉ đưa một tay đặt lên thiên linh[37] của thứ

36 Một loại giày phổ biến thời Đường.
37 Còn gọi là thiên linh cái, phần trên đỉnh đầu.

tầm thường đó, trầm ngâm một lát rồi cười nói: "Kỳ lạ, hắn ta lại không phải là con vẹt thành tinh... Sao ngươi lại đánh ta?"

"Có phát hiện ra manh mối gì không?" Nhung Nhung không có tâm trạng so đo với hắn.

Thời Vũ lắc đầu, "Không biết có phải là do hai chén rượu Tư Vô Tà đó của ngươi hay không mà ta không phát hiện ra được gì trong linh thức[38] của hắn cả. Nhưng trên người hắn không có yêu khí, quỷ khí hay ma khí gì, hắn cũng chẳng phải địa tiên[39] hay linh mị[40], đúng là có hơi kỳ lạ."

"Ta đã bảo rồi mà, trên có Cửu Thiên[41], dưới có Cửu U[42], ta cũng có thể xem như có kiến thức sâu rộng, nhưng lại không nhìn ra được lai lịch của hắn. Nhìn diện mạo của hắn, có khi nào là Giao Nhân[43] không?"

"Trên người Giao Nhân sẽ toát ra mùi tanh của biển, lẽ nào ngươi lại không ngửi thấy?" Thời Vũ không tán thành, nhưng lúc này đã bắt đầu thấy hiếu kỳ, "Hay là mổ bụng hắn ra xem thử nhé?"

"Ngươi dám?" Nhung Nhung đương nhiên không nỡ, nàng nhíu chặt hai hàng lông mày lá liễu, đứng chắn trước

---

[38] Một loại năng lực đặc biệt sản sinh sau khi tu luyện đến một mức nhất định, giúp người tu luyện quan sát và nắm bắt mọi tình trạng cơ thể của mình.

[39] Địa thượng thiên tiên, nghĩa là người tu hành thành tiên và ngụ trên mặt đất chứ không lên trên trời.

[40] Sinh vật thành hình từ luồng khí lạ.

[41] Thượng giới.

[42] Âm phủ.

[43] Người cá.

giường, chỉ sợ Thời Vũ nhân lúc nàng không để ý mà hạ độc thủ.

Thời Vũ cảm thấy rất thích thú, bất giác bật cười: "Nhìn hắn ăn mặc ẻo lả thế này, không biết là nam hay nữ nữa! Ngươi nhìn lại cho kĩ đi, cẩn thận kẻo làm chuyện nực cười đấy!"

Nhung Nhung lập tức ngơ ngác, bởi nàng đúng là chưa nghĩ đến chuyện này. Lúc đầu khi mới gặp người này, hắn ăn mặc giống một nam tử, quần áo sặc sỡ nhưng phong thái lại lạnh lùng thoát tục, khiến nàng động lòng một cách kỳ lạ. Bây giờ nghe Thời Vũ nói, quan sát kỹ càng một lần nữa mới thấy, người nằm trên giường có gương mặt trắng trẻo, không một cọng râu, dáng người lại mảnh khảnh, quả thực là không rõ nam nữ.

Nhung Nhung không dám khinh suất, bèn bắt tay vào điều tra ngọn ngành ngay trước mặt Thời Vũ. Người ấy hiện giờ toàn thân mềm nhũn, hai mắt lại nhắm nghiền, thế nên cứ mặc cho nàng vạch quần áo, chẳng mấy chốc ngay cả bộ y phục lót sát thân cũng đã bị Nhung Nhung vạch ra. Nhung Nhung lúc này mới thở phào nhẹ nhõm, quay sang nhìn Thời Vũ bằng vẻ mặt đắc ý, bởi người nằm trước mặt họ tuy không có cơ bắp lực lưỡng, nhưng thân hình vẫn rắn chắc, tiềm tàng sức mạnh, rõ ràng là một nam tử trẻ trung không sai vào đâu được.

"Lột hết ra thế này trông lại ưa nhìn hơn lúc mặc quần áo đấy, cũng xem như không uổng hai chén Tư Vô Tà." Thời Vũ liếc mắt nhìn người đó một lượt rồi quay sang bàn trang điểm, "Đó là vật tùy thân của hắn sao?"

Nhung Nhung lơ đãng đáp: "Đúng vậy, lúc ta gặp hắn thì trên người hắn chỉ có mỗi chiếc ô rách đó thôi."

Thời Vũ bước đến cầm chiếc ô lên, cảm thấy thắc mắc, người đó toàn thân ăn vận lòe loẹt, nhưng chiếc ô này thì lại rất cũ nát. Thời Vũ loay hoay một lúc nhưng không thể mở ô ra được.

"Đêm đẹp thế này, ta sẽ không làm phiền ngươi nữa. Người là của ngươi, ô là của ta, được không?" Nghe Thời Vũ hỏi, Nhung Nhung thậm chí chẳng quay đầu lại, chỉ phẩy tay một cái.

Thời Vũ cũng không để bụng thái độ của nàng ta, hắn tỏ ra rất biết điều, cầm chiếc ô trong tay rồi nhanh chóng rời khỏi khuê các của nàng.

Lúc đi trên hành lang, hắn trông thấy Lão Yển đang chuẩn bị tỷ thí đấu pháp với Nam Mán Tử. Lão Yển tinh mắt, nhìn thấy vật trong tay Thời Vũ bèn hỏi dò: "Đây không phải chiếc ô của tình lang Nhung Nhung cô nương sao? Cô nương đã đưa nó cho tiểu lang quân, không biết... số vàng bạc châu báu vô dụng trên người của người đó có thể nào thưởng cho ta không?"

Lão Yển rất tham tiền, không những thường xuyên buôn bán trong Quỷ Thị mà còn giao dịch với cả người phàm.

Thời Vũ ôn hòa đáp: "Nhung Nhung trước nay trọng sắc khinh tiền, giờ lại đang có hỷ sự, sẽ rất dễ nói chuyện. Ngươi cứ đi hỏi nàng ta, nàng ta chắc chắn sẽ đồng ý thôi."

"Rất có lý." Lão Yến vui mừng ra mặt, hí hửng chạy về phía phòng của Nhung Nhung.

Chỉ một lát sau, phía đó quả nhiên vang lên tiếng kêu thảm thiết của Lão Yến.

Thời Vũ lập tức phì cười, Nam Mán Tử đứng đối diện lúc này cũng hiểu ra.

Nam Mán Tử là hậu duệ của Vu Hàm, gương mặt đen sì, không bao giờ mở mồm nói chuyện, trên cổ có quấn hai con rắn dài, một xanh một đỏ, thường kêu xì xì. Hắn là bằng hữu chí cốt của Bạch Giao, cũng có thể xem là thân thiết với Thời Vũ. Thời Vũ lúc này thấy chán bèn thò tay ra định trêu đùa hai con rắn kia, nhưng còn chưa kịp chạm vào thì hai con rắn đã hốt hoảng rụt sâu vào trong lòng của Nam Mán Tử.

Hai con rắn ấy vốn là linh vật do Nam Mán Tử nuôi dưỡng, vô cùng hung dữ, có chứa cực độc, tuy không thể đánh thắng Thời Vũ nhưng trước nay chưa bao giờ sợ hãi trốn tránh hắn. Thời Vũ ngẩn người, Nam Mán Tử cũng ngạc nhiên khó hiểu, cả hai đều không hẹn mà cùng nhìn chiếc ô trong tay Thời Vũ.

Lúc này, Lão Yến đã ôm đầu chạy về, vừa trông thấy Thời Vũ liền trách móc: "Tiểu lang quân lại đùa với ta rồi, tại sao không nói cho ta biết Nhung Nhung cô nương đang..." Nói đến đây, Lão Yến chợt chớp mắt rồi khẽ cười: "Ta thấy Nhung Nhung cô nương lần này động lòng thật rồi, còn lấy khăn đích thân lau mình cho tình lang nữa chứ. Theo ta thấy, cô nương ấy vẫn còn non nớt quá. Sáng nay lúc ở quán rượu, tên tiểu tử ấy cứ nhìn chằm chằm cô nương ấy, tình chàng ý thiếp rồi, cần gì phải dùng đến Tư Vô Tà chứ?"

"Hắn trước khi say có nói gì hoặc làm gì không?" Thời Vũ hỏi.

Lão Yển vò đầu nhớ lại, "Chẳng làm gì cả. Hắn ngồi ở đó cả buổi, chỉ nghe nhạc sư tấu nhạc. Nhung Nhung cô nương đến mời rượu, hắn không chần chừ gì mà uống cạn luôn. Phải rồi, tên tiểu tử ấy có làn da rất trắng trẻo, khi hắn cúi đầu, dường như ta trông thấy sau cổ hắn có một hình xăm..."

"Hình xăm gì?" Thời Vũ vừa dứt lời thì chợt nghe một tiếng kêu thảm thiết vang lên từ phòng của Nhung Nhung.

"Kịch liệt thật đấy!" Lão Yển khì cười.

Thật sự kịch liệt đến mức ấy sao? Trong lúc Thời Vũ đang nghi hoặc thì chợt nghe thấy tiếng gọi thất thanh của Nhung Nhung: "Thời Vũ, Thời Vũ mau đến đây!"

Thời Vũ vội vàng chạy vào phòng Nhung Nhung, thấy Nhung Nhung thần sắc hốt hoảng đứng cách giường mấy bước, y phục có hơi xộc xệch.

"Ngươi mau đến xem, trên lưng hắn rốt cuộc là thứ gì?"

Người kia vẫn toàn thân mềm nhũn, đang nằm sấp bất động, áo gấm, hoa quan và các trang sức trên người đã được cởi ra hết, chỉ còn lại chiếc quần, vì vậy trên tấm lưng trần của hắn có thể nhìn thấy rất rõ một hình xăm màu đen, kéo dài từ cổ cho đến tận cuối sống lưng.

Thời Vũ bước đến, đang định vén mớ tóc tết của người đó qua một bên để xem cho kỹ thì chợt nghe Nhung Nhung cảnh báo: "Cẩn thận. Vừa rồi lúc ta chạm vào hình xăm đó thì có cảm giác như bị một luồng sét đánh trúng, đau đến mức đứng không vững, bây giờ toàn thân vẫn còn tê dại đây."

Không được chạm vào nó, Thời Vũ chỉ đành đứng gần quan sát. Hình xăm ấy rõ nét, đơn giản và mang đậm nét cổ xưa, phần phía sau cổ giống như sự giao thoa giữa lửa và sét, quấn vào nhau rồi kéo dài xuống dưới theo sống lưng, khi đến thắt lưng thì trở nên phức tạp, phần trung tâm là hình vẽ một con chim ba đầu, gương mặt hung tợn, một vuốt nắm vũ khí, một vuốt nắm hỗn độn[44].

"Ta thật sự không nhớ ra bộ tộc phương nào có hình xăm thế này. Ngươi có cảm thấy quen không?" Nhung Nhung hỏi.

Thời Vũ khẽ lắc đầu, Nhung Nhung cũng không cảm thấy lạ, "Dù sao ngươi cũng còn nhỏ tuổi. Có khi ta từng thấy rồi, tộc Lưu Hoang Tân? Tộc Đề Sơn? Hậu duệ Vũ Dân... Không đúng không đúng. Ôi, đã quá lâu rồi, ta không nhớ nổi nữa."

"Đã nhìn toàn bộ chưa?" Thời Vũ vừa nói vừa chỉ vào thắt lưng của người kia, vẫn còn một phần hình xăm ẩn dưới quần của hắn.

---

[44] Trong thần thoại Trung Quốc, hỗn độn vừa chỉ trạng thái thiên địa dính vào làm một trước thời khai thiên lập địa, vừa chỉ một trong bốn con thú dữ, có hình dáng giống một con chó khổng lồ.

Nhung Nhung lập tức chắp tay ra sau lưng, dường như rất háo hức nhưng lại có chút e dè. "Vừa rồi ta đã định cởi ra rồi, nhưng bây giờ... Hay là ngươi xem hộ ta đi, ta sẽ không tính toán với ngươi đâu."

"Phế vật, uổng công sống bao nhiêu năm qua!" Thời Vũ bực dọc quát. Sự việc đã đến nước này, cho dù Nhung Nhung không còn ham muốn nữa thì tên nằm trên giường này cũng không dễ xử lý. Bỏ không được, giữ cũng không xong, tiến thoái lưỡng nan, bây giờ điều quan trọng nhất là phải tìm hiểu rõ lai lịch của đối phương.

Thời Vũ chưa bao giờ làm chuyện này, hắn cố nén cảm giác kỳ lạ trong lòng, cẩn thận né tránh hình xăm, đưa tay chạm vào hông của người đó, định kéo mạnh quần của hắn xuống. Nào ngờ cái tên đã uống hai chén rượu Tư Vô Tà ấy đột nhiên cử động, xoay người lại, gác một tay lên trán rồi từ từ mở mắt ra, nhìn thẳng vào mắt Thời Vũ.

Tay của Thời Vũ vẫn còn đặt ngay hông người đó, do tư thế thay đổi nên bàn tay ấy lúc này đặt ngay vào chỗ không nên đặt.

"Cẩn thận!" Nhung Nhung hốt hoảng kêu lên.

Thời Vũ chưa kịp rút tay lại, người kia đã bật dậy khỏi giường rồi chỉ ngón tay vào giữa hai chân mày Thời Vũ. Thời Vũ không né tránh kịp, lập tức cảm thấy như có lưỡi dao đâm xuyên vào sọ, tinh thần choáng váng, đầu đau như muốn nứt ra, cả người ngã ngửa ra sau.

Người đó đứng thẳng lên, cúi đầu nhìn thân hình bị lột y phục của mình liền mau chóng khoác áo vào, vẻ mặt giận dữ, đưa chân đạp lên gương mặt trắng trẻo hồng hào của Thời Vũ rồi quát to, "Đồ gian giảo bỉ ổi!"

Chương 3

Tự làm hại mình

Thời Vũ đang bị khống chế, nhất thời không dám manh động. Cũng may người kia không tiếp tục ra tay mà chợt cúi đầu cau mày, dường như đang đăm chiêu suy ngẫm gì đó.

Hắn nhớ lại tiếng trống nhạc trong quán rượu, phóng khoáng từng hồi, mạnh mẽ từng nhịp, tựa hồ tám phương nổi gió, khiến hắn liên tưởng đến âm vang sót lại từ thời thượng cổ mà các bậc cổ nhân thường nhắc đến. Có lẽ lần này hắn đã không đến nhầm chỗ, quán rượu này hẳn không tầm thường.

Dần dần, tiếng trống từ chậm rãi chuyển sang gấp gáp, dồn dập liên hồi rồi đột nhiên im bặt. Xung quanh không hiểu vì sao rất ồn ào, thiếu nữ mặc áo xanh lục mà lúc đầu hắn có để ý lúc này chợt bước đến trước mặt hắn, cười hi hi nói cái gì mà "tửu lệnh" rồi "làm thơ".

Hắn không biết tửu lệnh, cũng chẳng biết làm thơ, thế nên theo lời của nàng ta nói thì có vẻ chỉ còn cách uống rượu chịu phạt.

Thiếu nữ áo xanh lục nói rất nhiều, ríu ra ríu rít không ngớt, sau đó tự động lấy ra một chén rượu rất lớn, trong đó không có rượu mà chỉ có hai đóa hoa mai đỏ được tỉa gọn, tựa như được đông lại từ thạch, rồi nàng ta bắt đầu rót rượu nóng vào đó, cánh hoa mai từ từ nở ra dưới làn khói trắng mờ ảo, sau đó dần tan vào trong chén rượu. Khi làn khói tan đi thì nước rượu ban đầu không màu lúc này đã trở nên đỏ thẫm, hệt như được nấu từ cánh hoa.

Hắn ngửi thấy mùi của dầu mơ và long não, dường như còn có thứ gì khác nữa.

"Ngươi không chịu uống, có phải vì chê ta và loại rượu này quá thấp kém không?" Thiếu nữ áo xanh lục nghiêng đầu, nhìn hắn bằng ánh mắt hờn dỗi.

Hắn ít khi uống rượu, chưa bao giờ đến nơi tụ tập của yêu ma quỷ quái thế này, cũng chưa bao giờ trải nghiệm sự náo nhiệt của thế tục. Tất cả mọi thứ đều khiến hắn thấy thích thú, bao gồm cả nữ tử[45] nhiều lời đang có ý muốn chuốc rượu hắn đây, thế là hắn đón lấy chén rượu, uống một hơi cạn sạch.

[45] Cô gái, phụ nữ.

Rượu quả nhiên rất mạnh, khiến hắn ngủ say một lúc.

Cứ tưởng bọn chúng sẽ cao minh hơn con hồ ly tinh kia, nào ngờ chúng phí nhiều công sức như vậy chẳng qua chỉ muốn giở trò hạ lưu này.

Nhưng tên tiểu súc sinh cởi áo của hắn rồi động tay động chân với hắn rốt cuộc ở đâu ra?

Trong lúc người đó đang trầm tư suy nghĩ thì chợt thấy một bóng xanh vụt qua. Hắn nghiêng người, cảm nhận một luồng gió lướt qua mặt, tấm trướng hoa thất bảo treo bên cạnh giường như bị xé toạc ra bởi móng vuốt sắc nhọn, rơi một nửa xuống đất. Thiếu nữ áo xanh vừa rồi nấp sau bình phong, thấy đòn công kích của mình không trúng liền mau chóng lùi ra sau, tiểu súc sinh đang nằm dưới chân cũng nhân lúc hắn không phòng bị mà thoát thân, phi ra phía cửa.

Nhung Nhung lập tức hô hoán, chẳng mấy chốc, Bạch Giao, Lão Yển, Nam Mán Tử và nhạc sư đồng loạt kéo đến. Khuê các vốn đang rực rỡ ánh nến, nồng đượm dịu ngọt của Nhung Nhung lúc này chen chúc bao nhiêu người, tất cả đều đang vây lấy "tình lang" của nàng, khiến bầu không khí trở nên rất kỳ lạ.

Bạch Giao vốn là người trầm tĩnh, trông thấy vết hằn đỏ và vẻ nhăn nhó đau đớn chưa nguôi trên mặt Thời Vũ thì cũng không khỏi kinh ngạc, bèn hỏi nhỏ: "Đã xảy ra chuyện gì?"

Thời Vũ mím chặt môi, quay mặt đi, né tránh ánh nhìn của Bạch Giao. Hắn chưa bao giờ lâm vào tình cảnh nhục nhã đau đớn thế này, bàn tay run rẩy chợt nắm chặt lại, nhưng trong lòng thì lại bình tĩnh một cách kỳ lạ.

Bạch Giao hiểu rõ bản lĩnh và tính cách của Thời Vũ, thế nên cũng không dám hỏi thêm, càng không dám lơ là.

"Cô nương gọi chúng tôi đến là để chúc mừng à?" Lão Yến thì lại buông một câu bông đùa.

Trợ thủ đều đã đến đủ, Nhung Nhung lúc này vững tâm hơn một chút, cao giọng thánh thót đáp: "Ta vốn định mời các ngươi uống một chén rượu mừng, tiếc là có người không chịu."

Nàng nhìn sang người kia nở nụ cười khả ái: "Ta tên là Nhung Nhung, ta rất vừa ý với ngươi, ngươi không thích ta sao?"

"Ta không thích bọn súc sinh có lông... Lông nhung cũng thế." Người kia trả lời.

Câu nói này làm Nhung Nhung khá tổn thương. Nàng đưa tay sờ lên mặt mình, sau đó lại nhìn hai cánh tay, thấy rõ ràng rất mịn màng trắng trẻo liền bực bội nói: "Giọng nói của ngươi rất hay, nhưng sao lại nói lời tổn thương người khác? Ta vốn chỉ muốn làm chuyện tốt với ngươi, sau này đối xử tốt với ngươi thôi mà. Thôi bỏ đi, dưa chín ép sẽ không ngọt. Mau ngoan ngoãn nói cho ta biết, ngươi là ai, từ đâu đến, vậy thì ta sẽ không giết ngươi."

Người kia không nói không rằng, chỉ hơi cử động, có vẻ định bước lên.

Bạch Giao đứng gần hắn nhất lập tức giơ cây kích ba đầu ra nghênh chiến, hai con rắn trong tay Nam Mán Tử cũng há cái miệng đỏ lòm ra mà xông lên, nhưng người kia nhanh chóng xoay người tránh được, vươn tay chộp lấy nửa tấm trướng hoa dưới đất rồi tung ra, trướng hoa lập tức cuộn lấy Nhung Nhung - người đang đứng xa nhất, hắn khẽ kéo một cái, Nhung Nhung liền ngã sóng soài một cách thảm hại ngay dưới chân hắn, chỉ còn đầu thò ra, trông hệt như một con sâu.

"Ngươi không giết nổi ta đâu." Giọng của hắn vẫn vô cùng bình thản.

Tấm trướng hoa trong phòng của Nhung Nhung là kiệt tác của phường thêu nổi tiếng nhất thành Trường An, tinh xảo quý giá, nhưng thật ra cũng chỉ là đồ vật của người phàm, vốn không thể nào trói giữ Nhung Nhung được. Nhưng lúc này, Nhung Nhung lại bị trướng hoa quấn chặt, không thể sử dụng được chút pháp lực[46] nào.

Bạch Giao và Nam Mán Tử cũng vô cùng kinh ngạc. Khi binh khí của họ chạm được tới người đó thì pháp lực mà họ truyền vào trong đó không những trở nên yếu đi mà còn có vẻ như bị hút vào, hai con rắn vừa rồi khi tiến gần lại hắn cũng trở nên sợ hãi mà lùi lại. Họ đã tồn tại trong cõi thiên địa này lâu như vậy nhưng không hề hay biết đến kiểu thần thánh này.

---

[46] Năng lực của kẻ tu luyện.

"Ngươi chính là con chồn tím từ trên thượng giới xuống mà Thanh Khâu Hồ kia đã nhắc đến đấy à?" Người kia cúi đầu, dường như có chút nghi hoặc. Nếu là linh sủng của thượng thần trên Côn Luân Khư thì pháp lực sao có thể tầm thường thế này chứ?

Nhung Nhung vốn đang vùng vẫy tìm cách thoát thân, nghe câu nói của hắn thì đột nhiên giật mình, hốt hoảng kêu lên: "Ngươi quen A Cửu... A, người đã giết A Cửu lẽ nào chính là ngươi?"

Những người còn lại đều mặt mày thất sắc.

"Ý ngươi là con Thanh Khâu Hồ ấy à? Ả bảo ta đến tìm ngươi và Ngọc Trâm công tử, thế nên ta đã hứa không giết ả."

Hắn chỉnh lại chiếc áo khoác xộc xệch bên ngoài, khẽ cau mày một chút rồi nói tiếp: "Ta có chuyện muốn hỏi ngươi, nếu trả lời thành thật thì ta cũng sẽ không giết ngươi."

Nhung Nhung vừa tức vừa sợ, "Ngươi đã hút cạn nguyên linh của ả thì có khác gì đã giết ả đâu? Ra tay độc ác như vậy, ngươi không sợ Thiên Phạt sao?"

Người ấy nghe hai chữ "Thiên Phạt" phát ra từ miệng của Nhung Nhung thì có hơi kinh ngạc, "Do ả muốn hấp thu tinh khí của ta, nên mới thành ra gậy ông đập lưng ông, tự làm hại mình mà thôi."

"Thế còn Dạ Xoa và Cóc Tinh thì sao? Bọn chúng đều là nam nhân[47], lẽ nào cũng thèm khát ngươi sao?"

---

[47] Đàn ông, nam giới.

"Cái gì?" Người ấy ngẩn ra.

Nhung Nhung tiếp tục vùng vẫy dưới đất: "Ngươi đừng có giả vờ nữa, mau thả ta ra!"

"Ngươi có dám bảo đảm Dạ Xoa và Cóc Tinh không chết dưới tay ngươi không?" Lần này đến lượt Bạch Giao lên tiếng. Hắn cùng với Lão Yển và Nam Mán Tử đều đã đứng một bên thủ thế, nhưng vẫn không dám mạo muội xông lên.

Mới đây thôi, bọn họ còn đang thấp thỏm, sợ hãi, chỉ mong tránh được mối họa kia. Nhưng có tính đến trăm phương ngàn kế cũng không thể ngờ được trong lúc họ còn đang bàn bạc đối sách thì tên hung thần ấy đã được Nhung Nhung "mời" lên đến tận giường, thậm chí bọn họ còn vui vẻ ra tay giúp nàng ta nữa chứ.

Người kia nghĩ một lúc rồi mới đáp lời: "À... Hai bọn chúng lập mưu cướp tiền của ta, một kẻ tự xưng là Ngọc Trâm công tử, kẻ còn lại rình rập chờ thời cơ đánh lén sau lưng ta, đều là những kẻ đáng chết cả."

Bạch Giao cũng biết Dạ Xoa và Cóc Tinh chẳng phải hạng tốt lành gì, nhưng nghe người kia kể lại sự việc một cách thản nhiên như vậy thì dự cảm không lành trong lòng ngày càng rõ rệt hơn. Bọn chúng giờ đây cũng đã đắc tội với người đó, với phong cách hành xử của hắn thì tất cả mọi người trong phòng này chẳng ai thoát được liên can, nếu rơi vào tay hắn thì dù không chết cũng sẽ rơi vào kết cục giống như A Cửu.

Kẻ đứng trước mặt này rõ ràng là một nhân vật đáng gờm, song bọn họ có đông người, nếu ra tay trước thì có khi sẽ chiếm được thế thượng phong. Bạch Giao và đồng bọn đưa mắt ra hiệu với nhau, tất cả lập tức hiểu ý.

Nhạc sư của quán rượu thầm có ý với Nhung Nhung đã lâu, thấy người kia y phục không chỉnh tề, cởi ra còn nhiều hơn cả Nhung Nhung thì tưởng rằng hắn là một kẻ háo sắc, vừa ăn cắp vừa la làng. Hắn đã nén giận nãy giờ, lúc này liền mặc kệ tình hình mà quát một tiếng "dâm tặc", sau đó đỏ mặt tía tai vung hai cái dùi trống bằng xương người trong tay xông lên phía trước. Ngay lập tức, vô số binh đao pháp bảo đều nhằm thẳng về phía người đó, đồng loạt thi triển[48] các chiêu thức lợi hại.

Cặp dùi của nhạc sư bị đánh gãy đầu tiên. Không còn binh khí, hắn gầm lên một tiếng rồi bắt đầu biến hình, một cái đuôi khổng lồ đầy vẩy sắc nhọn vung mạnh từ trên cao xuống, song lại bị người kia tung cước đá văng đi, cả thân hình to lớn của hắn đổ sầm xuống đất, khiến đám người còn lại phải nhảy ra xa tránh hắn.

Nhạc sư vốn có gương mặt khá anh tuấn, điểm trừ duy nhất là lớp phấn đánh trên mặt có hơi dày, nhưng lúc này hắn đã biến thành một con vật hung tợn đầu hổ mũi lợn, có bốn chân, đuôi rắn, nằm ngửa dưới đất, thở ra tiếng kêu như sấm.

"Thì ra ngươi là một con Đà Long, thảo nào biết tấu nhạc thượng cổ."

---

[48] Nghĩa là phát huy, sử dụng, thường dùng với các từ bản lĩnh, võ công, pháp thuật,...

Đà Long còn được gọi là Trư Bà Long, giỏi âm luật, thường lấy bụng làm trống, tương tuyền từng có một con Đà Long chuyên tấu nhạc cho Thiên Đế trên Côn Luân Khư. Người kia lần đầu tiên trông thấy chân thân của Đà Long nên không khỏi chăm chú quan sát.

Lúc này, thanh kích ba đầu của Bạch Giao đã nằm trong tay người kia, trên đó còn có hai con rắn dài oặt ẹo như dải lụa. Bốn bề tĩnh lặng, chỉ còn tiếng thở phì phò của Đà Long, chốc chốc lại nghe được tiếng rên khẽ của Lão Yển, lúc này lão đang nằm yên bất động trên tấm bình phong rách tan tành.

Nhung Nhung thì suýt nữa bị thân hình to bằng nửa cái nhà của Đà Long choảng cho bất tỉnh.

Chỉ trong một khoảnh khắc ngắn ngủi vừa rồi mà đã phân định rõ thắng thua của hai phía, một bên liều mạng chiến đấu, một bên thảnh thơi như chơi, Nhung Nhung lúc này phải cố tỏ ra trấn tĩnh: "Có gì từ từ nói, hà tất phải ra tay? Bài Bát Phong Thừa Vân của Đà Long là do ta dạy hắn đấy. Trong Quỷ Thị này chẳng có người nào kiến thức uyên bác hơn ta đâu, ngươi muốn hỏi gì thì cứ việc lên tiếng đi."

Người ấy im lặng một lúc rồi trao trả lại cây kích ba đầu và hai con rắn đang thở thoi thóp lại cho chủ nhân, sau đó bước về phía Nhung Nhung.

"Ngươi..." Hắn cúi người nhìn nàng, vừa mới mở miệng thì trước mắt đột nhiên tối sầm lại.

Thì ra Lão Yển nhân lúc hắn không để ý, lại đang quay lưng lại với lão, đã thừa cơ gọi ra một túi da màu đen cực lớn rồi hút hắn vào trong. Sau khi xong xuôi, túi da tự động đóng kín lại, không một khe hở.

Túi da này là pháp bảo hộ mệnh của Lão Yển, không đến lúc nguy cấp thì lão không dùng bao giờ, không ngờ nó lại lợi hại như vậy, Lão Yển dù đang bị thương ở chân cũng toét miệng cười sảng khoái.

Nhưng Nhung Nhung lại giật bắn trong lòng.

"Tên Sơn Tiêu tinh kia, chỉ biết hạ thủ lén lút!"

Giọng nói của người ấy vang lên ầm ầm từ trong túi da. Trong lúc hắn nói, túi da chợt phát ra một tiếng kêu chói tai rồi bị xé toạc ra như một vật sống, ngay lập tức hóa thành một mớ da rách đầy máu, không còn chút sinh khí nào.

Một mảnh da rơi ngay vào đỉnh đầu Nhung Nhung, khiến gương mặt trắng trẻo của nàng dính đầy máu tươi, nàng hốt hoảng vừa vùng vẫy vừa la oai oái.

Người ấy cuối cùng mất hết kiên nhẫn, đưa tay bóp lấy cái đầu trọc lốc của Lão Yển, năm ngón tay bấu lại, ngay lập tức hút ra một luồng nguyên linh từ thiên linh cái của Lão Yển, nguyên linh từ từ tụ lại trong lòng bàn tay của hắn, trông giống như một mớ cát màu vàng.

Thân hình Lão Yển co giật dữ dội rồi thu nhỏ dần lại, ngã lăn ra đất, hóa thành một con Sơn Tiêu một chân toàn thân đầy lông đen.

Nhung Nhung đứng bên cạnh trông thấy tất cả, trong lòng kinh hãi. Nguyên linh và thân xác của kẻ tu luyện kết nối với nhau tựa như môi và răng, các pháp thuật cao minh hoặc các pháp bảo thần kì có thể hủy đi nguyên linh thì nàng đã thấy nhiều rồi, nhưng chưa bao giờ thấy có người có thể hút nguyên linh ra khỏi cơ thể mà nguyên linh có thể ngưng tụ không tan như thế.

Người kia xử trí Lão Yến xong liền dùng ngón chân kéo một góc trướng hoa, định kéo Nhung Nhung sát lại phía mình.

Nhung Nhung nằm trong trướng hoa toàn thân run lẩy bẩy. Năm xưa vì hờn dỗi nhất thời mà rời khỏi Côn Luân Khư, lẽ nào cuối cùng lại phải chịu kết cục giống như A Cửu sao?

Nàng cố gắng vùng vẫy hét to: "Thời Vũ cứu ta!"

Chương 4

Nhiếp Hồn Hóa Cảnh

Không hiểu vì sao, động tác vốn rất nhanh nhạy của người kia đột nhiên chậm lại, vẻ mặt lại từ từ trở nên mơ màng.

Nhung Nhung không hề thấy lạ trước cảnh này, nàng biết rõ mình đã được cứu rồi.

Trong mắt người kia, bức trướng hoa màu đỏ tươi đột nhiên hóa thành ngọn lửa hừng hực. Lửa bắt đầu bén vào bàn chân hắn rồi phủ lấy toàn thân, kéo theo một cơn đau bỏng rát kịch liệt. Cơn đau ấy như thiêu đốt ruột gan, nguyên linh dường như cũng bị xé nát trong ngọn lửa ấy.

Hắn quẩn quại quay người, phát hiện tất cả yêu ma quỷ quái trong căn phòng lúc này đều biến mất hết, bốn bề trống trải, đến ngay cả bản thân hắn dường như cũng không còn tồn tại nữa, chỉ còn lại cơn đau luyện hồn[49] dai dẳng.

Không thể nào, ngọn lửa bao trùm lấy hắn sao lại có màu lưu ly chứ?

Đây là Bất Tận Thiên Hỏa!

Bất Tận Thiên Hỏa chỉ tồn tại dưới Tháp Phủ Sinh... Cảnh tượng này chắc chắn chỉ là ảo giác.

Hắn nhịn đau, cố gắng tập trung tinh thần, cuối cùng cũng nhìn ra tên tiểu đồng đang đứng ngoài đống lửa, y phục đỏ rực, dung mạo như ngọc, trong tay đang cầm chiếc ô cực kỳ quen thuộc.

"Ta cứ tưởng ngươi lợi hại lắm, nào ngờ ngươi lại sợ lửa!" Tiểu đồng từ nãy vẫn luôn lạnh lùng quan sát không hề ra tay, lúc này bắt đầu bước ra từ trong góc tối, "Đích thân nếm trải nỗi sợ của mình, có phải rất thú vị không? Nào, để ta xem ngươi còn có tâm ma gì nữa!"

Vô số bóng người đột ngột xuất hiện trong ánh lửa, đó là thiên thần[50] hạ phàm, đao binh sắc bén, trừng mắt quát to, bắt hắn phải cúi đầu chịu trói. Hắn dường như nghe được cả những tiếng lầm rầm niệm chú bên ngoài Tháp Phủ Sinh... Cơn

[49] Tu luyện linh hồn.
[50] Chỉ chung thần tiên trên thượng giới.

đau luyện hồn ngày càng mạnh hơn, trong đó còn xen lẫn cả cơn phẫn nộ và sự không cam tâm khó nói thành lời.

"Tán!"

Người đó hô to rồi vung tay, chiếc ô cũ nát trong tay tiểu đồng lập tức bay ra, quay trở về trong tay hắn. Chiếc ô được bung ra, một luồng sáng xanh lam tỏa ra bốn phía, tất cả những ảo ảnh ngay lập tức biến mất. Trong phòng, nơi vừa rồi là ngọn lửa và thiên thần lúc này chỉ còn là một đống đổ nát.

Nhung Nhung vẫn đang bị trói chặt trong bức trướng hoa, lúc này nàng chợt mở miệng nói: "Ta nhớ ra rồi, hình xăm chim ba đầu, lại biết hút nguyên linh... Ngươi chính là Bạch Ô Nhân!"

Mọi người lúc này đã vây quanh người kia để hợp lực áp chế hắn, nhưng dưới ánh sáng tỏa ra từ chiếc ô kia thì dù có là sấm sét cũng chỉ như một làn khói nhẹ tiêu tan giữa trời mà thôi. Nghe Nhung Nhung nói vậy, tất cả đều đưa mắt nhìn nhau, kinh ngạc vô cùng.

Nhung Nhung hiểu biết sâu rộng, vào thời khắc sinh tử nàng tuyệt nhiên sẽ không nói những lời vô căn cứ. Bạch Ô thị là hậu duệ của thiên thần thượng cổ, chủ trì hình phạt trong giới thần tiên, lại được quyền nắm giữ Lôi Việt[51] của Thiên Đế, có thể chém chết thần linh. Tương truyền người của tộc này lấy nguyên linh làm thức ăn, lục đạo đều sợ, có điều mấy ngàn

[51] Lôi Việt: Việt là cây búa lớn (một loại binh khí thời xưa), Lôi Việt nghĩa là cây búa sấm sét.

năm nay không ai nghe được tin tức của họ nữa. Người đời cho rằng họ đã về cõi Quy Khư[52], hoặc có khi đã đột nhiên biến mất giống như các tông tộc thượng cổ khác.

Bây giờ thì đã rõ rồi, thảo nào hắn có thể dễ dàng hút cạn nguyên linh của người khác như vậy, tu vi của tất cả những người ở đây e là chưa đủ để hắn no bụng.

Nam Mán Tử ôm lấy hai con rắn yêu quý của mình, rón rén lùi dần ra cửa. Bạch Giao đưa mắt nhìn Thời Vũ và Nhung Nhung, thần sắc do dự, nhưng lại không chịu rút lui. Đà Long và Lão Yến hối hận vì đã mạo muội ra tay, giờ muốn chạy cũng không chạy nổi nữa.

Nhung Nhung cắn răng, liều mạng nói với người đó: "Lang quân... À không, thần quân[53]! Là do tôi có ý với người nên mới nhất thời hồ đồ gây ra lỗi lầm này. Họ chẳng qua chỉ là nghe tôi sai khiến, tuy có mạo phạm nhưng không hề có ý làm hại đến tính mạng của người. Xin người niệm tình họ tu luyện không dễ, để cho họ đi đi!"

Người kia không hề quan tâm, chỉ nhẹ nhàng đóng chiếc ô lại, khiến ánh sáng kia từ từ tắt đi. Mọi người lúc nay mới thở phào nhẹ nhõm, vì nhìn dáng vẻ của hắn có vẻ đã tạm thời bỏ ý định đuổi cùng giết tận rồi.

"Còn không mau đưa họ đi đi?" Nhung Nhung giục Bạch Giao: "Đi hết cho ta, chẳng lẽ các ngươi chán sống rồi sao?"

---

52 Trái ngược với Côn Luân Khư, Quy Khư là hố không đáy nằm sâu dưới biển.
53 Cách xưng hô kính trọng với các vị thần.

Bạch Giao hết cách, đành phải cùng Nam Mán Tử lật Đà Long lại, sau đó định tới kéo Lão Yển đi, nhưng rồi lại do dự. Lão Yển đã mất nguyên linh, đưa khỏi đây hay để lại thì có khác gì nhau? Bây giờ lão ta đã không còn nói được nữa, ánh mắt thê lương, cứ đứng ngây ra nhìn người kia.

Người kia chợt lạnh lùng nói: "Ngươi không được đi."

Lão Yển tuyệt vọng tột độ, cả người run lẩy bẩy, nhưng lúc này chợt có một tiếng cười khẩy vang lên, dường như phát ra từ Thời Vũ đứng cách đó không xa.

Bạch Giao lúc này cũng nhận ra, người mà Bạch Ô Nhân muốn nói không phải là Lão Yển.

Đúng lúc này, nguyên linh vừa bị hút ra của Lão Yển chợt lướt qua kẽ tay người kia như một dòng cát rồi nhẹ nhàng quay trở về thân xác của Lão Yển.

Lão Yển trở lại hình người, lập tức cúi đầu khom người đa tạ người kia, nhưng hắn chẳng mảy may quan tâm. Bạch Giao mau chóng bước đến dìu Lão Yển, hai người trước khi đi đều đồng loạt quay sang nhìn Thời Vũ, thần sắc lo lắng.

"Ngươi đã không nỡ để ta đi, vậy ta ở lại với ngươi một lúc cũng được. Nhưng ta phải nói trước, ta không thích nam sắc, ngươi đừng có thất vọng đấy." Thời Vũ cười mỉa mai.

Người kia vẫn thản nhiên hỏi: "Ngươi chính là Ngọc Trâm công tử sao?"

"Nhìn cho kỹ vào, ta sao có thể giống tên Ngọc Trâm xấu xí ấy được?"

"Không ngờ ngươi lại biết thuật Nhiếp Hồn Hóa Cảnh, ta đã xem thường ngươi rồi."

Thuật Nhiếp Hồn Hóa Cảnh sẽ hút tất cả suy nghĩ trong linh thức của một người, sau đó dùng tu vi để tạo ra kết giới[54] ảo ảnh, nhốt người đó trong ấy. Kết giới ảo ảnh này khác với thuật tung hỏa mù của hậu duệ pháp sư và đạo sĩ phàm trần ở chỗ, người bị kẹt trong đó vẫn có đầy đủ cảm giác, mọi thứ xảy ra trong đó đều rất thật. Trừ phi linh lực của người thi triển cạn kiệt hoặc bị ngoại lực làm gián đoạn, còn không thì kết giới này sẽ kéo dài mãi mãi, người phàm bị kẹt trong đó sẽ trải qua sinh lão bệnh tử, còn những kẻ tu luyện sẽ bị giày vò, chịu thao túng trong không gian cách ly với thế gian ấy.

Cho dù vào cái thời Thanh Linh khí còn chưa cạn kiệt và các thần tiên trên thượng giới vẫn còn tại vị thì Nhiếp Hồn Hóa Cảnh vẫn là một pháp thuật rất đặc biệt. Thuật này tiêu hao rất nhiều linh lực, người không có tinh thần ý chí vững vàng sẽ không thể thi triển, tu luyện lâu mà không có năng khiếu thì chưa chắc đã thành, còn người có năng khiếu thì đa phần cũng chỉ luyện được chiêu hút hồn, hoặc chỉ tạo ra được ảo giác, còn giỏi cả hai mà lại còn thi triển thuần thục thì thật sự chẳng có mấy ai làm được.

Thời Vũ tuy biết thuật này, nhưng tiếc là lại chưa tinh thông. Chiêu trò hắn hay sử dụng là nhìn thấu nỗi sợ trong lòng của người khác, sau đó khiến họ bị giày vò trong nỗi sợ của mình. Vừa rồi hắn đứng nấp một bên, cố hết sức để thăm

---

[54] Một màn chắn pháp thuật ngăn cách thế giới thực với những thứ bên trong.

dò ký ức của người kia, nhưng cũng chỉ thấu hiểu được đôi chút, dù có khiến người kia chịu chút thương tổn nhưng lại không thể nhốt người đó lại trong ảo ảnh để giày vò, hao tổn tâm lực thật sự của hắn.

Thời Vũ vừa khẽ xoa một bên mặt vẫn còn đau của mình vừa nhẫn nại hỏi: "Nếu ngươi đã biết về Nhiếp Hồn Hóa Cảnh, vậy không ngại nói cho ta biết ngươi muốn thứ gì chứ? Cực lạc chốn trần gian hay là tiên cảnh nơi Cửu Thiên? Hay là, ta đền cho ngươi đêm động phòng hoa chúc trong ảo cảnh nhé?"

Trong mắt người kia lập tức ánh lên cơn giận và sát khí.

Cho dù vừa trải qua một trận hỗn chiến, nhưng hắn cũng vẫn không xem đám hạ lưu này ra gì, chẳng qua chỉ có hơi bực dọc nên muốn trừng trị bọn chúng một chút, còn kẻ hắn thật sự muốn giết chỉ có tên tiểu đồng gian hiểm này.

Nhung Nhung có con mắt rất tinh đời, vừa phát hiện tình hình không ổn liền lập tức nháy mắt ra hiệu cho Thời Vũ.

Nhưng Thời Vũ vờ như không thấy, tiếp tục cười nói với người kia: "Ta thấy rất hiếu kỳ với tòa tháp hiện lên trong ký ức của ngươi, người bị lửa vây lấy trong tòa tháp có quan hệ gì với ngươi? Còn nữa, ngươi vốn là người của Bạch Ô thị, tại sao lại sợ Thiên Phạt? Lẽ nào các ngươi cũng đã bị thượng giới ruồng bỏ?"

"Câm miệng!"

"Thần quân thứ tội, hắn chẳng qua chỉ là đứa trẻ miệng còn hôi sữa, nói năng lung tung..."

"Cầu xin hắn làm gì?"

Nhung Nhung thầm lo lắng thay cho Thời Vũ, nhưng chợt trông thấy tay áo của hắn không có gió mà vẫn tung bay thì có hơi hiểu ra.

Bạch Ô Nhân chợt thấy có ánh kiếm lao đến vun vút trước mặt mình, cả người như đang đứng trên một tấm gương. Cây cổ thụ rỗng ruột phía trước rũ bóng xuống, phát ra tiếng kêu ai oán. Hắn tránh được hàng vạn lưỡi kiếm lao đến, nhưng không tránh được những lời mắng nhiếc lạnh lùng bên tai. Rõ ràng chiêu thức này rất quen thuộc, nhưng hắn càng thi triển thì lại càng lúng túng.

Đây là một trong những cảnh tượng mà hắn không muốn nhớ lại nhất, vậy mà giờ lại bị kẻ khác tái hiện ngay trước mặt.

Cũng may lần này hắn đã có phòng bị từ trước, mau chóng khôi phục lại tinh thần, quát lên một tiếng "Nghiệp chướng!" rồi vung ô phá tan ảo cảnh. Tiếng quát vừa dứt, Thời Vũ đã bị hắn tóm gọn.

Thời Vũ hoàn toàn không còn sức để chống trả, ngoại trừ lúc đầu ra, giờ đây hắn thậm chí còn không cảm thấy quá đau, cả người như bị đông cứng lại, chìm vào mơ màng, phía trước như trông thấy có một tia sáng. Hắn cố gắng né tránh, nhưng vẫn cứ bất giác bị tia sáng ấy mê hoặc, sức lực toàn thân dần bị cuốn theo luồng ánh sáng ấy, chỉ để lại thân xác trống rỗng.

Thật ra, khi lần đầu thi triển pháp thuật và bị người kia dùng ô phá tan, Thời Vũ vốn đã đuối sức rồi. Khi đối diện với đối thủ càng mạnh, hắn càng cần phải tập trung tinh thần, bởi một khi không thể áp chế được đối phương thì thuật Nhiếp Hồn Hóa Cảnh sẽ quay sang tấn công lại hắn, nhẹ thì tất cả công sức tạo ra sẽ tiêu tan mà nặng thì sẽ gây tổn thương tu vi.

Hắn biết rõ lần này khó mà yên ổn thoát được, nhưng nhất quyết không chịu dễ dàng đầu hàng. Đối phương là kẻ có tính cách mạnh mẽ khó bề khống chế, thế nên hắn cố ý dùng lời lẽ khích bác, hòng tìm ra điểm yếu rồi tung đòn cuối cùng, may ra bản thân và phế vật Nhung Nhung sẽ có cơ hội thoát thân. Nhưng không ngờ, lần này đối phương phá ảo ảnh còn nhanh hơn cả lần trước, thế nên hắn ngay lập tức rơi vào tình thế nguy cấp.

Thì ra nguyên linh của mình có màu đỏ rực, giống như chu sa, lại giống như máu tươi. Nếu ngưng tụ lại thành ngọc thì không biết sẽ như thế nào nhỉ... Trong đầu Thời Vũ lúc này chỉ còn lảng vảng duy nhất một suy nghĩ ấy.

"Khoan đã!" Thấy mạng sống Thời Vũ khó mà bảo toàn được, Nhung Nhung lập tức hốt hoảng bật khóc nức nở rồi nghẹn ngào cầu xin: "Hắn vì cứu tôi nên mới làm như thế, đều là tại tôi cả. Thần quân không biết có việc gì muốn hỏi? Xin người tha cho chúng tôi, tôi nhất định sẽ nói ra tất cả, không giấu giếm nửa lời!"

"Các ngươi không đáng để ta tin tưởng." Người kia thậm chí không thèm nhìn nàng.

Nhung Nhung nghẹn ngào nói tiếp: "Tôi không dám nữa đâu. Tôi tuy không dám so với kẻ thông hiểu vạn vật là thần thú Bạch Trạch, nhưng cũng xem như là có kiến thức sâu rộng, nếu thần quân là dao thì tôi đã là cá nằm trên thớt, thần quân tin tôi một lần nữa thì có sao đâu chứ?"

Người kia dường như cảm thấy lời Nhung Nhung nói cũng có lý, giết bọn chúng là việc dễ như trở bàn tay, không cần phải vội vã. Hắn bèn xoay người lại, xòe bàn tay trái ra, từ trong đó hiện lên một bức tranh màu đỏ máu, đó là hình ảnh một dòng sông khúc khuỷu chảy dưới một ngọn núi cao vút, mặt trời nằm trên đỉnh núi, nhưng bóng dưới sông lại là ánh trăng.

"Ngươi có biết nơi trong tranh này là ở đâu không?"

Nhung Nhung nghển cổ lên nhìn thật kỹ bức tranh trong tay người kia, sắc mặt đăm chiêu mấy lượt. Người kia cũng không vội vàng, bình tĩnh chờ nàng suốt nửa tuần trà rồi mới cất tiếng hỏi: "Thế nào?"

Nhung Nhung lựa lời đáp: "Nếu đoán theo tâm ý của người vẽ tranh thì núi trong tranh có vẻ chỉ là phụ, nước mới là điểm nhấn chính. Nhưng cho dù là sông hay là núi thì đây hẳn cũng không phải là một nơi tầm thường."

"..." Người ấy trầm ngâm, có vẻ như đang chờ nàng nói tiếp, song chờ một lúc lâu mà cũng chỉ đổi lấy sự im lặng.

Hình ảnh trong lòng bàn tay tan đi, hắn lặng lẽ rút tay lại rồi chậm rãi nói từng chữ một: "Thì ra ngươi chẳng biết cái gì cả."

Nhung Nhung đỏ bừng mặt, lí nhí nói: "Tôi thật sự chưa từng nhìn thấy nơi nào như vậy."

Thời Vũ đang đau khổ cầm cự, nghe câu nói ấy thì tức đến mức muốn ngất đi. Thật uổng công nàng ta tự xưng là "Bạch Trạch chốn nhân gian", biết hết mọi chuyện trên trời dưới đất, lại còn khoe khoang trước mặt Bạch Ô Nhân ấy, kết quả là đã tự làm mình mất mặt thế này.

Người kia thật ra đã đoán trước được kết quả này, nhưng vẫn không khỏi cảm thấy thất vọng.

"Ngươi cảm thấy rất thú vị đúng không?" Hắn nén giận, nhìn Nhung Nhung nói.

Nhung Nhung giật bắn mình, nàng đâu lường trước được hình ảnh trong tay Bạch Ô Nhân này lại kỳ quái như vậy, lần này không những không thể cứu được Thời Vũ mà e rằng ngay cả cái mạng nhỏ của nàng cũng khó mà bảo toàn.

"Xin thần quân cho tôi nghĩ thêm một lát, cho tôi thêm chút thời gian, có khi tôi sẽ giải nghĩa được bí ẩn của bức họa."

"Còn định giở trò lừa gạt sao?" Người kia không muốn nghe Nhung Nhung giảo biện nữa, lúc này trong cơn giận của hắn có một nửa là tự giận bản thân mình, tại sao lại có thể đi tin tưởng đám yêu ma xảo trá này, "Thôi đi, nói nhiều vô dụng..."

"Không không không, tôi hữu dụng, tôi hữu dụng!" Nhung Nhung tưởng hắn sắp hạ thủ liền cuống cuồng nói: "Xin thần quân tha mạng cho tôi, tôi chắc chắn sẽ giúp được cho thần quân."

Bạch Ô Nhân im lặng, không nói gì, cũng không ra tay.

Nhung Nhung lúc này mới trấn tĩnh lại, đoán rằng hắn đang chờ xem nàng giải thích sự "hữu dụng" của mình như thế nào.

Khuôn mặt Nhung Nhung lập tức rạng rỡ lên, lần này không thể nào lại khoe khoang "kiến thức bác học" của mình nữa, còn nếu luận về tu vi pháp thuật, bao năm qua nàng bỏ bê việc tu luyện, tu vi còn kém xa Thời Vũ, càng không thể sánh được với Bạch Ô Nhân kia, vậy thì tình thế hiện giờ chỉ còn một cách...

Nàng khẽ lăn thân mình đang bị quấn trong bức trướng hoa đến gần chân Bạch Ô Nhân rồi rưng rưng nói: "Nhung Nhung có thể giúp thần quân tu luyện, cũng có thể giúp người giải sầu trên giường."

Nhung Nhung tuy trước nay ăn chơi phóng đãng, nhưng lại có vẻ ngoài của một giai nhân thanh tú. Lúc này, đầu tóc nàng có hơi rũ rượi, hai mắt rưng rưng ngấn lệ, dáng vẻ phong tình này dù không quyến rũ như A Cửu nhưng cũng mang đầy vẻ ngây thơ chân thật.

Bạch Ô Nhân nhìn Nhung Nhung đang nhúc nhích dưới chân mình rồi hỏi lại: "Trên giường thì có gì mà phải giải sầu?"

Lần này Nhung Nhung nhất thời không biết nói gì, không hiểu người này ngốc thật hay là đang giả vờ nữa, đắn đo một hồi lâu, cuối cùng quyết định cắn răng tỏ vẻ thành khẩn: "Nếu người không sầu muộn gì thì chính là niềm vui của tôi."

Thời Vũ nhếch mép, dường như có ý khinh miệt. Nhung Nhung háo sắc gặp phải tên Bạch Ô Nhân cổ quái này, đúng là chuyện cực kỳ hoang đường, nếu là trước đây thì chắc hẳn hắn đã bật cười rồi.

"Bỏ đi, ta không tính toán với ngươi nữa." Bạch Ô Nhân không thèm để ý đến Nhung Nhung nữa. Nhung Nhung ngơ ngác, đang định hỏi xem có thật là hắn đã tha cho nàng hay không thì chợt nhận ra bức trướng hoa quấn quanh thân mình lúc này đã được tháo ra, nàng vui mừng khôn xiết.

"Người thật sự tha cho tôi sao? Không phải là đang đùa với tôi đấy chứ?" Nàng lồm cồm bò dậy, khẽ cử động chân tay, rồi lại nhớ đến Thời Vũ, lập tức e dè lí nhí hỏi: "Vậy còn hắn..."

"Ta chỉ nói là không giết ngươi thôi." Bạch Ô Nhân có hơi khó chịu ngắt lời Nhung Nhung, sau đó quay sang nhìn Thời Vũ, trong mắt ngập tràn sự lạnh lùng: "Vừa không có nguyên hình, lại chẳng có tiền kiếp, tâm tư lại độc ác như vậy, ngươi rốt cuộc là thứ gì?"

Chương 5

Từ từ tính kế

Thời Vũ lúc này thần trí đã trở nên mơ màng, tia sáng trong mắt cũng đã lịm dần.

Bạch Ô Nhân muốn nghe hắn trả lời, thế nên lực phát ra từ mũi ô dần giảm đi.

Thời Vũ định thần lại đôi chút rồi bắt gặp ánh nhìn của Nhung Nhung. Nhung Nhung đang vô cùng lo lắng, nháy mắt ra hiệu liên tục với Thời Vũ, nhưng hắn chỉ im lặng không nói gì.

"Hắn chỉ là một linh mị, tính tình có hơi khó ưa, nhưng bản tính không xấu, thần quân xin hãy tha cho hắn đi!" Nhung Nhung cầu xin thay cho Thời Vũ.

Người kia hoàn toàn không tin. Linh mị đa phần đều sinh ra từ luồng khí lạ chốn sơn lâm, bản tính vô cùng nhút nhát, pháp lực tầm thường, cho dù có tu luyện được cơ thể thì đa phần cũng chỉ lảng vảng ở gần nơi sinh ra.

"Ta chưa bao giờ nghe nói có linh mị nào biết thuật Nhiếp Hồn Hóa Cảnh. Lần giao đấu ở Chính Hồi Thủy, ta đã nương tay rồi, vậy mà ngươi còn không biết điều."

"Chính Hồi Thủy?" Nhung Nhung nhất thời không kịp phản ứng.

Thời Vũ lập tức mở to mắt, sau cơn kinh ngạc, vẻ mặt hắn lại nhanh chóng trở nên ủ rũ, "Đêm đó kẻ đã đoạt Quy Sơn Phi Ngư từ tay ta chính là ngươi!"

"Quy Sơn Phi Ngư vốn chẳng phải là của ngươi, nói cái gì mà đoạt với không đoạt chứ?"

Quy Sơn Phi Ngư tuy có công dụng thần kỳ "ăn vào sẽ không sợ sấm sét", nhưng muốn bắt được nó không hề dễ dàng. Toàn thân nó trơn tuột, hành động mau lẹ, khi ở dưới nước nó giống như một bóng ma, hầu như không thể phát hiện ra được. Chỉ có lúc đầu xuân hàng năm, trong đêm trăng thanh gió mát, nó mới thi thoảng nhảy lên khỏi mặt nước. Ngay trong khoảnh khắc ấy, ánh trăng rọi vào vảy trên thân khiến cho nó hiện hình, đó chính là thời cơ duy nhất để bắt được nó.

Thời Vũ đã đi ngược dòng Chính Hồi Thủy, theo dõi suốt hơn mười ngày mới chờ đợi được cơ hội này. Lúc ấy, hắn đang định ra tay thì chợt phát hiện ra có người cũng đến đây bắt Phi

Ngư. Hắn đã có một trận giao tranh ngắn trên mặt nước với người đó và hoàn toàn thất bại, phải giương mắt nhìn vật khao khát có được bấy lâu nay rơi vào tay kẻ khác.

Điều khiến Thời Vũ bận lòng hơn nữa chính là, hắn trước nay luôn cho rằng mình tài trí hơn người, nhưng lần ấy, hắn chẳng thể nhìn rõ được người kia mặt mũi tròn méo ra sao, chỉ biết đối phương có thân hình kỳ lạ, mỗi khi chuyển động có thể nghe thấy tiếng leng keng. Bây giờ nhớ lại, âm thanh khiến hắn thắc mắc bấy lâu ấy có lẽ phát ra từ những trang sức gắn khắp chiếc áo gấm của Bạch Ô Nhân này.

Quy Sơn Phi Ngư bị cướp mất, hung thần bất ngờ xuất hiện trong Quỷ Thị và người khách lạ mặt đến quán rượu... Tất cả mọi việc có vẻ chỉ là một sự trùng hợp ngẫu nhiên nhưng thật ra đều có sự gắn kết với nhau, thế mà hắn không những không kịp thời hiểu ra, lại còn không biết lượng sức mình mà làm ra toàn chuyện nực cười, châu chấu đá voi thì làm sao thắng nổi?

Thảo nào Bạch Ô Nhân này lại chán ghét hắn như vậy, Thời Vũ lúc này đành miễn cưỡng nói: "Sự việc đã đến nước này, nếu ta nói ta không bám theo ngươi từ tận Chính Hồi Thủy về đây, cũng không âm thầm bày mưu hại ngươi, càng không thừa cơ ngươi say rượu mà giở trò lưu manh với ngươi, thì chắc ngươi cũng không tin đâu nhỉ?"

Người kia chẳng muốn nghe hắn giải thích, cũng không muốn so đo những chuyện đã xảy ra, "Ngươi chỉ cần nói cho ta biết, ngươi rốt cuộc là do vật gì hóa thành?"

Thời Vũ chỉ mím chặt môi, mặt mũi trắng bệch, chớp nhẹ đôi mắt.

"Không nói cũng được, vậy đợi đến khi ngươi hồn bay phách tán thì sẽ biết ngay thôi."

"Thời Vũ, sao ngươi cứ cứng đầu như vậy?"

Bạch Ô Nhân khẽ cử động tay, Nhung Nhung hốt hoảng kêu lên một tiếng. Đúng lúc này, Thời Vũ chợt dốc hết sức lao về phía trước.

Người kia cũng không ngờ hắn lại gan góc, liều mạng như vậy, chiếc ô ngay gần thiên linh cái của Thời Vũ lập tức được bung ra, tỏa ánh sáng chói lòa, Nhung Nhung liền nhắm chặt mắt lại, không dám nhìn cảnh bằng hữu chí cốt của mình tự tìm đường chết.

"Chủ nhân, xin nhận của Thời Vũ một lạy!"

Thời Vũ hô lên một câu rồi phủ phục xuống đất. Hắn đã bị thương nặng, cả người không còn sức lực, nhưng vẫn rất cung kính hành đại lễ khấu đầu trước mặt người kia.

Bạch Ô Nhân nhất thời không kịp phản ứng, chỉ lùi về sau nửa bước, nghi hoặc nhìn Thời Vũ khấu đầu với mình, không hiểu hắn đang định giở trò gì, sau đó lại quay sang nhìn Nhung Nhung.

Hắn không ngờ Nhung Nhung lúc này cũng đang ngơ ngác hệt như hắn. Nhung Nhung quen Thời Vũ đã sáu trăm năm, chưa bao giờ nghĩ sẽ có ngày nhìn thấy cảnh tượng này!

"Ngươi làm thế này... là vì muốn sống sao?" Bạch Ô Nhân hồ nghi, từ bé hắn chỉ toàn chứng kiến người trong tộc kiêu dũng oai hùng, hoàn toàn không ngờ thế gian lại có những hành vi hèn nhát vô sỉ thế này.

Thời Vũ vẫn cứ quỳ, giải thích rõ ràng rành mạch: "Thời Vũ một khi đã nhận chủ thì từ nay về sau sẽ hoàn toàn thuộc về chủ nhân, việc gì phải tiếc tính mạng?" Thấy Bạch Ô Nhân đã dừng tay, hắn quỳ tiến lên một bước rồi ôm chân nói: "Chủ nhân nếu muốn lấy tính mạng của tôi thì xin cứ việc."

Bạch Ô Nhân nhìn vào đôi mắt đen láy lấp lánh như ánh sáng phản chiếu trên mặt hồ lạnh của Thời Vũ, cảm thấy hắn lòng dạ rõ ràng như lang sói, nhưng dáng vẻ bên ngoài lại chỉ như một đứa trẻ đang ăn vạ. Bạch Ô Nhân vốn không phải là người từ bi, nhưng cũng chẳng phải kẻ lấy việc giết chóc làm niềm vui. Lúc trước hắn cảm thấy tên tiểu đồng này thủ đoạn bỉ ổi, pháp thuật tàn nhẫn, thế nên muốn giết đi để thỏa cơn giận, chứ chẳng phải vì lợi ích gì. Bây giờ vấn đề lớn nhất chính là, chiếc quần duy nhất hắn đang mặc trên người lúc này đang bị Thời Vũ níu chặt, trông như sắp tụt xuống đến nơi.

Hắn định lẳng lặng lùi về sau, không ngờ Thời Vũ lại càng ôm chặt hơn, giống như sợ bị hắn cự tuyệt, Thời Vũ lại cất tiếng gọi thảm thiết: "Chủ nhân..."

Bạch Ô Nhân nổi trận lôi đình, giơ chân đạp thẳng vào lồng ngực Thời Vũ, "Cút đi! Đồ nghiệp chướng!"

Thời Vũ bị đá văng ra khoảng một trượng, lại lảo đảo bò dậy tiếp tục hành lễ, miệng liên tục cầu xin.

"Mau lấy cho ta một bộ y phục." Bạch Ô Nhân đứng sững ra một lúc, cuối cùng cũng chịu mở miệng.

Nhung Nhung lanh lợi mau chóng định thần lại, phát hiện ra áo khoác của Bạch Ô Nhân lúc này dính đầy vết máu của túi da thú, trông thật sự có hơi đáng sợ.

"Vâng vâng, tôi sẽ đi ngay!" Nàng vội vàng đứng dậy, chạy đến chỗ rương đồ lục tìm y phục, khi đi ngang qua chỗ Thời Vũ, hai người đưa mắt nhìn nhau, lập tức hiểu ý, biết rằng Bạch Ô Nhân lúc này đã không còn ý muốn giết chóc, trước mắt ít ra họ đã giữ được tính mạng.

Chẳng mấy chốc, Nhung Nhung đã dâng y phục lên, áo quần đai giày đều đầy đủ cả. Bạch Ô Nhân lướt mắt một cái rồi khẽ mím môi, Nhung Nhung thấy hắn tựa hồ có vẻ bất mãn liền mau chóng giải thích: "Bộ y phục này được dệt từ long sa[55], là hàng thượng hạng do Giao Nhân chế tạo, xuống nước cũng không sợ bị ướt. Chỗ của tôi chỉ có đúng một bộ, do là y phục của nam nhân nên chưa có ai mặc."

Thời Vũ nghĩ thầm, Nhung Nhung lần này đúng là sợ mất mật rồi, ngay cả bảo bối này mà cũng xăm xắn dâng tặng. Long sa này trắng như sương, trên có đính giao châu[56], phát ra ánh sáng lấp lánh, thế mà Bạch Ô Nhân lại tỏ vẻ chê bai. Thời Vũ trong lòng tỏ tường, khẽ nói với Nhung Nhung: "Đồ ngốc, mau đi lấy bộ tước vũ bào[57] ngũ sắc dệt kim ra đây."

---

55 Vảy rồng.

56 Nước mắt của giao nhân (người cá), là một loại ngọc quý.

57 Áo lông chim.

Nhung Nhung hiểu ra, cuống cuồng đi ngay. Lần này vẻ mặt Bạch Ô Nhân có vẻ dễ chịu hơn nhiều, nhận lấy món đồ từ tay Nhung Nhung.

"Nhung Nhung xin được hầu hạ thần quân thay đồ." Nhung Nhung niềm nở nói.

Bạch Ô Nhân chợt sững lại rồi lắc đầu, "Không cần."

Nói xong, hắn quay người lại, định cởi áo khoác ngoài ra, nhưng chợt cảm thấy có gì đó không ổn, xoay đầu nhìn thì thấy hai người kia vẫn còn đứng nguyên ở đấy, hai mắt sáng rực.

Hắn liền sa sầm nét mặt, Nhung Nhung và Thời Vũ lúc này mới thất thểu lùi ra khỏi phòng. Hai người đứng chờ ở hành lang, ngắm nhìn ánh bình minh đang dần ló dạng, cảnh sắc hơn ba trăm năm qua ngỡ như bình thường giờ đây trông lại rất khác lạ.

Tất cả những người khác đều đã trốn sạch, thế nên bốn bề lúc này rất tĩnh lặng, Nhung Nhung muốn nói gì đó nhưng lại thôi, còn Thời Vũ thì tạo ra một kết giới nhỏ rồi mới nói: "Không sao, có gì cứ nói. Có lẽ hắn ta không phải lúc nào cũng nghe ngóng mọi chuyện đâu."

"Có chạy trốn không?" Nhung Nhung bối rối hỏi.

"Chạy đi đâu chứ?" Gương mặt thanh tú của Thời Vũ tối sầm lại, "Ngươi muốn chạy thì cũng không sao, hắn có lẽ cũng chẳng muốn truy đuổi. Nhưng ta thì đã mất một nửa nguyên linh, có thoát được thì cũng chẳng khác gì phế vật."

"Ngươi vừa rồi đã không bỏ rơi ta, vậy ta sao có thể bỏ rơi ngươi được?" Nhung Nhung nói rồi che miệng tủm tỉm cười: "Thật không ngờ lúc ngươi trở nên mặt dày thì đến cả ta cũng không sánh được. Cái tiếng gọi chủ nhân ấy... thật sự là chân thành đến mức nhật nguyệt chứng giám."

Thời Vũ nghiến răng, "Ngươi là nữ tử, nếu dùng nhan sắc mê hoặc thì có khi tên đó sẽ trúng kế của ngươi. Còn ta không có năng lực đoạn tụ[58], rơi vào tình cảnh vừa rồi thì còn biết làm gì khác? Không sao, chúng ta cứ từ từ tính kế."

Nhung Nhung sao lại không hiểu ý của Thời Vũ chứ? Sáu trăm năm trước, nàng tình cờ bắt gặp Thời Vũ bơ vơ một mình ở Huyền Lũng Sơn, hai người vừa gặp đã cảm thấy thân thiết. Sau đó, nàng vì ham mê Trường An phồn hoa mà tạm thời định cư ở đó, Thời Vũ cũng quyết định ở lại, nói là muốn nương nhờ chỗ nàng, thật ra ở chỗ nàng tuy không thiếu loại tiên yêu ma quái nào, nhưng tất cả mọi người đều nhất tề xem Thời Vũ là người lãnh đạo. Thời Vũ thuật pháp huyền diệu, tâm tư lại thâm trầm, cẩn mật, chưa bao giờ chịu khuất phục ai. Với tính cách của hắn, hôm nay chịu sự sỉ nhục này thì sau này chắc chắn sẽ tìm trăm phương ngàn kế để trả thù Bạch Ô nhân đó.

"Ta cũng cảm thấy hắn đối xử với ta cũng không tệ lắm." Nhung Nhung nghe Thời Vũ nói câu "trúng kế của ngươi" thì không khỏi rạo rực mừng thầm trong lòng. Với nhan sắc của A Cửu mà cũng không thể kiếm chác được gì từ người đó, như

[58] Chỉ tình cảm đồng giới.

thế đủ chứng tỏ hắn thích nàng nhiều hơn. Cái gì mà "không thích súc sinh có lông nhung" chứ? Chỉ là lời nói ngoài miệng mà thôi! Nghĩ vậy, nàng khẽ nói: "Ngươi thấy chưa, dáng vẻ ấy của hắn đúng là rất có sức hút, chỉ tiếc rằng tính khí hắn quá lạnh lùng, ra tay lại độc ác. Ôi..."

Thời Vũ thật sự khó lòng lý giải được "tà niệm" đến bây giờ vẫn còn chưa hết của Nhung Nhung, chỉ biết đưa một tay chống lên lan can rồi ngao ngán nói: "Lần sau nếu ngươi còn muốn tự tìm cái chết thì tuyệt đối đừng lôi ta vào nữa."

Nhung Nhung chẳng qua cũng chỉ là dạng già trái non hột, nói cho vui miệng thôi, thế nên mau chóng nghiêm túc trở lại rồi hỏi Thời Vũ: "Ngươi có biết nguồn gốc của tộc Bạch Ô thị không?"

Thời Vũ nhếch mép, nở nụ cười bí hiểm, "Sao có thể không biết? Chẳng qua chỉ là đám đao phủ của thượng giới mà thôi."

Nhung Nhung đăm chiêu nghĩ ngợi, "Vừa rồi khi nằm dưới chân hắn, ta dường như nhìn thấy chân trái của hắn có đeo một dây chuông màu đen, chân phải lại không có..."

"Hắn có vẻ đã đeo hết tất cả những vật trang sức trên đời này lên người rồi. Chỉ là một chiếc lắc chân mà thôi, có gì mà ngươi phải kinh ngạc?"

Nhung Nhung thấy Thời Vũ không mảy may quan tâm liền lo lắng nói: "Không. Ta từng nghe nói, Bạch Ô Nhân khi vừa ra đời thì ở bên chân trái sẽ có buộc chuông màu đen. Khi bọn họ trưởng thành sẽ trải qua một nghi thức đặc biệt, lúc này nếu không thể tháo dây chuông ở bên trái thì sẽ phải đeo chuông ở cả hai bên chân."

"Ý của ngươi tức là..." Thời Vũ từ từ quay sang nhìn Nhung Nhung.

"Hắn chỉ đeo chuông ở một bên chân, chứng tỏ vẫn chưa trải qua nghi thức trưởng thành."

Thời Vũ im lặng hồi lâu, nỗi lo lắng suy tư trong lòng càng thêm chất chồng. Hắn và Nhung Nhung đều đồng loạt nghĩ ra một điều, nếu ở trước mặt một Bạch Ô Nhân chưa thật sự trưởng thành mà họ còn không có chút sức lực chống trả nào, vậy sau này nếu gặp một kẻ trưởng thành thì liệu có thể "từ từ tính kế" được không?

"Tại sao Bạch Ô thị sau khi trưởng thành, có người có chuông còn có người lại không có chuông?" Thời Vũ bắt đầu cảm thấy tò mò với chuyện dây chuông này, tạm thời gác bỏ nỗi lo trong lòng, muốn hỏi Nhung Nhung cho rõ chuyện này.

Đối với những bộ tộc thần bí và mất tích lâu năm như Bạch Ô thị thì những thông tin về họ trên thế gian này không còn nhiều nữa, chỉ còn lại uy danh năm xưa khiến quỷ thần đều khiếp sợ. Nhưng Nhung Nhung vốn có xuất thân rất đặc biệt, có những bí ẩn thượng cổ mà e rằng chỉ có nàng là người còn biết đôi điều.

Nhung Nhung chớp chớp mắt, nhưng còn chưa kịp mở miệng thì chợt nghe trong phòng phát ra tiếng động lạ. Nàng và Thời Vũ sợ có biến, lập tức chạy vào trong phòng, đúng lúc trông thấy Bạch Ô Nhân nọ đang cầm nửa thanh xà ngang ném xuống đất, trên đó còn có một cái móc rèm bằng bạc.

Thì ra do bộ y phục dệt kim vừa rồi quá rườm rà, mặc vào khá tốn sức, thế nên khi Bạch Ô nhân thay y phục, vạt áo vô tình vướng vào móc rèm, một mình hắn không thể tháo ra được nên đã giật luôn cả móc rèm lẫn xà ngang ra.

"Đừng nóng, cứ để tôi." Nhung Nhung bước đến đứng bên cạnh Bạch Ô Nhân, thấy hắn không có vẻ kháng cự mới dám đưa tay lên chỉnh trang y phục cho hắn.

Thời Vũ nhếch mép, đứng một bên lạnh lùng quan sát.

Nhung Nhung chưa kịp nói chuyện dây chuông thì thôi vậy, Thời Vũ đã biết rõ tên Bạch Ô Nhân hung hăng trước mặt chẳng qua chỉ là một tiểu tử chưa rõ sự đời, thế nên bây giờ nhìn hắn, cảm giác khác hoàn toàn lúc trước.

Chương 6

Vạn vật chân hình

Bọn họ đều không phải người phàm, thế nên không thể dùng tướng mạo bên ngoài để đoán định tuổi tác. Chẳng hạn như Bạch Giao, lúc nào cũng mặc áo trắng, dung mạo đang tuổi hoa niên, dáng vẻ phong trần lãng tử, nhưng thật ra đã tu luyện được hai ngàn bảy trăm năm, còn Sơn Tiêu Lão Yển mặt đầy nếp nhăn, nhưng thật ra chỉ mới hơn năm trăm tuổi. Bây giờ nhìn kỹ tên Bạch Ô nhân này, thân hình dong dỏng, gương mặt không chút sương gió phong trần, nếu gọi là một thiếu niên chưa trưởng thành cũng không có gì là quá đáng.

Có sự giúp đỡ của Nhung Nhung, Bạch Ô nhân cuối cùng cũng đã y phục chỉnh tề, ngồi bên mép giường mang giày. Nhung Nhung ngồi quỳ dưới đất, định tiếp tục giúp, nhưng người kia lắc đầu rồi tự mình mang đôi giày gấm, chợt phát hiện không được thuận tay cho lắm. Hắn ngẫm nghĩ một lúc, sau đó dừng động tác lại, nhìn sang Thời Vũ lúc này đang đảo đôi mắt đen láy nhìn trộm hắn rồi nói: "Ngươi làm đi."

Thời Vũ ngẩn người một chút rồi ngoan ngoãn bước tới giúp hắn mang giày, thừa cơ quan sát đôi chân hắn, quả nhiên bên cổ chân trái có buộc một vòng dây chuông, màu đen sậm, trên đó có những hình trang trí đặc biệt.

Thời Vũ vờ như vô tình chạm vào dây chuông ấy, nhưng không nghe tiếng kêu phát ra, có vẻ bên trong chuông hoàn toàn rỗng ruột.

Bạch Ô nhân rốt cuộc tại sao lại buộc chuông rỗng ruột lên cổ chân mình? Thời Vũ đang thắc mắc trong lòng thì chợt nghe thấy có giọng nói vang lên trên đầu mình, vẫn cứ là giọng điệu lạnh lùng ấy: "Ngươi làm cái gì thế?"

"Thời Vũ đang mang giày cho chủ nhân." Thời Vũ đường hoàng nói xong mới nhận ra ngón tay của mình vẫn đang sờ mó lên chân của "chủ nhân", thảo nào người đó lại khó chịu.

Nhung Nhung đứng bên cạnh bật cười, vỗ tay tán thưởng: "Thần quân mặc bộ y phục này thật sự như rồng như phượng, chẳng khác chi thiên thần hạ phàm, tôi..."

"Ta chẳng phải là thần quân gì cả." Bạch Ô Nhân chợt cắt ngang lời nịnh hót của Nhung Nhung.

Thời Vũ chớp cơ hội hỏi ngay: "Chúng tôi còn chưa biết tôn xưng của chủ nhân, không biết xưng hô thế nào cho phải phép?"

"Xưng hô thế nào sao?" Bạch Ô Nhân nheo mắt nhìn hắn, "Chẳng phải ngươi vẫn gọi ta là chủ nhân à?"

"Vậy còn ta, ta thì sao?" Nhung Nhung hỏi tiếp. Nàng phát hiện so với Thời Vũ thì Bạch Ô Nhân thật sự có dịu dàng hơn với nàng, liền tỏ vẻ nũng nịu: "Ta không gọi người là chủ nhân đâu."

Người kia thu đôi chân đã mang giày của mình lại, trầm ngâm một lúc rồi nói: "Tên của ta là Linh Chí."

Thời Vũ ngoài mặt thản nhiên, nhưng trong lòng thì giận đến tím ruột. Đồ thô tục, thô tục! Nhìn thấy nữ nhân thì liền mềm lòng, thật sự đã thiên vị quá rõ rệt.

Linh Chí đứng dậy, bộ tước vũ bào ngũ sắc dệt kim trên người phát ánh sáng lấp lánh khiến người ta không dám nhìn thẳng vào. Gương mặt hắn lại lạnh lùng như băng, cộng thêm vẻ sát khí đằng đằng trên người khiến hắn trông vô cùng cổ quái.

Thời Vũ thật sự không giấu đi được sự hiếu kỳ, bèn cố nén cơn giận mà hỏi dò: "Chủ nhân bình thường thích đồ bằng vải cẩm, không biết có thâm ý gì không?"

Hắn từng trông thấy pháp sư của Mạt Hạt[59] mặc áo ngũ sắc thế này, nghe nói họ có thể hấp thu được các năng lượng tự nhiên như gió, lửa và sấm chớp, chuyển lời thỉnh nguyện lên cho thần linh trên trời. Hắn còn nhớ pháp sư đó cũng có đeo chuông ở thắt lưng, có khi nào cũng có tác dụng tương tự như những túi thơm và ngọc bội mà Bạch Ô nhân này đeo hay không?

"Thâm ý?" Linh Chí cúi đầu nhìn y phục của mình, mày hơi nhíu lại: "Ăn mặc thế này không đẹp sao?"

"Chủ nhân làm thế này... chỉ vì thấy đẹp thôi sao?" Thời Vũ cảm giác như mình vừa bị người kia đạp vào ngực lần nữa.

Linh Chí thản nhiên hỏi lại: "Ngươi nghĩ là vì sao?"

"Đẹp, tất nhiên là đẹp rồi. Y phục này nếu không được người mặc lên thì không thể nào toát ra phong thái này được." Nhung Nhung lập tức phụ họa.

Lần này, Thời Vũ giận luôn cả Nhung Nhung. Đồ nô tỳ xảo ngôn lẻo mép, ai mà không biết bộ y phục này là của Bạch Giao mặc khi diễn kịch? Bình thường mà ăn mặc thế này ra đường chắc chắn sẽ khiến mọi người xung quanh cười đến rụng răng. Song chuyện này lại càng khiến hắn thêm hiếu kỳ với Bạch Ô thị. Chỉ là cách ăn mặc của một Bạch Ô Nhân thôi mà đã hoa mắt chói chang thế này, thế thì không biết nơi ở của họ lại còn rực rỡ lộng lẫy đến thế nào nữa.

---

[59] Một tộc người cổ ở vùng Đông Bắc Trung Quốc.

"Sao các ngươi không chạy trốn?" Linh Chí cảm thấy có hơi bất ngờ khi thấy Thời Vũ và Nhung Nhung đã đi rồi mà vẫn quay lại.

Thời Vũ rút kinh nghiệm từ bài học lần trước, lập tức nói lời nịnh hót trước khi Nhung Nhung kịp mở miệng: "Sao phải chạy trốn chứ? Thời Vũ sau này có lên trời xuống đất cũng phải đi theo chủ nhân, quyết không thay lòng!"

"Giả dối." Linh Chí hoàn toàn không tin, "Ngươi không cam tâm vì bị mất một nửa nguyên linh chứ gì? Ta không giết ngươi đã là khoan dung lắm rồi."

Thời Vũ không thể giảo biện nữa, đành phải cúi đầu, không dám nói thêm.

Nhung Nhung nhẹ nhàng nói: "Thật không dám giấu, cho dù có bỏ chạy thì bọn tôi cũng không biết chạy đi đâu. Trên không bay lên được trời, dưới lại không nhà không cửa, dù sao cũng đều phải lăn lộn chốn nhân gian, đi đâu cũng thế thôi."

"Ngươi vốn là linh thú của thượng giới, tại sao lại không về Côn Luân Khư?"

Nhung Nhung vừa mân mê dây đai vừa bâng quơ đáp: "Dù sao cũng không thể về được nữa."

Nàng tuy trông có vẻ bình thản, nhưng trong giọng nói không giấu đi được sự u buồn, rõ ràng không muốn nhắc lại chuyện xưa. Linh Chí cũng không muốn truy hỏi đến cùng nữa. Các linh thú lưu lạc nhân gian hiện giờ đa phần là do chủ cũ của chúng đều đã về cõi Quy Khư, nàng ta có lẽ cũng như thế thôi.

"Thế còn hắn, một linh mị lẽ nào không thể quay lại nơi hóa hình[60] sao?" Linh Chí liếc nhìn Thời Vũ, nói với giọng mỉa mai.

Hắn tuy không có bản lĩnh vừa nhìn là thấu được chân thân của vạn vật, nhưng tộc Bạch Ô nhân luôn có một cảm biết bản năng đối với nguyên linh. Nằm ngoài lục đạo, tạo ra thiên địa thì được gọi là "thần", xác phàm tu hành đắc đạo là "tiên", hóa hình từ vạn vật là "yêu", quái gở phi thường là "quái", linh tính[61] kết tụ là "tinh" hoặc "mị", thần sa ngã thì thành "ma"... Hình dạng nguyên linh của từng loại đều khác nhau rất nhiều.

Nhung Nhung không phải là thiên thần, nhưng sở hữu được nguyên linh thuần khiết, chắc chắn là linh thú của thượng giới. Còn Thời Vũ, không hề có nguyên hình, tiền kiếp, trông có vẻ giống linh mị nhưng mạnh hơn linh mị nhiều. Linh Chí vừa rồi đã hút một nửa nguyên linh của hắn nhưng vẫn không thể đoán ra nguồn gốc của hắn, thế nên không hề lơi lỏng cảnh giác với hắn.

"Thời Vũ không dám giấu giếm chủ nhân. Tôi thức tỉnh ở bên một cái hồ vô danh nơi thâm sơn cùng cốc, trước đó có cảm giác như mình đã mơ hồ rất lâu. Chủ nhân nói tôi không phải là linh mị, nhưng tôi cũng không biết mình là gì nữa." Thời Vũ nói bằng giọng có hơi uất ức.

---

[60] Biến thành hình dáng con người.

[61] Chỉ thế giới nội tâm của con người, bao hàm tình cảm, tư tưởng,...

"Chuyện này là thật đấy, hắn không gạt người đâu. Khi ta gặp hắn ở Huyền Lũng Sơn thì hắn đã lang thang ở đó mấy trăm năm rồi, hệt như một tên ngốc vậy, ngoài việc tự biến ra đủ loại ảo cảnh để chơi đùa ra thì chẳng biết gì cả." Nhung Nhung vờ như không trông thấy Thời Vũ đang trừng mắt với mình mà cười hi hi rồi biến thành hình dạng chồn tím nhảy lên cánh tay của Linh Chí, sau đó lại mau lẹ lách người nhảy lên vai hắn, hít hà mùi hương trên cổ hắn.

Linh Chí quay sang nhìn nàng, thấy toàn thân nàng có màu tím bạc, lông đuôi hơi xù, riêng hai tai lại có màu trắng, cặp mắt to tròn lanh lợi. Hắn từng nói mình không thích những con thú có lông, đám linh thú của người trong tộc cũng đa phần đều là chiến thú hung mãnh, nhưng bây giờ nhìn thấy chân thân của Nhung Nhung thì cho dù lòng dạ hắn có sắt đá đến đâu cũng không nỡ giết đi.

Hắn khẽ đưa tay chạm vào phần lông trắng muốt mềm mại trên tai Nhung Nhung, vẻ mặt tuy không cảm xúc nhưng giọng nói đã dịu dàng đi nhiều, "Quả nhiên là Nhung Nhung Nhi[62]."

Trong lúc hắn đang nói thì Nhung Nhung đã nhảy xuống khỏi người hắn, lắc người một cái rồi lại hóa thành thiếu nữ tóc dài, nét mặt có hơi kỳ lạ, chắp tay sau lưng hỏi: "Vừa rồi người gọi ta là gì?"

Linh Chí thản nhiên đáp: "Nhung Nhung Nhi, thì sao?"

---

62 Từ dùng để chỉ sinh vật có lông nhung, Linh Chí chỉ vô tình gọi ra nhưng vừa hay cũng là tên thật của Nhung Nhung.

Nhung Nhung đương nhiên không dám có ý gì, chỉ cười gượng gạo nói, "Rất hay... Chỉ là lâu rồi không ai gọi ta như vậy nữa."

"Trong số hai ngươi rốt cuộc ai mới là chủ nhân của quán rượu này?" Tâm tư của Linh Chí mau chóng quay lại chuyện chính, tuy đang hỏi hai người nhưng ánh mắt thì chỉ lạnh lùng nhìn về phía Thời Vũ.

Thời Vũ lúc này đang rất chán nản, bản thân mình không phải là nữ tử đã là thất thế rồi, lại còn chẳng có được hình dạng con thú lông xù đáng yêu nữa, thảo nào bị người ta ghét là phải. Hắn cười gượng đáp: "Chủ nhân nhìn tôi giống với hạng quy công giả mẫu[63] lắm không?"

"Quy cái gì chứ? Ta hỏi lại ngươi, các ngươi chuốc rượu ta là có ý gì?"

Nhung Nhung vốn tưởng đã thoát khỏi kiếp nạn, lúc này lập tức giật bắn mình, lo lắng nhìn Thời Vũ. Thời Vũ cũng ngơ ngác. Còn có ý gì nữa? Mọi chuyện chẳng phải đã rõ như ban ngày rồi sao?

"Chủ nhân tài hoa, phong lưu tột đỉnh, tu vi cao siêu..."

"Đừng có nói nhảm!" Linh Chí quát to: "Tại sao lại cởi y phục của ta? Đó là chiêu thuật gian tà hiểm ác gì?"

"Không phải do tôi làm đâu... Là do Nhung Nhung muốn song tu với người." Thời Vũ cũng chẳng muốn bao che

[63] Quy công chỉ hạng người chuyên rót trà phục vụ khách làng chơi, còn giả mẫu chỉ tú bà làm chủ thanh lâu, chung quy là những kẻ phục vụ trong chốn lầu xanh.

cho Nhung Nhung nữa, vừa nói vừa kéo Nhung Nhung đang nấp sau lưng mình ra.

"Song tu?"

"Chủ nhân lẽ nào chưa bao giờ nghe nói đến Âm Dương Song Tu sao?"

Không cần Linh Chí trả lời, Thời Vũ từ vẻ mặt của hắn cũng có thể đoán ra hắn thật sự không biết. Xem ra Bạch Ô nhân này không hiểu biết gì về chuyện này, chứng tỏ việc Nhung Nhung dựa vào dây chuông mà đoán hắn vẫn còn trẻ là rất chính xác.

"Luyện như thế nào?" Linh Chí lạnh lùng hỏi.

Lần này đến lượt Thời Vũ rùng mình, ngượng ngùng than vãn: "Tôi cũng chưa bao giờ luyện cả. Chủ nhân sao không hỏi Nhung Nhung đi?"

Rõ ràng Nhung Nhung đã thừa nhận là do nàng ta nhất thời ham mê sắc đẹp của Linh Chí nên mới gây ra chuyện này, nhưng không hiểu vì sao Linh Chí vẫn cứ khăng khăng cho rằng tất cả mọi chuyện xấu xa này đều là do Thời Vũ đứng đằng sau chỉ đạo. Thời Vũ lăn lộn ở Quỷ Thị bát nháo tạp nham này đã mấy trăm năm, có người ghét hắn, có kẻ sợ hắn, nhưng trước nay chưa từng có ai lại gán ghép mấy chuyện hạ lưu này vào người hắn như vậy cả.

Chỉ vì hắn có lòng tốt muốn giúp Nhung Nhung quan sát hình xăm mà gây ra nông nỗi này, quả thực là sai một ly đi một dặm.

Hắn bắt đầu nghi ngờ, Bạch Ô nhân này rốt cuộc có hiểu rằng "ham mê sắc đẹp" và "song tu" thật ra có liên quan đến nhau hay không.

"Ngươi có trốn sau lưng tên tiểu nhân 'hạ lưu gian tà' như ta cũng vô ích thôi, ta thật sự không biết cách song tu. Chuyện này mong là Nhung Nhung sẽ giải thích rõ với chủ nhân."

Nhung Nhung thấy muốn trốn cũng không được, đành phải nói tránh đi, "Cách song tu... chẳng qua chỉ là âm dương điều hòa, nhị khí hòa quyện, luyện tinh hóa khí, dĩ ngộ thiên đạo. Nếu có thể luyện thành thì cả hai bên đều sẽ tăng tiến rất nhiều."

"Có chuyện này sao?" Linh Chí bán tín bán nghi.

Nhung Nhung liền thản nhiên cười nói: "Nếu người không tin, cứ thử thì sẽ biết ngay."

Song một người chưa bao giờ nghe nói đến thuật song tu như Linh Chí lại hoàn toàn không hề có ý muốn thử, ít nhất là tạm thời chưa muốn. Hắn nhìn hai kẻ tiếp cận hắn với những toan tính riêng một lúc rồi nghiêm nghị nói: "Cho dù là thuật tu luyện gì thì cũng không nên tùy tiện làm bậy với người khác. Chuyện cũ ta bó qua, nếu sau này còn dám lén lút hại người thì chính tay ta sẽ xử lý các ngươi. Các ngươi liệu mà cẩn thận!"

Nói xong, hắn đứng dậy giắt chiếc ô vào sau lưng.

Thời Vũ ngây người, trong lòng dậy lên muôn vàn suy tính, vội vàng hỏi: "Chủ nhân định đi sao?"

Linh Chí quay đầu hỏi lại: "Liên quan gì đến ngươi?"

Thời Vũ khom người đáp: "Ơn nghĩa tha mạng, tôi không thể quên. Tôi đã nhận chủ rồi thì chủ nhân đi đâu, tôi sẽ theo đó!"

"Cái gì? Ngươi muốn đi theo sao? Vậy ta cũng đi nữa!" Ánh mắt Nhung Nhung sáng hẳn lên.

"Ta thấy các ngươi đúng là lại muốn chết nữa rồi." Linh Chí chỉ xem đó là câu nói đùa, quay người bước thẳng ra ngoài.

Thời Vũ liền chạy theo: "Chủ nhân xin dừng bước, người sở dĩ đến Quỷ Thị này chắc hẳn là vì muốn thăm dò chuyện liên quan đến bức họa trong tay. Thời Vũ ngu muội, không thể san sẻ gánh nặng này giúp chủ nhân, nhưng tôi biết bên ngoài Quỷ Thị có kẻ có thể giúp được cho người."

"Lại nữa rồi, tại sao ta phải tin ngươi?"

"Nếu lần này mà vẫn không giúp được cho chủ nhân thì Thời Vũ nguyện dâng một nửa nguyên linh còn lại cho người."

Chương 7

Hoa Mặt Người

Ba hôm sau, đúng vào ngày mồng một, trời vừa sáng, Linh Chí cùng Thời Vũ và Nhung Nhung đã đến trước cổng một tòa sơn miếu. Nơi này nằm ở phía nam vùng ngoại ô của thành Trường An, cách Phàn Châu không quá mười dặm, lên cao có thể nhìn thấy cả đỉnh núi Chung Nam. Bước qua cánh cổng nằm khuất sau khóm trúc, cả quãng đường đi có thể thấy rất nhiều người từ già đến trẻ đang dắt díu nhau bước trên các bậc thang men theo đường núi.

"Thành Nhai?" Linh Chí dừng chân, ngẩng đầu nhìn tấm biển treo trên chính điện.

"Đúng vậy, nơi đây chính là miếu Thành Nhai, còn gọi là miếu Nương Nương. Chủ nhân đừng cho rằng nó tầm thường, nghe nói miếu này vô cùng linh nghiệm. Hôm nay là ngày ăn chay, thế nên có rất nhiều tín đồ đến đây dâng hương." Thời Vũ ngửa cổ, hít bầu không khí hoa cỏ thơm ngát có xen lẫn mùi khói hương, chợt bắt gặp ánh mắt lạnh lùng của Linh Chí liền bất giác sởn gai ốc. Thấy bây giờ không phải lúc ba hoa chích chòe, hắn lập tức nghiêm chỉnh nói: "Người có thể giúp giải đáp nghi hoặc cho chủ nhân đang ở trong miếu này, chủ nhân đi theo tôi vào trong sẽ biết."

Miếu Thành Nhai này không phải Phật cũng chẳng phải Đạo, cửa chính rất nhỏ, có lẽ chỉ có một gian chính điện và vài gian phòng, trông không hề nguy nga chút nào, thế nhưng khói hương lại nghi ngút khác thường.

Cổng miếu còn chưa mở, nhưng trước cổng lúc này đã có rất nhiều khách dâng hương, tướng mạo của Thời Vũ và cách ăn mặc khoa trương của Linh Chí đã thu hút vô số ánh nhìn của họ. Thời Vũ không thích bị người ta xì xào chỉ chỏ, cho dù những người ấy cứ liên tục rỉ tai thì thầm to nhỏ khen ngợi hắn "tuổi tác còn nhỏ mà dung mạo hệt như người nhà trời" đi nữa. Bọn người phàm thiển cận, bọn chúng thì biết cái gì là người nhà trời chứ?

Linh Chí lại hoàn toàn chẳng để tâm đến những ánh mắt của đám người ấy, chỉ chăm chú lắng nghe những tiếng lầm rầm phát ra từ bên trong cánh cổng đóng chặt, giống như có rất nhiều người đang tụ tập nói chuyện khe khẽ với nhau bên trong vậy, nhưng âm thanh ấy nửa giống mà lại nửa không giống như tiếng người, dù rất rõ ràng, kỳ quái nhưng không thể nghe ra được họ đang nói gì.

Sau khoảng nửa tuần hương, cổng miếu được mở ra từ bên trong, khách hành hương lập tức ùa vào, đám người Linh Chí cũng bước vào trong. Điều kỳ lạ là, ngôi miếu chỉ là một khu nhà với bốn bức tường xám, diện tích rất nhỏ, trước chính điện có một cái giếng, một cái lư hương và vài cây đào. Trong điện ngoại trừ bức tượng "Nương Nương" ra thì chỉ có một bà lão mặc áo giả bào[64] và hai tiểu đồng, còn lại thì đều là khách hành hương vừa mới vào. Thật sự không hiểu những âm thanh rì rầm vừa rồi nghe thấy bên ngoài là từ đâu phát ra nữa.

Linh Chí quan sát những tín đồ bắt đầu thắp hương dâng lễ, ai nấy đều rất thành tâm, những điều cầu xin đa phần là mong hết bệnh, cầu tình duyên và con cái, trong đó cầu con cái là nhiều nhất. Bà lão mặc giả bào kia chẳng biết có phải là trụ trì không, mỗi lần có người bước lên cầu nguyện, bà lại lẩm bẩm mấy câu chúc phúc. Những người mong hết bệnh phải uống một ít nước phép do miếu tự chế. Những người cầu tình duyên bà ta sẽ xem bói cho một quẻ. Những người cầu con lại phải lấy một bức tượng đất sét nhỏ trước hương án, dùng chỉ đỏ buộc bức tượng vào cổ tay họ rồi dặn họ cứ về nhà sẽ được như ý nguyện.

Không chỉ có Thời Vũ khen miếu này linh nghiệm, vừa rồi khi đợi ở trước cổng, Linh Vũ cũng nghe được mấy người

[64] Loại áo màu vàng đất mà người cao tuổi thường mặc.

hành hương ấy bàn tán liên tục, nói rằng ở trước mặt "Nương Nương Thành Ngạn" này chỉ cần thành tâm là sẽ được như ý. Cái gọi là thành tâm ở đây có lẽ ý muốn chỉ đến mấy món đồ lễ chất cao như núi trong điện. Thế nhưng mấy thuật ban phúc của bà lão kia, Linh Chí vừa nhìn là biết ngay đó chỉ là mấy trò bịp bợm hoang đường, thật không hiểu linh nghiệm ở đâu mà ra.

Nhung Nhung đứng tựa vào một cây đào vừa cắn ngón tay vừa thơ thẩn nhìn người qua kẻ lại, còn Thời Vũ thì cầm ba nén hương đã thắp chìa ra trước mặt Linh Chí nói: "Chủ nhân không ngại thử chứ?"

Linh Chí lặng lẽ nhận hương, dù sao cũng đến rồi, có ích lợi gì hay không chỉ cần thử là biết ngay. Nếu lát nữa Thời Vũ còn dùng mấy trò như là cầu con, cầu tình duyên của người phàm ra để đùa bỡn với hắn thì sẽ được nếm trải mùi vị hồn bay phách tán nhanh thôi.

Cái lư hương bằng đồng đặt trước điện lúc này đã được cắm vô số các nén hương, tỏa khói nghi ngút. Linh Chí bước đến gần, phát hiện ra chiếc lư hương này đã rất cổ, mấy hình vẽ khắc trên đó bây giờ nhìn kỹ mới thấy chính là năm ngọn núi thần, gồm Đại Dư, Viên Kiều, Phương Hồ, Doanh Châu và Bồng Lai.

Về năm ngọn núi thần thánh ở cõi Quy Khư này, Linh Chí đã từng đọc được những mô tả về chúng trong những quyển sách xưa cũ trong tộc, vốn có ấn tượng rất sâu sắc. Bây giờ quan sát mới thấy hình vẽ của năm ngọn núi này trên lư hương vô cùng tinh xảo, khắc họa sống động các loài chim và linh thú, chi tiết hơn rất nhiều so với những gì hắn đã được đọc năm xưa. Đặc biệt là hai ngọn núi Đại Dư và Viên Kiều vốn đã chìm từ lâu, những chi tiết khắc họa này thật sự là những thứ người bình thường khó mà tưởng tượng ra được.

Linh Chí cúi người cắm hương, khói trong lư hương bay vào mũi hắn, hắn chợt thấy giật thốt trong lòng, vội đứng thẳng người lên thì phát hiện cảnh vật xung quanh dường như đã thay đổi. Rõ ràng vẫn là cùng một thời gian, cùng một không gian, mái cong và bức tường xám của ngôi miếu vẫn còn đây, nhưng khách hành hương đông đúc và bà lão cùng hai tiểu đồng trong điện lại trở nên mờ ảo sau làn khói, tựa hồ như có một bức màn nhung ngăn cách. Miệng của họ vẫn mở ra ngậm lại, nhưng những tiếng cầu nguyện kia thì không còn nghe được nữa. Khách hành hương mới đến vẫn liên tục bước vào từ ngoài cửa, nhưng lại bước xuyên qua người của Linh Chí, cả hai bên hoàn toàn không hề cảm nhận được nhau, Linh Chí ít ra còn nhìn thấy rõ tướng mạo của họ, nhưng họ hoàn toàn không biết đến sự tồn tại của hắn.

Thực thể rõ ràng còn lại xung quanh chỉ có Thời Vũ và Nhung Nhung. Sau một chút kinh ngạc, Linh Chí lập tức hiểu ra. Trước khi hắn dâng hương cũng có rất nhiều người thắp hương rồi cắm hương trước mặt hắn, tất cả đều rất bình thường. Xem ra lư hương này chính là một lối vào cách biệt khỏi thế giới phàm tục, người có thể bước vào đây đều không phải người phàm.

Những tiếng lầm rầm vừa rồi nghe được bên ngoài lúc này lại vang lên bên tai. Mấy cây đào trước điện bây giờ không còn nữa, thay vào đó là một cây đại thụ xanh mướt, cành lá xum xuê, trên đó có điểm xuyết rất nhiều đóa hoa màu trắng to bằng cái bát, tiếng lầm rầm chính là phát ra từ cái cây này.

Linh Chí vừa định đi đến quan sát cái cây ấy thì đột nhiên nghe có tiếng động sau lưng, quay lại thì thấy có mấy người tướng mạo kỳ quái đang vội vàng bước đến, trên tay ai nấy đều có nén hương đã thắp sẵn, họ mau chóng chạy tới dưới gốc cây, chen lên phía trước bọn họ.

"Này, các ngươi không biết thứ tự trước sau gì sao?" Nhung Nhung phẫn nộ quát.

Một kẻ gầy gò mặt mũi xấu xí, ti hí mắt lươn từ trong số đó bước ra cười xuề xòa: "Xin lỗi xin lỗi! Chúng tôi có việc gấp, đường xa đến đây, khó khăn lắm mới chờ được đến ngày mồng một hoa nở. Trong lúc cấp bách nếu có đắc tội thì xin được lượng thứ."

Thấy đối phương thái độ nhún nhường, Linh Chí không hề quan tâm, còn Thời Vũ đi sau lưng cũng không nói gì, thế nên Nhung Nhung cũng không muốn tùy tiện gây chuyện, nhân lúc rảnh rỗi, nàng bèn bắt chuyện với hắn: "Các ngươi cũng đến để xin hoa giải thắc mắc à?"

"Đúng thế." Kẻ gầy gò kia thở dài, "Khẩu vị của hoa này đúng là không tầm thường, những thứ mà hoa Mặt Người đòi hỏi càng lúc càng khó tìm. Nhưng mà hết cách rồi, ai bảo nó lại thần thông linh nghiệm như thế? Chỉ cần đáp ứng yêu cầu của nó thì trên thế gian này không có thứ gì là nó không biết. Chúng tôi tuy không biết có thể dâng lên thứ nó muốn hay không, nhưng mà cũng muốn thử một phen."

"Nó muốn thứ gì?" Linh Chí nhướng mày hỏi.

"Tùy theo việc cầu xin mà cái giá bỏ ra sẽ khác nhau." Kẻ gầy gò kia vừa nói xong thì thấy đồng bọn vẫy tay gọi mình, liền mau chóng bước lên phía trước, trước khi đi còn không quên quay đầu lại nháy mắt cười nói với Linh Chí: "Áo bào này đúng là rực rỡ quá!"

"Chỉ là một con sói tinh thì biết cái gì?" Nhung Nhung lầm bầm. Nàng sợ Linh Chí sẽ nổi giận khi nghe thấy lời châm chọc của kẻ kia, nhưng thật ra nàng đã lo xa rồi, vẻ mặt của Linh Chí vẫn rất bình thản, rõ ràng là hắn không hiểu ra cách nói ngược của tên kia.

Thời Vũ khẽ cười: "Ta còn tưởng con sói tinh ấy là bà con xa của ngươi đấy."

"Tiểu Vũ thối tha, ngươi nói lung tung gì thế? Tưởng ta đánh không lại ngươi đúng không?" Nguyên hình của sói tinh một phần nào đó có nhang nhác với chồn tím, bị đem ra so sánh như vậy là một lời sỉ nhục cực mạnh với Nhung Nhung.

Linh Chí mặc kệ cho hai người họ cãi nhau, chỉ bước đến gần cây đại thụ kỳ lạ ấy, khoanh tay quan sát.

Những đóa hoa trắng trên cây đều vẫn chưa nở, đài hoa cực kỳ lớn. Thấy có người đến, cả thân cây khẽ rung lên, tiếng lầm rầm phát ra càng dày đặc hơn.

Một người lùn lực lưỡng cao khoảng hai tấc đang đứng dưới gốc cây, một nụ hoa trước mặt hắn chợt nở ra. Đóa hoa vừa nở ấy to khoảng bằng mặt người, có mắt có tai có miệng, chỉ duy nhất không có mũi, cũng không có hương thơm, biểu cảm lươn lẹo tinh ranh trông rất sống động, nhìn thoáng qua không khác gì người thật.

Người lùn kia khom người thì thầm mấy câu vào tai của đóa hoa vừa nở kia. Đóa hoa như nghe hiểu, liền mở miệng đáp trả. Nhưng điều kỳ lạ là tất cả mọi người đứng gần đó chỉ mấy bước chân, bao gồm Linh Chí là người có giác quan vô cùng nhạy bén cũng không thể nào nghe được cuộc trò chuyện của họ, chỉ có thể nghe được những tiếng lầm rầm rối loạn.

Một lát sau, những kẻ vừa rồi tranh lên trước họ cũng đã rời đi.

Thời Vũ đứng sau lưng Linh Chí liền khẽ nói: "Chủ nhân muốn hỏi gì thì chỉ cần nói với hoa Mặt Người là được."

Lúc này, có một đóa hoa nở ra một cách mau chóng, gương mặt sốt sắng, lá cây rung lắc dữ dội, tựa hồ như đang muốn thúc giục. Những đóa hoa đã nở cũng không khép lại nữa, miệng vẫn lẩm bẩm không ngớt, mắt thì cứ nhìn về phía Linh Chí.

Linh Chí bước lên, rồi vẫn như trước kia, xòe bức họa trong lòng bàn tay của mình ra cho đóa hoa xem.

"Xin hỏi đây là đâu?"

Đóa hoa ấy vừa trông thấy bức vẽ liền lộ vẻ kinh ngạc, những đóa hoa đã nở khác cũng cố gắng quay sang nhìn, thậm chí những nụ hoa chưa nở cũng cùng tham gia bàn luận, cả cây đại thụ vang lên âm thanh rì rầm hỗn loạn, khiến người ta nghe mà đau cả đầu.

Một lúc sau, cuộc tranh luận có vẻ đã kết thúc, đóa hoa giao tiếp với Linh Chí khẽ gật đầu, dùng giọng nói pha lẫn giữa sự non nớt của trẻ con và già dặn của người già mà trả lời: "Giờ Tý đêm nay, nước trên núi thần Đế Đài, ngọc của cây thần Lang Can, mai của rùa Tuyền Quy, gỗ của cây Bất Tận."

Ba người bước ra khỏi cổng miếu, quay đầu nhìn vào trong miếu vẫn thấy khách hành hương nườm nượp, hoa đào nở rộ.

"Nước trên núi thần Đế Đài, ngọc của cây thần Lang Can, mai của rùa Tuyền Quy, gỗ của cây Bất Tận... Đây chính là những thứ mà hoa Mặt Người muốn ta mang đến sao?" Linh Chí rõ ràng đã nghe rất rõ, nhưng sau khi trầm tư một lúc vẫn muốn xác nhận lại với hai tùy tùng.

Thời Vũ gật đầu, "Vâng, trước giờ Tý đêm nay, chỉ cần chúng ta mang những thứ ấy đến đặt dưới gốc cây thì đóa hoa đó sẽ giải đáp được thắc mắc trong lòng chủ nhân."

"Hoa Mặt Người này có bao nhiêu là mặt như thế mà chẳng có gương mặt nào là anh tuấn, đúng là chán ngắt." Nhung Nhung đi phía sau kêu ca.

"Ngươi trước đây từng gặp hoa này chưa?"

Nhung Nhung thấy Linh Chí hỏi mình liền nghiêng đầu ngẫm nghĩ rồi đáp, "Ta chỉ biết một loài cây gọi là Nhân Mộc, cũng có hoa hình đầu người, nhưng không nói được, cũng không biết giải đáp thắc mắc. Còn loại cây thông minh lanh lợi như hoa Mặt Người trong miếu này, trước nay ta chưa từng gặp bao giờ."

"Còn ngươi làm sao mà biết nơi này?" Linh Chí quay sang hỏi Thời Vũ.

Thời Vũ trầm ngâm một lúc mới đáp: "Tôi cũng đã từng đến hỏi nó."

"Có được như ý nguyện không?"

"Thời Vũ vô dụng, không thể dâng lên được thứ nó muốn vào đúng hẹn."

"Vậy sao? Nó muốn ngươi dâng thứ gì?"

Lần này, Thời Vũ mãi mà không trả lời.

Nhung Nhung không kìm được mà thốt lên, "Ta biết, là Quy Sơn Phi Ngư!"

Vẻ mặt Linh Chí thoáng hiện lên một nét kinh ngạc: "Thì ra là thế... Điều mà ngươi hỏi rất quan trọng sao?"

Thời Vũ cười đáp: "Đã quá thời hạn rồi, cho dù có muốn hỏi gì thì cũng đã vô dụng. Chủ nhân không cần để tâm nữa."

"Linh Chí, thế còn người, cần Quy Sơn Phi Ngư để làm gì?" Nhắc lại chuyện này, Nhung Nhung cảm thấy rất hiếu kỳ.

Linh Chí nói: "Lấy vảy đuôi của Quy Sơn Phi Ngư gắn lên mũi tên thì sẽ khiến cho mũi tên trở nên vô thanh vô hình. Ta có một người bằng hữu chí thân là cao thủ sử dụng cung tên."

"Chủ nhân mà cũng có bằng hữu chí thân, không biết người nào mà có vinh hạnh thế nhỉ?"

Có vẻ do nhắc đến cố nhân, nét mặt Linh Chí trở nên dễ chịu hơn nhiều, vẻ thiếu niên trên mặt rõ ràng hơn rất nhiều so với lúc lạnh lùng, cũng không biết hắn rốt cuộc có nghe ra ý mỉa mai ngầm trong câu nói của Thời Vũ hay không.

Hắn trầm ngâm một lúc rồi nói: "Ta thấy mụ già trong miếu kia quen trò giả thần giả quỷ. Cho dù ta có mang được mấy thứ mà hoa kia muốn đến, nhưng việc mà đến Nhung Nhung còn không biết thì ta dựa vào đâu mà có thể tin hoa đó sẽ giải đáp được?"

Thời Vũ đáp: "Dựa vào việc trụ trì ở đó... chính là thần Vũ La."

"Cái gì?" Linh Chí lập tức dừng phắt lại, "Vũ La? Ngươi nói thần Vũ La chính là ở đây sao?"

"Chủ nhân chắc cũng đã thấy, kết giới trong miếu đó ngay cả chủ nhân cũng không phát hiện được. Trên thế gian này có mấy người làm được chuyện đó chứ?"

"Sao có thể chứ?" Từ lúc gặp Linh Chí đến nay, đây là lần đầu tiên Thời Vũ và Nhung Nhung thấy hắn kinh ngạc đến thế. Bạch Ô thị là hậu duệ của thần viễn cổ, thần Vũ La là một đại thần[65] đã từng kề vai sát cánh với tiên tổ của Bạch Ô, là tiên phong dưới trướng của Thiên Đế Đế Hồng, có năng lực trác tuyệt, chiến công hiển hách.

Trong lòng Linh Chí, ngoại trừ tiên tổ Hạo Anh ra thì Vũ La chính là thần linh mà hắn tôn kính nhất trong số các thần linh thời thượng cổ.

"Sau trận chiến ở Cô Mộ Sơn, Vũ La không phải đã cùng quy tịch với các vị thần khác rồi sao?" Linh Chí vẫn không dám tin.

"Ta biết trận chiến ở Cô Mộ Sơn, đó là việc của hơn một vạn tám ngàn năm trước." Nhung Nhung nhảy đến bậc thang đá trước mặt Linh Chí, nhanh nhảu nói: "Nghe nói có rất nhiều thiên thần viễn cổ đã hy sinh trong trận chiến đó, những người còn lại cũng bị thương nặng. Thanh Linh khí của thiên địa chính từ lúc đó mà suy giảm dần. Rồi trong mấy ngàn năm sau đó, thần linh thượng cổ từng người từng người một đều về cõi Đông Hải Quy Khư, cuối cùng chỉ còn lại đám tiểu tốt như bọn ta thôi."

[65] Cách xưng hô tôn trọng đối với các vị thần có địa vị cao.

Linh Chí ủ rũ cúi đầu, trong số vô vàn những chuyện xảy ra ấy, còn ai thấu hiểu được nỗi đau này nhiều hơn Bạch Ô thị?

Thời Vũ đứng bên cạnh yên lặng quan sát Linh Chí một lúc lâu mới nói: "Rốt cuộc có phải thần Vũ La hay không, chủ nhân cứ đợi đến đêm nay có lẽ sẽ biết ngay thôi. Nhưng việc quan trọng trước mắt cần làm là cần phải thu thập đủ những thứ mà hoa Mặt Người yêu cầu, nếu không mọi chuyện sẽ thành công cốc."

Linh Chí tất nhiên đã có lòng tin. Nhung Nhung từng sống trên thượng giới, thế nên kiến thức rất sâu rộng, nhưng dù gì cũng chỉ gọi là biết đôi chút chứ không hiểu tường tận, không thể bì được với thiên thần từ thời thượng cổ là Vũ La được. Nếu sau lưng hoa Mặt Người chính là thần Vũ La thì có thể sẽ thật sự giải đáp được thắc mắc trong lòng hắn.

"Điều mà chủ nhân muốn hỏi không hề tầm thường, thế nên hoa Mặt Người đó cũng đòi hỏi rất cao. Những thứ mà nó muốn chẳng phải đều là thứ quý giá nhất trong thiên địa sao? Nước Đế Đài thì còn được, vì Tư Vô Tà chính là được ủ ra từ nó. Mai rùa Tuyền Quy thì tôi từng thấy một cái ở chỗ của Bạch Giao, hắn tuy hơi nhỏ mọn nhưng nếu tôi đã hỏi thì chắc chắn sẽ cho thôi. Còn về..." Giọng của Thời Vũ tuy rất non nớt nhưng vô cùng rõ ràng rành mạch.

"Gỗ cây Bất Tận thì trên người ta có đây."

Gỗ cây Bất Tận cũng có thể xem là bảo vật của Bạch Ô, Thiên Hỏa bên dưới Phủ Sinh Tháp cháy được chính là nhờ gỗ cây Bất Tận. Trước lúc rời khỏi Tiểu Thương Sơn chính người thân cận nhất đã đưa nó cho hắn, không ngờ thật sự có lúc cần dùng đến. Lẽ nào hoa Mặt Người đã sớm đánh hơi được những bảo vật trên người của bọn họ rồi sao?

"Thế thì tốt quá, vậy thì chỉ còn lại ngọc Lang Can thôi." Nhung Nhung vỗ tay hoan hô.

Thời Vũ khẽ hừ một tiếng: "Khó nhất chính là ngọc Lang Can đấy. Ngươi đã từng sống ở trên đó rồi, chắc cũng biết ngọc Lang Can chỉ có ở trong Thập Nhị Lầu, Ngũ Thành của Côn Luân Khư. Thiên Đế năm xưa vô cùng trân trọng nó, nên mới giao cho Ly Châu bảo vệ."

"Thứ đó ăn vào vô vị, cũng chẳng giải được sầu, cho ta ta cũng chẳng thèm." Nhung Nhung bực dọc nói, "Biết sớm thế này thì lúc đó ta đã lấy vài viên mang theo rồi. Tiếc là bây giờ không thể quay về được nữa."

Trong số bốn món thì ngọc Lang Can chính là thứ Linh Chí chưa từng nghe bao giờ, thì ra nó vốn xuất thân từ Côn Luân Khư, thế thì dựa vào sức của hắn không thể nào dễ dàng có được rồi. Hắn nhất thời không thể nghĩ ra được cách gì.

Thấy hy vọng gần kề lại càng lúc càng trở nên xa vời, không hiểu vì sao, Linh Chí lại chợt nhớ đến vẻ phẫn nộ và hụt hẫng hiện lên trên mặt Thời Vũ khi bị hắn cướp mất Quy Sơn Phi Ngư.

"Phải rồi! Nhung Nhung, ngươi làm ta nhớ ra một chuyện." Ánh mắt Thời Vũ chợt sáng lên, "Ngoài ngươi ra thì còn có một người khác cũng đến từ thượng giới, ta nhớ hắn từng khoe khoang rằng trên người có mang theo rất nhiều bảo vật quý giá trên thiên đình, trong đó có cả ngọc Lang Can!"

Nhung Nhung quay sang nhìn Thời Vũ, ánh mắt có nét ngập ngừng, "Ngươi... ngươi muốn nói đến Ngọc Trâm công tử sao?"

Chương 8

Ngọc Trâm công tử

Thời Vũ đề nghị bắt tay tìm ngọc Lang Can từ chỗ Ngọc Trâm công tử, Linh Chí không có ý kiến gì. Hiện giờ có vẻ chỉ còn cách này, vậy nên cần phải tìm hiểu rõ hành tung của Ngọc Trâm công tử trước đã.

Thời Vũ vẫn không thể bỏ được thói xấu thích nói nửa úp nửa mở. Hắn nói, không cần phải đi tìm Ngọc Trâm công tử, đối phương sẽ tự động tìm đến thôi.

Buổi tối yên tĩnh, trăng sáng vằng vặc, tại một con sông nhỏ ở ngoại ô Thần Hòa Nguyên, Thời Vũ liên tục cầm một hòn đá nhỏ ném xuống nước, nhìn nó nhảy trên mặt nước rồi lại dùng pháp thuật hút nó về, mãi mà không chán. Nhung

Nhung ngồi ôm chân trên một cây liễu, vừa ngẩng đầu ngắm trăng vừa đùa nghịch với mái tóc, còn Linh Chí thì chỉ đứng lặng lẽ dưới bóng cây.

Họ làm theo lời của Thời Vũ, đến đây chờ Ngọc Trâm công tử xuất hiện.

Một lúc lâu sau, Nhung Nhung sau một hồi ngân nga hát cũng đã mệt, bốn bề trở nên tĩnh lặng. Thời Vũ mân mê hòn đá trong tay rồi quay đầu nói: "Chủ nhân yên tâm, buổi tối thì Ngọc Trâm công tử rất thích lảng vảng quanh nơi này. Mũi của hắn rất thính, chỉ cần ngửi thấy mùi lạ thì cho dù là người hay vật, hắn cũng đều sẽ mò đến tìm hiểu cho rõ."

Linh Chí không lên tiếng. Thời Vũ ngoài miệng bảo Linh Chí yên tâm, nhưng thật ra theo hắn quan sát thì Linh Chí có vẻ cũng không mấy lo lắng. Hiện giờ chỉ còn chưa đầy hai canh giờ nữa là đến giờ Tý, song Linh Chí lại không hề sốt ruột một chút nào, mà luôn tĩnh tâm, bình thản, nếu không để ý thì còn tưởng hắn lúc này đã hòa làm một với bóng cây đen sì kia rồi.

Bây giờ mới là đầu xuân nên gió thổi khá to, thời tiết se lạnh. Thời Vũ thấy thế liền lầm rầm niệm chú. Cây liễu nơi Nhung Nhung và Linh Chí đang đứng liền hóa thành một căn nhà tranh thanh tịnh bên núi. Trong nhà tỏa ra hơi ấm kèm theo hương thơm nhè nhẹ, đầy đủ bàn ghế chăn giường, trên chiếc lò gạch đỏ trong bếp còn có đặt một nồi sứ, nước trong đó đang sôi, bốc khói nghi ngút. Thời Vũ đứng bên khóm trúc ngoài cửa nhìn hai người kia nhe răng cười, nhưng đột nhiên có một cành liễu bay đến đập thẳng vào một bên mặt của hắn, ảo ảnh sau đó cũng liền biến mất.

"Ta ghét thuật ảo ảnh của ngươi." Giọng của Linh Chí tuy rất bình thản nhưng đầy sức uy hiếp.

"Vâng." Thời Vũ cúi đầu.

Nhung Nhung ngồi trên cây thở dài, "Hai người biết không, nếu cho ta chọn thì ta thà trộm đồ ở Côn Luân Khư, cho dù bị Ly Châu phát hiện rồi dùng Khổn Tiên Tác[66] trói lại bảy ngày bảy đêm cũng còn hơn là phải dây dưa với Ngọc Trâm."

Linh Chí nói: "Ồ, hắn lợi hại thế sao?"

"Chẳng mấy chốc người sẽ biết thôi." Nhung Nhung sầu não: "Có một số người lợi hại, nhưng không dây dưa. Chẳng hạn như người, nếu không gây chuyện gì thì ở bên cạnh người cũng có thể xem là không đáng sợ. Nhưng có một số kẻ hoàn toàn ngược lại, chẳng hạn như Ngọc Trâm."

"Ngươi và hắn có thù." Linh Chí đã hiểu.

Nhung Nhung ngồi trên cành cây khẽ đung đưa hai chân nói với Linh Chí: "Nói thật ra thì ta và Ngọc Trâm cũng có chút liên hệ, hai người bọn ta đều đến từ thượng giới. Chủ nhân của hắn đã về cõi Quy Khư, hắn lưu lạc chốn nhân gian trước ta rất lâu. Ba trăm năm trước hắn gặp ta tại Trường An, kể từ đó hắn cứ bám lấy ta, muốn ta phải... ở bên cạnh hắn, nhưng ta không ưa hắn."

---

[66] Sợi dây trói thần tiên.

Nói đến đây, Nhung Nhung cố ý cầm vòng lá liễu mới vừa kết ném nhẹ về phía Linh Chí: "Trước nay chỉ có ta nhìn trúng người khác chứ không bao giờ đợi người khác lựa chọn mình đâu. Kiểu mà ta thích chính là loại xương cứng khó gặm giống như người vậy."

Linh Chí chẳng có chút phản ứng gì, hệt như điều Nhung Nhung vừa nói không hề liên quan gì đến hắn vậy, chỉ khi vòng lá liễu chuẩn bị chạm vào người, hắn liền đưa tay hất nhẹ ngang vai một cái, vòng lá liễu mềm mại lập tức bật ngược lại hệt như một ánh sao băng, khiến Nhung Nhung giật bắn mình suýt ngã từ trên cây xuống, Thời Vũ đứng suy tư kiểm điểm bản thân bên mép nước cũng suýt chút nữa gặp họa lây.

Song Nhung Nhung không nản lòng mà chỉ phụng phịu nói: "Lúc này đáng lẽ người phải hỏi ta rằng tên Ngọc Trâm ấy có phải rất xấu xí hay không chứ."

Tất nhiên chẳng ai thèm hỏi nàng ta câu đó cả, nhưng nàng ta vẫn cứ phấn khích nói vọng xuống dưới: "Hắn ta ấy à, trông cũng không tệ, nhưng tính cách thật sự là đeo bám đến mức khó ưa. Ta không đồng ý, hắn liền giở ra bao nhiêu thủ đoạn xấu xa. Chắc người chưa bao giờ gặp kẻ nào thù dai như hắn đâu, một khi hắn đã hận rồi thì hệt như một con chó điên vậy, thủ đoạn không cao minh gì mấy, nhưng vừa đánh xong chân trước thì hắn đã liền thò chân sau rồi, liên tục như vậy, mãi chả hết, khiến người ta phải đau đầu. Sau này Thời Vũ không chịu nổi việc hắn cứ liên tục đến gây chuyện, thế nên đã cho hắn nếm chút mùi đau khổ."

"Chút mùi đau khổ?"

"Vâng, chẳng qua chỉ là chặt mất một cái đầu của hắn, sau đó hắn lại mọc lại rồi. Từ đó hắn liền xem Thời Vũ là cái gai trong mắt, dằm trong thịt, không còn muốn bám lấy ta nữa mà chỉ muốn kiếm chuyện với Thời Vũ, hơn một trăm năm nay mà vẫn không buông tha. Cũng may mấy năm nay hắn đã tìm ra trò vui mới, tiến cung giữ cái chức 'Hạc' gì đó, nịnh nọt lấy lòng của đương kim nữ đế, nghe nói là vì nếu hấp thu được khí của đế vương nhân gian thì sẽ giúp nhiều cho việc tu luyện. Vậy nên sau đó bọn ta mới tạm có những ngày tháng yên ổn."

Thời Vũ mân mê hòn đá nhỏ, nói giọng khinh bỉ: "Mấy pháp thuật mê hoặc lòng người của hắn rất thấp kém, chẳng qua chỉ lừa được đám phàm phu tục tử thôi."

"Phải phải phải, nếu ngươi muốn thì chắc chắn sẽ giỏi hơn hắn cả ngàn lần. Thế sao ngươi không thử làm xem?" Nhung Nhung châm chọc Thời Vũ.

Thời Vũ lạnh lùng hừ một tiếng.

"Này, Linh Chí, người không muốn hỏi ta là ta và Thời Vũ có quan hệ gì sao?" Thấy dưới gốc cây quá yên tĩnh, Nhung Nhung không kìm được lại muốn ném cái gì đó xuống, nhưng chợt nhớ lại vòng lá liễu bay như sao xẹt vừa rồi thì rốt cuộc cũng chùn tay.

Song lần này Linh Chí lại khá phối hợp, tuy không có hứng thú nhưng vẫn miễn cưỡng nặn ra một câu: "Các ngươi không phải là một đôi phu phụ sao?"

"Cái... cái gì? Không có chuyện đó!" Thời Vũ giật bắn mình, cảm thấy bị sỉ nhục còn hơn cả Nhung Nhung khi bị so sánh với sói tinh.

Nhung Nhung lại cười nói: "Người xem, hắn chỉ như một đứa trẻ, ta sao nỡ ra tay chứ?"

Linh Chí kinh ngạc: "Ta cứ tưởng hắn là người lùn."

Thời Vũ âm thầm ném hết đống đá trong tay xuống nước. Năng lực không bằng người ta thì đành phải nhịn thôi!

Nhung Nhung lại cảm thấy rất thích thú, bật cười như điên một lúc mới nói: "Từ lúc hắn hóa hình đến nay đều là dáng vẻ này. Tuy nhiên với tu vi của hắn thì muốn đổi sang hình dạng khác là điều không khó. Ta đã nói với hắn, dù sao bọn ta cũng hợp ý nhau, chỉ cần hắn chịu hóa thành người lớn, sau này ở bên ta, cùng nhau tu luyện cũng không có gì là không được, nhưng hắn lại không thích ta, nói thế nào cũng không chịu."

"Ngươi đừng có làm liên lụy đến ta." Gương mặt đang tỏ vẻ chán ghét của Thời Vũ chợt trở nên nghiêm túc. Xung quanh bờ sông thoáng đãng lúc này bỗng vang lên tiếng cười.

"Ai với ai là một đôi chứ?" Tiếng cười vừa dứt, một lang quân dung mạo đẹp đẽ, mặt thoa phấn đỏ, áo gấm phất phơ, dáng vẻ phong lưu liền bước ra từ một bụi cây cách đó khoảng mười bước chân.

"Ta cứ ngỡ là ai, hóa ra là Tiểu Thời Vũ. Hôm nay lại có nhã hứng cùng đi dạo dưới trăng với Nhung Nhung, lẽ nào ngươi cuối cùng cũng động lòng rồi sao? Ái chà chà, nhân duyên này đẹp tựa như hoa, thật là khiến ta ngưỡng mộ."

Thời Vũ nhẹ nhàng hành lễ với người vừa đến, "Ngọc Trâm công tử, đã lâu không gặp."

"Có thể gặp được ngươi ở đây đúng là một chuyện cực vui của đêm nay. Ngươi chưa chết thì ta đâu dám cáo bệnh." Ngọc Trâm công tử khẽ phẩy tay áo, nét cười nhẹ nhàng, nhưng trong đôi mắt mỏng dài lại không giấu nổi vẻ phấn khích, giống như đang muốn lao đến nuốt chửng Thời Vũ vào bụng vậy.

"Thật không dám giấu, Thời Vũ đêm nay cố tình đến đây chờ đợi là có một việc muốn thỉnh cầu. Dám hỏi công tử đã từng nghe nói đến Lang Can..."

"Chỉ cần ngươi nộp mạng thì muốn gì ta cũng đồng ý."

Thời Vũ còn chưa kịp nói xong, Ngọc Trâm công tử đã giương đôi bàn tay móng vuốt dài nhọn lao về phía Thời Vũ, chiêu thức hung hãn kỳ dị.

Thời Vũ vừa né tránh vừa nói: "Nếu ngươi chịu đưa ngọc Lang Can cho ta thì ta có thể giúp ngươi nguôi giận, hay là ngươi cũng chặt đầu của ta xuống nhé?"

"Hừ, đừng tưởng ta không biết mấy chiêu trò lừa gạt của ngươi, dựa vào ngươi mà cũng dám đòi ngọc Lang Can sao?"

Ngọc Trâm công tử tấn công dồn dập, Thời Vũ không thể lùi được nữa, đành phải nghênh chiến, từ không trung hóa ra rất nhiều binh khí nhất tề chĩa vào đối phương. Nhưng Ngọc Trâm công tử chỉ phẩy tay áo một cái là đã khiến số đao kiếm ấy lập tức biến mất, hắn mỉa mai nói: "Vẫn cứ là trò này, ta xem chán lắm rồi."

Thời Vũ có hơi ngẩn người. Trước đây, nếu không dùng mưu kế mà giao tranh nghiêm túc thì Ngọc Trâm công tử và hắn thật sự khó phân cao thấp, thế mà bây giờ Ngọc Trâm lại có thể dễ dàng hóa giải pháp thuật của hắn như thế thật sự là điều không thể ngờ. Chỉ trong một thời gian ngắn mà hắn đã tăng tiến đến mức này rồi sao?

"Ngọc Lang Can đang ở trong bụng ta, giờ cứ ngoan ngoãn để ta nuốt vào thì ngươi sẽ thấy được bảo bối thôi." Ngọc Trâm công tử thừa cơ lúc Thời Vũ còn chưa kịp định thần liền đưa hai tay cùng lúc nắm chặt hai vai Thời Vũ, định xé toạc hắn ra tại chỗ để thỏa nỗi hận trong lòng. Khi hắn sắp thực hiện được thì chợt thấy có một tia sáng xẹt đến, Ngọc Trâm công tử hốt hoảng lùi lại mấy trượng, cúi đầu nhìn xuống thì thấy hai móng vuốt trên tay của mình đã bị chặt đứt hết.

Hắn vốn có đôi tay mềm mại trắng trẻo, móng tay không những là vũ khí mà còn là thứ mà hắn vô cùng yêu thích, hắn thấy móng tay bị chặt đứt thì vô cùng phẫn nộ, "Là ai?"

"Ngươi có ngọc Lang Can." Linh Chí sau khi xác nhận Ngọc Trâm công tử thật sự có thứ mình cần thì không khoanh tay đứng nhìn nữa mà bước ra từ bóng tối cất tiếng nói: "Ta đang cần dùng ngọc Lang Can. Hay là thế này, ngươi muốn thứ gì, chỉ cần ta có thể tìm được thì sẽ đem đến đổi với ngươi."

"Bạch Ô Nhân?" Ngọc Trâm công tử nhìn rõ dáng vẻ của Linh Chí thì không khỏi kinh ngạc, khẽ lẩm bẩm: "Ta quả thực đoán không sai, chỉ có Bạch Ô Nhân mới có thể hút cạn nguyên linh của Cóc Tinh như thế!"

Linh Chí im lặng. Xét về mặt nhãn lực thì Ngọc Trâm công tử này thật sự có mạnh hơn Thời Vũ và Nhung Nhung. Hắn cũng không muốn nói nhiều, lại hỏi lần nữa: "Được không?"

"Ta đúng là có ngọc Lang Can, nhưng đó là bảo vật của thượng giới, đâu phải ngươi muốn lấy là lấy." Ngọc Trâm công tử nheo mắt nhìn Linh Chí từ đầu xuống chân, có vẻ như đang đánh giá thực lực của đối phương, "Ngươi có thứ gì có thể đổi với ta?"

Linh Chí đáp: "Trên người ta có gỗ cây Bất Tận, ngươi thấy được không?"

"Gỗ cây Bất Tận? Đó vốn là thứ mọc ở Viêm Hỏa Sơn bên dưới Côn Luân Khư, Bạch Ô thị các ngươi sao lại dám lấy nó làm của riêng? Còn dám lấy ra trao đổi với ta nữa chứ!"

"Đổi hay không đổi?" Linh Chí chẳng muốn đôi co với hắn nữa.

Ngọc Trâm công tử thẳng thừng nói: "Cũng được, ngươi giao gỗ cây Bất Tận và chiếc ô trong tay cho ta, sau đó đi theo ta một trăm năm, hấp thu nguyên linh của vạn vật để giúp ta tu luyện, vậy thì ta sẽ giao ngọc Lang Can cho ngươi."

Hắn rõ ràng là muốn kiếm chuyện sinh sự, đến Nhung Nhung cũng không thể chấp nhận được: "Ngươi nằm mơ đi!"

Vẻ mặt Linh Chí vẫn rất bình thản, "Ta giờ còn có việc chưa làm xong, không thể đi theo ngươi được."

Ngọc Trâm công tử nghĩ một lúc rồi gật đầu nói: "Thôi được, vậy ngươi giao ô cho ta trước đi."

Nhung Nhung ngồi trên cây chợt hô to: "Tuyệt đối không được!"

Linh Chí cúi đầu nhìn vật trong tay mình, dường như đã hạ quyết tâm, vung tay ném nó về phía đối diện. Ngọc Trâm công tử đón lấy chiếc ô, vuốt ve nó một chút rồi hỏi: "Đây là thứ đã làm ta bị thương sao?"

"Đưa ngọc Lang Can đây."

Ngọc Trâm công tử bật cười: "Ta đâu có nói sẽ đưa ngọc Lang Can cho ngươi. Nếu ngươi không thể theo ta trong một trăm năm thì mau hút cạn nguyên linh của hai kẻ hạ tiện Thời Vũ và Nhung Nhung cho ta, sau đó chỉ cần theo ta chín mươi chín năm thôi, ngươi thấy được không?"

"Tiểu nhân tự cho là mình thông minh, khiến người ta ngứa mắt." Linh Chí dứt lời, chiếc ô tuy vẫn trong tay Ngọc Trâm công tử, nhưng hắn lại cảm giác như nó có một mối liên kết vô hình với Linh Chí, còn linh lực trong người hắn thì đang bị chiếc ô liên tục hút và truyền về phía Linh Chí.

Hắn đã có phòng bị, lập tức vứt chiếc ô sang một bên rồi hiện nguyên hình, thì ra là một con rắn khổng lồ đen tuyền. Con rắn giơ cao ba cái đầu của mình, lưỡi thò ra thụt vào, trừng mắt quẫy đuôi, sau đó đột nhiên co bụng lại rồi há to ba cái miệng, một cái phun lửa đỏ, một cái phun nước bùn, cái còn lại phun ra khói mù hôi hám.

Chiếc ô như có mắt, nhẹ nhàng quay trở lại vào tay Linh Chí. Nước, lửa và khói đều bị chiếc ô bật ra hất ngược lại về phía Ngọc Trâm, Ngọc Trâm lập tức lăn mấy vòng dưới đất, phát ra tiếng gào nghe như tiếng khóc trẻ con.

"Chủ nhân cẩn thận!" Thời Vũ cao giọng nhắc nhở.

Trên bầu trời chợt có tiếng sét, mây đen kéo đến che kín ánh trăng, từ trong bóng mây dường như có rất nhiều bóng người nhảy xuống.

"Là Trọng Dã và Du Quang đến đấy." Nhung Nhung cũng nhảy từ trên cây xuống, vẻ mặt hốt hoảng.

Ngọc Trâm công tử hét to: "Hai vị ca ca mau cứu ta, tên Bạch Ô Nhân này không biết từ đâu ra đột nhiên ra tay hại người, muốn cướp bảo bối của ta!"

Linh Chí định thần nhìn kỹ, thì ra "rất nhiều người" kia chỉ là hai người mà thôi. Bọn họ mỗi người đều có đến tám cơ thể, các cơ thể dính vào nhau ở vai, tạo ra khí thế đáng sợ. Gương mặt của họ rất xấu xí kỳ quái nhưng lại toát ra vẻ uy nghi kinh người.

"Họ là thần Dạ Du, canh gác ban đêm nơi hoang dã, chuyên bắt các tiên linh[67] dã quỷ làm loạn vào ban đêm." Nhung Nhung đứng phía sau Linh Chí có hơi rúm ró. Không chỉ nàng ta, tất cả những kẻ tu luyện khác ở Quỷ Thị đều rất e sợ Dạ Du thần, sợ phạm phải sai lầm gì đó rồi bị họ nắm thóp,

[67] Sinh vật thành hình từ luồng tiên khí.

vì hai huynh đệ họ có mang trên mình chức trách mà thượng giới giao phó.

"Bạch Ô?" Một trong hai quái nhân cất tiếng, giọng ngân vang như chuông rền, "Bạch Ô thị trấn thủ Phủ Sinh Tháp, sao lại ở đây?"

"Không liên quan đến các người." Linh Chí lừ mắt với Ngọc Trâm công tử rồi nói với hai quái nhân kia: "Ta và hắn đã thỏa thuận với nhau, nhưng hắn lại nuốt lời."

"Ca ca, hắn vừa mở miệng là đòi ngọc Lang Can, đó là vật tưởng niệm duy nhất mà chủ nhân để lại cho ta, ta sao có thể giao cho hắn được? Hắn thấy ta không chịu giao ra nên đã câu kết với hai tên nhãi ranh kia ra tay cướp đoạt." Ngọc Trâm công tử biến lại hình người, vu khống Linh Chí.

"Rõ ràng chính ngươi gian trá trước, giờ lại nói dối trắng trợn..." Thời Vũ phẫn nộ.

"Đừng có mà giảo biện nữa." Quái nhân còn lại quát to: "Lại là con linh mị nhà ngươi. Lần trước chuyện mấy con tích[68] chạy loạn tác quái, ta còn chưa tính sổ với ngươi đấy."

Thời Vũ hơi tái mặt, chợt nghe Linh Chí nói: "Đêm nay ta nhất định phải lấy được ngọc Lang Can. Các ngươi cùng xông lên với con rắn đó cũng được, đừng có lãng phí thời gian!"

---

[68] Ma chết thành tích, theo *Liêu trai chí dị* thì người chết thành ma, ma chết thành tích. Ma sợ tích, cũng như người sợ ma vậy.

Quái nhân đang quát Thời Vũ thấy trong tay Linh Chí không hề có binh khí mà chỉ có một chiếc ô liền kinh ngạc nói: "Ta chưa từng nhìn thấy Bạch Ô Nhân sử dụng ô bao giờ, đúng là chuyện nực cười mà!"

"Các ngươi không đáng để ta rút kiếm ra."

"Miệng còn hôi sữa mà cũng dám ngông cuồng như vậy." Quái nhân kia nổi giận trước khẩu khí khinh bạc của Linh Chí, "Bạch Ô thị thì đã sao? Ta sẽ thay mặt tổ tiên ngươi dạy dỗ ngươi."

Một luồng sét từ trên mây đen đánh xuống, Linh Chí không hề né tránh, bị luồng sét đánh thẳng vào người, song hắn không hề hấn gì, chỉ có những phần cơ thể lộ ra ngoài là có những tia sét chạy lăn tăn. Hắn cho tia sét tụ lại trên đầu ngón tay rồi hiếu kỳ nói: "Đây mà cũng xứng gọi là Lôi Hình[69] sao? Thần linh thay thế Bạch Ô để thực hiện Thiên Phạt chỉ có bản lĩnh thế này thôi à?"

Quái nhân kia định cầm rìu bổ xuống, chợt bị người bên cạnh ngăn lại khuyên nhủ: "Du Quang, đệ hồ đồ rồi. Bạch Ô thị nổi danh vì tài điều khiển sấm sét, Lôi Việt đến giờ vẫn còn nằm trong tay họ, thế thì người trong tộc bọn chúng sao có thể sợ sấm sét chứ? Chúng ta đều là những người phụng sự cho thượng giới, có gì từ từ nói, có thể trong chuyện này có hiểu lầm." Rồi hắn quay sang nói với Ngọc Trâm công tử: "Huynh đệ của ta tuy là bằng hữu với ngươi, nhưng cũng không thể vì

[69] Hình phạt bằng sấm sét.

vậy mà mù quáng bao che cho ngươi được. Ngươi rốt cuộc có thỏa thuận với hắn không? Nếu có thì cứ giao thứ ấy ra đi. Côn Luân Khư giờ đã chỉ là thành trống bỏ hoang, giữ ngọc Lang Can ấy lại còn có ích gì?"

"Vâng." Ngọc Trâm công tử nét mặt ỉu xìu, cũng không dám nói nhiều, đành phải nhả từ trong miệng ra một mảnh ngọc màu trắng, đặt trong lòng bàn tay, hai tay giơ lên cao hơn đầu, "Ngọc Trâm có mắt mà không thấy Thái Sơn, mong được thứ tội."

Linh Chí thu lại tia sét ở đầu ngón tay rồi nhận lấy Ngọc Lang Can, "Chiếc ô của ta ngươi giữ lại cũng vô dụng, nhưng ta có thể truyền linh khí ngưng tụ lúc trước trong ô lại cho ngươi..."

"Linh khí trong ô làm sao so được với việc ăn thịt ngươi để rửa hận?" Ngọc Trâm công tử gầm lên. Hắn thấy Linh Chí đang cầm ô trên tay, khó thi triển được pháp thuật, thế nên muốn áp sát lại đánh tay đôi với Linh Chí. Tóc hắn bung xõa ra, nhe nanh trợn mắt, chiêu thức vô cùng đáng sợ, thâm hiểm, nào là moi tim, móc mắt, há miệng cắn xé, hệt như một con thú đói khát điên cuồng bám chặt lấy Linh Chí.

Hai Dạ Du thần kia vội tránh sang một bên. Linh Chí chưa từng thấy chiêu thức kiểu này, chỉ kịp lùi vài bước trong tiếng kêu thất thanh của Nhung Nhung, sau đó nhớ lại những chuyện xấu xa của Ngọc Trâm mà Nhung Nhung đã kể trước đó, trong lòng không khỏi cảm thấy khinh ghét. Ngọc Trâm một lần nữa xông vào định cắn cổ Linh Chí thì bị hắn tung cước đá ra, song sau đó lại nhào đến định tấn công chân hắn. Linh Chí không nhịn nổi nữa, nhảy bật người lên, chĩa ô thẳng vào thiên linh cái của Ngọc Trâm công tử, nguyên linh của Ngọc Trâm liền vỡ ra, phát ánh sáng xanh lục lấp lánh rồi bị chiếc ô hút ra như một sợi tơ.

Ngọc Trâm lập tức biến trở lại hình dạng rắn, ba cái đầu mềm nhũn đổ gục ra đất, nhưng miệng thì vẫn cất tiếng mắng chửi: "Tiện nhân Nhung Nhung, nếu không phải vì Thanh Dương quân vẫn còn thì Bạch Ô Nhân làm sao có thể chịu làm chó chạy theo ngươi? Nhớ lúc chủ nhân của ta còn chưa quy tịch thì tên Thanh Dương ấy chẳng qua chỉ là đứa con bị Thiên Đế bỏ rơi, huống hồ gì là đám nhãi nhép các ngươi..."

"Câm miệng, không được ăn nói xằng bậy!" Cho dù Trọng Dã và Du Quang là những người có giao tình với Ngọc Trâm cũng không khỏi giật mình mà nhất tề ngăn hắn lại.

Nhưng trong mắt Ngọc Trâm chẳng hề có sự tồn tại của họ, chỉ cố gắng hết sức nhìn về phía chân trời đằng đông mà ai oán: "Chủ nhân, Ngọc Trâm hối hận rồi. Tôi không nên tham luyến cõi tục thế mà không đi với người!"

"Tiểu tử Bạch Ô, ngươi lấy ngọc Lang Can đi, rồi nể tình huynh đệ chúng ta mà tha mạng cho hắn!" Dạ Du thần Trọng Dã lên tiếng cầu xin thay cho Ngọc Trâm.

Linh Chí không nói không rằng. Thời Vũ bước lên, giúp Linh Chí nhặt ngọc Lang Can nằm bên cạnh mình rắn của Ngọc

Trâm, khi đứng lên còn quay sang khẽ cười với hắn: "Chủ nhân của ngươi mà thấy dáng vẻ này của ngươi thì e cũng sẽ khinh miệt."

Ngọc Trâm ngẩng cái đầu thương tích của mình lên thoi thóp nói với Thời Vũ: "Ta có một chuyện thú vị muốn nói cho ngươi nghe. Mấy con tích mà Trọng Dã và Du Quang bắt lần trước đã bị ta nuốt rồi, nhưng sau khi vào bụng ta thì bọn chúng vẫn chưa chết hẳn, ta dường như còn nghe thấy chúng liên tục gọi: 'Thiếu chủ[70] cứu tôi', nhưng thiếu chủ của bọn chúng lại chỉ là một con rùa rụt cổ."

"Thời Vũ, ngươi cứ mặc kệ hắn, chúng ta đi thôi." Nhung Nhung lo lắng, liền khẽ nắm lấy vạt áo của Thời Vũ, còn Thời Vũ từ từ thả lỏng bàn tay đang nắm thành nắm đấm của mình, gật đầu quay trở lại bên cạnh Linh Chí.

Ngọc Trâm nằm rạp trên mặt đất, trong cơn mơ hồ chợt thấy mình quay lại Côn Luân Khư. Nước hồ Dao Trì như gương, gió thổi nhè nhẹ, còn hắn đang nằm gọn trên bàn tay chủ nhân, hệt như vừa tỉnh dậy sau một giấc mơ dài vậy. Chủ nhân cho hắn ăn ngọc Lang Can, dịu dàng gọi hắn là "tên ranh". Đột nhiên, Lăng Vân Chung Nhũ gãy rời, Cửu Thiên rung chuyển, trong lúc hắn còn chưa biết đã xảy ra chuyện gì thì trận đại chiến đã bắt đầu. Khung cảnh trước mặt biến mất, Nhược Thủy đổ xối xả, Bất Tận Hỏa cháy lên đến tận Đế Cung, khắp nơi ở Côn Luân Khư chỉ còn lại thân xác của các thiên thần và âm khí chưa tan... Chủ nhân của hắn quay lại với thân

[70] Cách xưng hô chủ nhân trẻ tuổi hoặc xưng hô người nối dõi của chủ nhân.

người đẫm máu, nhưng cũng không còn hơi sức để chơi đùa với hắn nữa.

Khi chủ nhân quy tịch đã bảo hắn cùng theo, nhưng hắn nghe nói cõi Quy Khư quanh năm cô tịnh, tuy có thể trường tồn nhưng không biết năm nào tháng nào mới có thể tỉnh lại, chẳng khác nào một đi không trở về. Thế là khi đến bến Cam Nguyên, Đông Hải, hắn đã âm thầm rời khỏi chủ nhân. Có lẽ chủ nhân cũng đã đoán được, có điều biết tính hắn ham chơi nên đã thả cho hắn đi. Lần từ biệt ấy là lần chia ly vĩnh viễn.

Một vạn tám ngàn năm rồi, Ngọc Trâm mãi cũng không thể quên được những chuyện cũ ấy, song ký ức chưa bao giờ rõ ràng như lúc này, thế nên hắn biết rõ đây chắc chắn là trò Nhiếp Hồn Hóa Cảnh của tên oắt con Thời Vũ.

"Tiểu Ngọc Trâm, chơi chán chưa. Tới lúc phải đi rồi!" Hắn dường như có thể nghe thấy chủ nhân đang gọi hắn từ nơi rất xa.

"Chủ nhân, năm xưa tôi chẳng qua chỉ bé bằng cây trâm của người, bây giờ người còn nhận ra tôi không?" Ngọc Trâm lòng đau như cắt, nói xong câu ấy thì cũng tắt thở, ba cái đầu rắn gục xuống bên vũng huyết lệ.

Nhung Nhung căm hận hắn đã lâu, nhưng khi nghe hắn nói câu ấy, trong lòng cũng không khỏi cảm thấy bi ai. Nàng hiểu rất rõ, Ngọc Trâm sẽ không bao giờ có khả năng trùng phùng với chủ nhân nữa. Nàng dừng chân quay đầu lại, còn chưa kịp cất tiếng thở dài thì cái xác rắn nằm gục trên đất của Ngọc Trâm đã liền hóa thành một trận mưa máu.

Thân người của Nhung Nhung mau chóng bị một sức mạnh hất ra rồi mắc trúng vào một cành cây liễu. Máu rắn hôi hám ấy như có một bùa chú lợi hại, chạm đến đâu là hoa lá cây cỏ ở đó liền hóa thành màu đen sì rồi úa tàn.

"Quả nhiên là đeo bám khó ưa!" Linh Chí cũng giật mình trước ác ý dây dưa không dứt này. Hắn chỉ kịp hất Nhung Nhung ra nên bản thân không tránh khỏi bị dính máu của Ngọc Trâm, phần lưng áo bị ăn mòn thủng mất mấy lỗ to.

Hắn cầm vạt y phục bị rách thảm hại ấy lên ngắm nghía một lúc rồi cau mày nói: "Thật tiếc cho bộ y phục."

Chương 9

Không biết không đau

Bạch Giao gặp đám người Thời Vũ trước sơn môn ngôi miếu, hắn quả nhiên chịu giao ra mai rùa Tuyền Quy. Trước đây hắn từng chịu ơn của Thời Vũ, thế nên mai rùa Tuyền Quy tuy hiếm, hắn vẫn không tiếc, có điều khi trông thấy Linh Chí, hắn vẫn cảm thấy có chút e sợ phòng bị, cảm thấy chuyện sau đó không liên quan gì đến mình nữa, hắn liền mau chóng bỏ đi.

Thời Vũ lấy ra một tấm trường bào trong mớ y phục Bạch Giao đưa đến, khoác lên người Linh Chí rồi hỏi: "Chủ nhân có muốn thay y phục trước không?"

Linh Chí có hơi bất ngờ, lắc đầu nói: "Không vội, chuyện chính quan trọng hơn."

Họ quay vào trong miếu kịp lúc trước giờ Tý. Cổng miếu chưa đóng, nhưng bà lão và hai tiểu đồng ban ngày xuất hiện bây giờ không rõ đã đi đâu, bốn bề không một bóng người, chỉ có cây hoa Mặt Người vẫn nằm ở góc tây nam, thấy có người đến thì toàn thân xao động.

Những đóa hoa trên cây đã nở ra nhiều hơn so với lúc họ rời đi, có lẽ do sau đó đã có rất nhiều người đến hỏi cây, cũng không biết có đạt được ý nguyện hay không.

Linh Chí bước lên, lần lượt đặt nước Đế Đài, ngọc Lang Can, mai rùa Tuyền Quy và gỗ cây Bất Tận dưới gốc cây, vừa nhìn đã nhận ra ngay đóa hoa có gương mặt hớn hở trước mặt chính là đóa hoa lúc sáng đã giao tiếp với hắn. Hắn vừa ghé tai xuống, đóa hoa ấy chợt biến sắc mặt rồi khó chịu hét lên: "Ngọc Lang Can thối chết đi được!"

Linh Chí ngẩn người một lúc mới nhớ ra ngọc Lang Can là do Ngọc Trâm nôn ra, bốc mùi... quả thực nó có hơi giống mùi tanh hôi trên người rắn, có khi nào sẽ bị hoa Mặt Người từ chối không?

"Nhưng lúc đầu ngươi không nói nếu ngọc Lang Can có mùi thì sẽ không nhận..."

Đóa hoa kia đột nhiên run nhẹ rồi liên tục nói: "Thời hạn đã đến, thời hạn đã đến." Sau đó, nó không đáp lời nữa, từ từ nhắm đôi mắt lại, cả gương mặt như chìm vào giấc ngủ. Linh

Chí còn chưa kịp ngăn lại, nó đã rơi ra khỏi cành cây. Những đóa hoa Mặt Người còn lại cũng như thế, lần lượt rơi xuống lộp độp, mặt đất lập tức tràn ngập đầu người.

"Thôi chết, đã qua giờ Tý rồi." Giọng của Thời Vũ vang lên sau lưng.

Nhung Nhung hốt hoảng né tránh một đóa hoa đang lăn lông lốc bên chân nàng, "Oái oái, sợ chết đi được."

Linh Chí cũng nổi giận quát mắng: "Đồ chết tiệt!", sau đó vung tay định chém vào thân cây.

"Ai dám tấn công cây trong miếu của ta?" Bà lão mà họ nhìn thấy ban sáng lập tức chạy ra từ phía sau chính điện, đi chân đất, vừa chạy vừa thắt lại dây đai áo, có vẻ như đang ngủ thì đột ngột bị đánh thức dậy.

Thời Vũ đã mạnh miệng nói Vũ La ở trong ngôi miếu này, lẽ nào chính là bà lão đang mơ ngủ này sao? Cho dù rất khó tin, song dù sao uy danh của Vũ La cũng rất đáng sợ, thế nên Linh Chí khá e dè. Hắn dừng tay kiên nhẫn nói: "Ta và cây này đã có thỏa thuận với nhau, cũng đã mang thứ nó muốn đến đây trước giờ Tý, thế mà nó lại ngang nhiên nuốt lời với ta."

Bà lão bước đến dưới gốc cây nhìn mấy món kia rồi làu bàu: "Nước Đế Đài và gỗ cây Bất Tận thì còn được, mai rùa Tuyền Quy có hơi ít, nhưng cũng dùng được. Chỉ có ngọc Lang Can này, ta vốn định nghiền nó ra thành bột, bán cho người ta làm phấn trang điểm, bây giờ hôi thối thế này làm sao mà dùng?"

Linh Chí im lặng một lát rồi hỏi bà lão đang nhăn nhó lật đi lật lại mấy món đồ kia: "Nếu ngọc Lang Can sạch sẽ tinh khiết thì bà thật sự có thể giải đáp điều ta muốn hỏi sao?"

"Ngươi đã không hoàn thành được yêu cầu của hoa Mặt Người." Bà lão quay lại cười tinh ranh: "Hay là thế này, ngươi để ba món bảo bối kia lại, ta sẽ cho ngươi thêm một cơ hội. Chỉ cần ngày mai ngươi mang được ngọc Lang Can tinh khiết đến thì ta sẽ vẫn xem như ngươi đã giữ lời."

"Ta không tin Vũ La lại hạ mình đi làm mấy chuyện kiếm chác lọc lừa này." Linh Chí trầm giọng nói.

Bà lão nhếch mép cười nhẹ, nhặt mấy món đồ dưới đất lên rồi bước đi, thậm chí còn lấy luôn cả mảnh ngọc Lang Can mà bà ta chê bai.

Linh Chí không cam tâm, cũng có ý muốn thăm dò, liền cầm ô chĩa về phía lưng bà lão. Bà lão lập tức quay đầu, toàn thân bừng lửa, ánh mắt sáng rực, thân hình bé nhỏ lúc này toát ra uy phong như hổ báo, vượt xa cả sự hùng vĩ của thiên địa, vừa như thần lại vừa giống ma.

Thời Vũ và Nhung Nhung đều giật mình phủ phục, ngay cả Linh Chí cũng phải cúi đầu nhắm mắt, không dám nhìn thẳng. Song chỉ một lúc sau, tất cả lại trở về như cũ, người đứng phía trước vẫn là bà lão mặc áo vàng, dáng vẻ tham lam, mái tóc bạc có hơi hói, có điều chiếc ô của Linh Chí không biết từ lúc nào đã nằm trong tay bà.

Bà lão vừa ngắm nghía chiếc ô vừa nói, "Thì ra được đúc từ mảnh Liệt Vũ. Để ta xem mặt ô này... bên trong có pha mảnh

Phủ Sinh, thảo nào có thể ngăn được pháp thuật. Quả là đồ tốt! Người tạo ra chiếc ô này đúng là có tâm tư linh động, không ngờ Bạch Ô tộc cũng có người như thế."

Linh Chí lúc này không còn chút nghi ngờ gì nữa. Mặc dù người kia nói năng rất khó nghe, hắn vẫn cúi đầu hành lễ.

Vũ La trả chiếc ô lại cho Linh Chí, "Đúng là hậu duệ của Hạo Anh, tính cách giống hệt bà ta. Nói cho ta biết, bà ta cuối cùng có hối hận không?"

Linh Chí cúi đầu đáp: "Vãn bối chưa từng được gặp tiên tổ Hạo Anh."

Vũ La kinh ngạc, nhắm mắt suy tư một lát mới nói: "Cũng phải. Bà ta lao thân vào Bất Tận Thiên Hỏa cũng đã được hơn chín ngàn năm rồi, còn ngươi thì chỉ mới tí tuổi!"

Linh Chí khẩn cầu: "Mong Vũ La đại thần[71] nể tình bằng hữu xưa kia với tiên tổ..."

"Không không, ta và Hạo Anh chẳng phải bằng hữu gì cả, chỉ có Yến Chân và ta mới có thể xem là hợp ý... Ôi, chắc ngươi cũng chẳng biết Yến Chân là ai đâu, thôi ta không nói nữa vậy. Hạo Anh thật sự là quá cố chấp, là kẻ ngốc, kẻ điên!" Giọng điệu của Vũ La đầy sự mỉa mai.

Linh Chí không biết phải tiếp lời thế nào, đành phải tiếp tục lặng lẽ giữ tư thế hành lễ.

"Ngay cả Hạo Anh cũng đi rồi. Ngoại trừ những người đã về Quy Khư từ lâu và những người trong Phủ Sinh Tháp thì

[71] Cách xưng hô tôn trọng đối với các vị thần có địa vị cao.

các thần thượng cổ bây giờ chỉ còn lại ta và vị trên trời kia." Vũ La thở dài, dáng vẻ trông càng lụm khụm, "Đi rồi cũng tốt. Bất tử bất diệt thì đã sao? Còn chẳng bằng với đám người phàm tầm thường, số mệnh như ngọn đèn trước gió, trí tuệ thiển cận, nhưng chính vì như thế mới có cảm giác trân trọng và thỏa mãn với niềm vui ngắn ngủi chớp nhoáng chốn hồng trần."

"Vũ La đại thần, ngọc Lang Can đắp mặt thật sự có công dụng sao? Người còn dùng mấy bảo bối này để làm việc khác?" Nhung Nhung sau cơn kinh sợ đã bắt đầu hỏi những chuyện ngoài lề.

"Ta đã nói rồi, là thần thì cũng phải có dục vọng, mới có thể sống qua được thiên thu vạn đại. Mao Nhung Nhi, Thanh Dương lẽ nào không như thế sao?"

"Sao đại thần cũng biết tên của tôi?" Nhung Nhung mừng rỡ, nhưng sau đó lại bĩu môi nói: "Chủ nhân vốn là người uyên bác thanh tịnh, không màng thế sự, làm gì có mấy dục vọng tầm thường?"

Vũ La đưa tay ra vuốt tóc Nhung Nhung, thấy vẻ mặt nàng ta đầy vẻ bất ngờ và nghi hoặc thì liền mỉm cười thu tay lại: "Cũng phải, hắn bây giờ đã khác rồi, ngươi cũng vậy. Còn nhớ lần đầu ta gặp ngươi, ngươi vẫn chưa hóa hình, còn bé xíu, cả ngày chỉ biết nhảy nhót khắp nơi, cùng đi gây chuyện với Thanh Dương."

"Thì ra đại thần từng gặp tôi rồi, tiếc là tôi không còn nhớ lúc ấy nữa."

“Sao ngươi lại lang thang chốn phàm trần? Ngay cả Thanh Dương cũng không quản được ngươi nữa sao?”

“Ngài ấy đã không quan tâm tôi từ lâu rồi, tôi cũng không quan tâm ngài ấy!” Nhung Nhung vừa nói vừa nhảy qua nhảy lại trên mặt đất đầy những đóa hoa Mặt Người đáng sợ.

“Những kẻ tu luyện bây giờ càng lúc càng vô dụng, cứ đi hỏi toàn những chuyện nhạt nhẽo chán ngắt, ngay cả những yêu cầu nhỏ nhặt cũng không đáp ứng được, hôm nay kẻ quay lại đúng hẹn chỉ có đám các ngươi thôi. Bảo bối hoa của ta cũng không chấp nhận được nữa. Đạo trời đã thay đổi, thời thế cũng chuyển vần rồi.” Vũ La bước chậm quay trở vào trong, trong tay vẫn cầm chặt mấy món đồ kia.

“Đại thần xin dừng bước. Tiên tổ Hạo Anh trước khi lao mình vào Thiên Hỏa thì đã gần như rơi vào ma đạo[72], bức họa này là do người vẽ lại trong phút cuối cùng còn tỉnh táo. Bà từng nói với những người bên cạnh rằng, nơi trong bức họa này có thứ mà bà nhất định phải tìm lại, nhưng bà không nói rõ nơi này là ở nào, cũng không nói thứ bà muốn tìm rốt cuộc ra sao thì đã đem theo tất cả những vật tùy thân rồi lao mình vào Thiên Hỏa, chỉ để lại bức họa này và một thanh kiếm cũ.”

“Giống như ngươi vừa nói, bà ta vào phút cuối đã sắp rơi vào ma đạo, thế nên hành xử không còn minh mẫn nữa, đừng xem là thật!”

---

[72] Tẩu hỏa nhập ma.

"Vâng! Mấy đời trưởng tộc tôi ai cũng cho rằng như vậy. Nhưng hiện giờ Bạch Ô thị và Phủ Sinh Tháp khó có tương lai, thế nên tôi muốn cược một phen, có thể thứ giúp thay đổi vận mệnh của tộc tôi có liên quan đến bức họa này."

"Tại sao những Bạch Ô Nhân mà ta gặp đều khờ khạo, cứng đầu thế này?" Vũ La quay đầu lại, "Ta còn nhớ một ngàn năm trước cũng từng có một Bạch Ô nhân tới tìm ta."

Linh Chí giật mình ngẩng đầu, ánh mắt sáng lên, "Có phải người đó có mang trên mình Liệt Vũ Kiếm?"

"Đúng thế, lúc ấy Liệt Vũ trong tay hắn còn là một thanh kiếm gãy."

"Đó là... là ân sư của tôi! Nhưng tôi chưa từng nghe ân sư nhắc đến việc có vinh hạnh được gặp thần Vũ La."

"Hắn không muốn ngươi biết chắc hẳn phải có lý do." Ánh mắt của Vũ La tựa như đã nhìn thấu tất cả nhưng lại không muốn vạch trần, chỉ nói với Linh Chí: "Trong số đám người Bạch Ô Nhân thì ân sư của ngươi có thể xem là một kẻ thú vị hiếm có. Hắn từng nói cả đời chỉ muốn được tự tại, bây giờ đã được tự tại chưa?"

Linh Chí im lặng hồi lâu mới đáp: "Ân sư rất khỏe. Không biết lúc ấy ân sư đã hỏi chuyện gì?"

"Bạch Ô tiểu tử, câu hỏi của ngươi hơi nhiều rồi đấy."

"Vậy mong Vũ La đại thần nói cho tôi biết bức họa trong tay tôi rốt cuộc muốn chỉ nơi nào được không?"

"Không biết sẽ không đau, ngươi có hiểu không?" Nét mặt Vũ La chợt có chút bi thương.

Linh Chí liền quỳ một gối xuống đất.

Vũ La bất lực, ngẩng đầu nhìn về phía chân trời, trời cao trăng lạnh, lặng lẽ vô tình.

"Bức họa trong tay ngươi là Triều Tịch Thủy, ở phía bắc chân núi Cô Mộ. Trận chiến năm xưa khởi nguồn từ Cô Mộ Sơn, gây họa cho cả Côn Luân Khư, cuối cùng lại kết thúc ở Triều Tịch Thủy. Có thể thấy Hạo Anh cuối cùng vẫn không thể buông bỏ được những chuyện năm xưa..." Vũ La nói xong liền đưa mắt nhìn Linh Chí, Thời Vũ và Nhung Nhung một lượt rồi nói tiếp: "Chốn sơn thủy ấy không biết đã chôn vùi bao nhiêu cố nhân của ta rồi, phong ấn[73] ở đó có lẽ đã khôi phục, cũng không biết nơi đau thương ấy bây giờ trở thành thế nào nữa."

"Phong ấn cần phải làm sao mới hóa giải được?" Linh Chí thắc mắc.

Vũ La cười đáp: "Thiên mệnh đã lập hẳn có đạo lý. Đi đi, ta đã nói quá nhiều rồi. Còn về ngọc Lang Can nợ ta, lần sau nhất định phải bù lại."

---

[73] Thuật Phong ấn là một loại ma thuật được sử dụng để khóa sức mạnh ma thuật của một sinh vật khác hoặc giam cầm sinh vật trong một chủ thể hoặc không gian nhất định. Thuật Phong ấn thường được sử dụng với việc trừ tà ác ma.

Chương 10

Kề cận bên người

"Triều Tịch Thủy nằm ở phía bắc Cô Mộ Sơn, vậy Cô Mộ Sơn nằm ở đâu?" Sau khi xuống núi, Thời Vũ liền hỏi Nhung Nhung.

Nhung Nhung ngồi trên bãi cỏ ven sông, chống cằm nói: "Ta biết, Cô Mộ Sơn nằm giữa Tây Hải Đại Hoang. Truyền thuyết có nói thời thượng cổ, ở đó có đặt bảo vật để trấn giữ và phổ độ chúng sinh, nhưng sau đó không hiểu vì sao bảo bối lại biến mất, các thần còn vì chuyện này mà đánh nhau, một vùng đất thiêng đang yên đang lành lại biến thành một nơi đầy chướng khí như bây giờ. Nhưng truyền thuyết chỉ là truyền thuyết, rất ít người tận mắt nhìn thấy Cô Mộ Sơn, bởi Tây Hải

Đại Hoang rộng lớn vô biên, ai biết được Cô Mộ Sơn rốt cuộc ở xó xỉnh nào?"

"Ta lại rất muốn đến đó xem thử."

"Ngươi không nghe Vũ La đại thần nói sao? Ở núi đó luôn có phong ấn, cho dù chúng ta có đến Tây Hải Đại Hoang rồi tìm được Cô Mộ Sơn đi nữa thì phải làm sao để vào trong?" Nhung Nhung không hề e ngại mà hỏi thẳng: "Linh Chí, người một lòng muốn tìm Triều Tịch Thủy, nếu tìm được rồi thì thế nào?"

Linh Chí đứng bên bờ sông, những món trang sức trên người bị gió thổi kêu leng keng, tương phản hoàn toàn với dáng vẻ trầm tư của hắn.

"Người vẫn không tin bọn ta, cho nên không chịu nói cho bọn ta biết người đang tìm thứ gì!" Nhung Nhung lập tức hiểu ra.

"Ta cũng không biết nữa." Linh Chí nhìn mặt nước nói: "Năm xưa các nghịch thần[74] làm loạn ở Cô Mộ Sơn, tiên tổ Hạo Anh đã thống lĩnh toàn tộc cùng Thiên Đế kề vai tác chiến, cuối cùng bình định được chiến trận. Bạch Ô kể từ sau đó rời khỏi cố hương ở Tụ Quật Châu, toàn tộc đến giúp Thiên Đế trấn thủ Phủ Sinh Tháp. Đó vừa là trách nhiệm cũng vừa là mối nguy của Bạch Ô. Thiên Hỏa và Thần Khí càng lúc càng suy yếu, các sức mạnh bên trong Phủ Sinh Tháp lại đang phục sinh, người trong tộc ta đã dốc hết tất cả sức lực, nhưng không biết còn có

---

[74] Các thần phản nghịch.

thể cầm cự được bao lâu. Ta rất muốn tìm được cách để giúp Bạch Ô hóa giải được khó khăn này, song manh mối duy nhất chỉ có mỗi bức họa này, ngay cả lần ra ngoài này cũng chưa xin sự cho phép của trưởng bối[75], khi quay về chắc chắn sẽ bị trách phạt. Song cho dù ra sao, ta cũng nhất định phải thử."

Nhung Nhung và Thời Vũ từ lúc gặp Linh Chí đến nay chưa bao giờ nghe hắn nói nhiều như vậy. Hắn có pháp lực siêu phàm, tâm tính kiên định, thế nên trong sự e sợ mà họ dành cho hắn vừa có sự hiếu kỳ, lại vừa có sự thần phục dành cho kẻ mạnh, cứ thế bất giác muốn đi theo hắn, cho dù hắn rất có khả năng chỉ là một đứa trẻ vừa bước vào đời.

Nhưng lúc này họ mới nhận ra, hắn cũng có lúc yếu đuối bất lực.

"Hạo Anh đại thần của Bạch Ô thị là một trong số ít những người có thể sống sót mà quay về sau trận chiến ở Cô Mộ Sơn, từ lâu đã nghe nói bà là một nhân vật vô cùng lợi hại, thế nên thứ mà bà đã xem trọng như thế thì chắc hẳn phải có lý do." Nhung Nhung cố nói lời dễ nghe.

Trong lòng Linh Chí, thiên thần Hạo Anh đeo mặt nạ Tam Đầu Huyền Điểu, tay cầm Lôi Việt, công chính uy nghiêm khiến chúng thần khiếp sợ chính là người mà hắn ngưỡng mộ từ bé, Hạo Anh mang thân phận đại tộc trưởng cũng tượng trưng cho vinh quang trước kia của Bạch Ô thị. Song sau trận chiến ở Cô Mộ Sơn, Hạo Anh lại tự giam cầm bản thân, không

[75] Những người có vai vế và tuổi tác lớn hơn trong tộc.

rời khỏi Phủ Sinh Tháp, đến tận bây giờ cũng không ai hiểu tại sao bà lại phải chịu giày vò không dứt trong đau khổ và điên cuồng như vậy.

"Bên trong Phủ Sinh Tháp rốt cuộc có thứ gì?" Thời Vũ ngẩng đầu hỏi.

Linh Chí im lặng không đáp.

"Là những kẻ bại trận trong trận chiến Cô Mộ Sơn, còn có các nguyên linh của những đại thần đã đắc tội với Thiên Đế từ lúc hỗn độn sơ khai đến nay." Nhung Nhung giải đáp thay cho Linh Chí, "Nguyên linh cũng giống nước trong chén, cái gọi là trường sinh của những kẻ tu luyện chúng ta chỉ là giữ cho nước này không thiếu không thừa, từ đó mà không bị tiêu tan. Nếu có ngoại lực phá đi sự cân bằng này thì nước vơi tất sẽ yếu, nước cạn tất sẽ vong. Song những vị thần thật sự thì không có cái chén nào cả, họ cùng sinh tồn với thiên địa, vạn kiếp bất diệt, không gì có thể hủy đi nguyên linh của họ. Cho dù có bị trọng thương mà chết đi, nhưng chỉ cần thiên địa vẫn còn thì họ vẫn sẽ có thể tái sinh, còn nếu dùng Thiên Phạt với họ thì cũng chỉ có thể trấn áp chứ không thể tiêu diệt được họ. Phủ Sinh Tháp chắc hẳn là nơi dùng để giam giữ những nguyên linh lợi hại này."

Nàng nói xong không kìm được mà tặc lưỡi, Bất Tận Hỏa nằm bên dưới Phủ Sinh Tháp có khả năng tôi rèn nguyên linh, Hạo Anh đã lao thân vào lửa thì cũng sẽ phải trải qua nỗi đau bị lửa thiêu rồi tái sinh hết lần này đến lần khác giống như các nghịch thần trong đó.

"Rốt cuộc thế nào, chúng ta đến Tây Hải Đại Hoang tìm hiểu một chuyến là sẽ biết ngay." Thời Vũ suy tư một lúc rồi nói.

Linh Chí quay sang, "Các ngươi đi đi, đừng đi theo ta."

"Sao mà được? Nỗi lo của chủ nhân chính là..."

"Đủ rồi." Linh Chí ngắt lời Thời Vũ, "Các ngươi đối với ta mà nói chỉ là phiền phức."

Giọng của hắn rất bình thản, thậm chí chẳng có chút mỉa mai nào, chỉ là nói đúng lời đang nghĩ trong lòng, nhưng lại khiến một chút thương xót mà Thời Vũ và Nhung Nhung dành cho hắn ngay lập tức tan thành mây khói.

Một luồng sáng màu đỏ rực phát ra từ mũi ô của Linh Chí, dưới ánh trăng trông vô cùng thê lương, hoa lệ và kỳ dị, nó bay thẳng vào thiên linh của Thời Vũ.

Linh Chí nói: "Một nửa nguyên linh ấy ta trả lại ngươi, ngươi có thể đi rồi."

"Theo lời Vũ La nói thì Cô Mộ Sơn có phong ấn, Thời Vũ ngu muội, nhưng biết đâu sẽ giúp được chút ít trong chuyện này." Thời Vũ một lúc sau mới kịp phản ứng, không chịu mất mặt vì sự kém cỏi của mình, hắn nghiến răng nói: "Chủ nhân cứ xem tôi là con tốt cũng được, nếu cảm thấy vô dụng thì có thể vứt bỏ bất kỳ lúc nào, tôi sẽ không có nửa lời oán trách."

"Ngươi hà tất phải làm vậy?"

"Ngọc Trâm đã chết, nhưng tùy tùng của hắn vẫn còn, huống hồ còn có Trọng Dã và Du Quang, hai người họ có mối giao tình với Ngọc Trâm, đêm nay vì ngại uy của chủ nhân nên mới không dám ra tay, nhưng sau này chắc chắn sẽ không dễ dàng bỏ qua cho chúng tôi, thế nên chúng tôi không thể quay về Quỷ Thị nữa. Tôi chỉ có một mình, trước nay chỉ lang thang khắp thiên địa, bây giờ xin chủ nhân rủ lòng thương, cho tôi được ở bên người."

Linh Chí nhìn gương mặt ngây thơ sáng sủa của Thời Vũ, có vẻ đang phán đoán xem lời hắn nói có mấy phần đáng tin.

"Thời Vũ muốn đi với người, vậy ta cũng muốn đi cùng, dù sao thành Trường An này ta ở cũng đủ lâu rồi." Nhung Nhung cười vô tư lự, "Có thể ta sẽ làm liên lụy đến người, nhưng ta biết chắc người sẽ không bỏ mặc bọn ta đâu."

Linh Chí vẫn không nói gì.

"Lúc Ngọc Trâm tung đòn cuối bằng cách hóa thành mưa máu, ta rõ ràng không thể tránh kịp, vậy tại sao người lại xả thân cứu ta?" Nhung Nhung hỏi, nàng tuốt một nhúm cánh hoa dại, cố tình thuận theo gió mà thổi về phía Linh Chí. Thời Vũ đứng phía sau Linh Chí lập tức phòng bị, sợ một vật nhẹ nhàng thế này cũng sẽ bị tên Linh Chí ngẩn ngơ kia hóa thành một lưỡi dao sắc nhọn hất ngược lại.

Cánh hoa vàng là là bay theo gió, khi sắp chạm vào Linh Chí thì hệt như chạm phải một bức tường vô hình, nhẹ nhàng rơi xuống bãi cỏ dưới chân hắn. Linh Chí lúc này mới thản nhiên nói: "Ta không hề xả thân. Bùa chú độc xà của hắn không thể làm ta bị thương được, nhưng ngươi thì chưa hẳn, mà ta lại ghét nhất mấy thứ lông nhung hóa thành mớ máu thịt lẫn lộn."

"Người đừng có chối, chắc chắn là người đã có hơi thích ta rồi." Nhung Nhung niềm nở áp sát mặt lại nói, "Nhưng hứa với ta đi, sau này nếu có chơi trò anh hùng cứu mỹ nhân thì tuyệt đối đừng treo mỹ nhân lên ngọn cây được không?"

Linh Chí cau mày, nhưng không hề né tránh nàng ta, phải một lúc sau mới đẩy cái đầu của nàng ta đang tựa lên tay mình ra, "Ta cứu ngươi, có lẽ... là vì trong tộc của ta không hề có nữ tử nào giống như ngươi."

Thời Vũ thật sự không chịu nổi nữa, chỉ hận không thể tung pháp thuật mà hất Nhung Nhung văng đi như Linh Chí từng làm. Hắn nhìn Nhung Nhung đầy khinh bỉ, nhưng vẫn không kìm được mà bắt chước theo nàng ta, vừa cười ngượng ngùng vừa bước đến gần hỏi: "Vậy trong tộc của chủ nhân có đứa bé nào giống tôi không?"

"Không có, mà cho dù có thì cũng chẳng thể sống được đến bây giờ."

Hắn còn chưa đến gần, ánh sáng từ chiếc ô trong tay Linh Chí đã dần sáng lên. Thời Vũ hốt hoảng, không dám tiến đến nữa, chỉ biết im lặng nhìn Linh Chí bằng vẻ mặt vừa xấu hổ vừa uất ức.

Nhung Nhung lại bật cười nắc nẻ rồi nói: "Linh Chí, thật ra người có vẻ không hề hung ác chút nào. Theo ta thấy thì Dạ Xoa và Cóc Tinh ở Quỷ Thị cũng không phải do người giết."

Linh Chí nhớ lại sau khi Cóc Tinh lừa lấy được gỗ cây Bất Tận từ tay hắn thì bắt đầu đánh nhau với Dạ Xoa để tranh giành, bộ dạng không từ thủ đoạn đó, thật sự đáng ghê tởm.

"Nguyên linh của chúng quả thực đã bị ta hút đi." Hắn đưa mắt nhìn Nhung Nhung, "Nếu cần thì ta cũng tuyệt đối sẽ không nương tay với các ngươi đâu."

Nhung Nhung lại chẳng sợ sệt chút nào mà nói đầy ngưỡng mộ: "Linh Chí, người trong tộc của người đều lợi hại như vậy sao?"

Linh Chí dùng ngón tay khẽ chạm nhẹ lên chiếc ô, ánh sáng mờ ảo từ chiếc ô cứ sáng lên rồi tắt đi theo nhịp chạm của hắn. Vũ La đã nói chiếc ô này là "đồ tốt", còn nhắc đến những bảo bối mà Nhung Nhung chưa từng nghe bao giờ, thật sự từ vẻ ngoài không thể ngờ nó lại đặc biệt như vậy.

Linh Chí không biết nghĩ đến điều gì, đột nhiên có hơi thẫn thờ, "Ta không phải do Thiên Hựu[76] sinh ra."

"Chuyện này có nghĩa là gì?" Ngay cả Nhung Nhung cũng không hiểu câu đó.

"Nếu không phải do Thiên Hựu sinh ra thì không thể trở thành người mạnh nhất trong tộc được." Linh Chí thả lỏng tay, luồng sáng từ chiếc ô lập tức di chuyển như một con rắn, từ từ ngưng tụ lại trong thiên linh của hắn. Gương mặt hắn chợt tươi lên rõ rệt, quay sang nói với Nhung Nhung: "Người bằng hữu thân nhất của ta khi vừa tròn trăm tuổi đã có thể dùng một mũi tên bắn tên thủ lĩnh Liệu Nô nổi loạn bị thương nặng để hóa giải tình thế nguy cấp, ta không thể nào sánh được với huynh ấy."

---

[76] Sinh ra do ý trời.

"Chính là người bằng hữu mà người muốn tặng vảy Quy Sơn Phi Ngư đúng không?" Nhung Nhung lập tức có hứng thú, "Người đó trông có khôi ngô tuấn tú không?"

Linh Chí gật đầu, sau đó chợt nhớ ra gì đó, liền rút từ trong người ra một vật ném về phía Thời Vũ. Thời Vũ mừng rỡ, vội vàng đưa tay đón lấy, nhưng vừa nhìn thấy thì miệng có hơi méo đi, không biết là nên khóc hay nên cười nữa. Thứ mà Linh Chí đưa cho hắn chính là con Quy Sơn Phi Ngư đó, chỉ có điều đã bị lột da phơi khô.

"Nếu ngươi cần dùng nó thì cứ lấy đi." Linh Chí bình thản nói: "Không cần cảm ơn ta, ta đã lấy vảy đuôi của nó rồi."

Thời Vũ cầm con cá khô trong tay, một lúc sau mới bật ra được một câu: "Thời Vũ sao có thể giành thức ăn với chủ nhân?"

Linh Chí không đồng tình với cách nói của hắn, "Bạch Ô Nhân ăn linh khí, còn tất cả những thứ khác có cũng được mà không có cũng chẳng sao."

Nếu đem thứ này dâng lên cho hoa Mặt Người, không biết sẽ xảy ra chuyện gì nữa, Thời Vũ thật sự không tưởng tượng nổi. Có khi nào Vũ La đại thần lại thích ăn thứ này?

Nhung Nhung lấy tay che mặt, không biết là đang cười thầm hay là đang bịt mũi nữa. Nàng xoay một vòng bên cạnh Linh Chí rồi nói khéo: "Bộ áo này của người đã bị máu của Ngọc Trâm đục cho chẳng ra thể thống gì nữa rồi, mùi cũng có chút khó chịu, hay là người đi tắm rửa rồi thay bộ khác đi."

"Thế à?" Linh Chí lại cúi đầu nhìn bộ y phục trên người, xem chừng có hơi tiếc nuối, "Thật sự không thể mặc nữa sao?"

Nhung Nhung mỉm cười, nhẹ nhàng nói bằng giọng có hơi xúc động: "Không sao, sau này ta sẽ tìm cho người những bộ y phục còn đẹp hơn nữa."

Chương 11

Chẳng rõ nam nữ

Linh Chí bước ra xa cởi áo ngoài rồi nhảy xuống dòng sông, dòng nước chảy xiết, chẳng mấy chốc đã không rõ tung tích hắn đâu nữa.

Nhung Nhung lại phi thân lên ngồi trên một cây liễu to, cành liễu mềm mại, nàng cũng khẽ đung đưa theo cành liễu trong gió.

Thời Vũ nói: "Ngươi thế này trông rất giống một con liễu tinh."

"Thời Vũ, ta thấy có hơi nhớ Côn Luân Khư." Nhung Nhung không đùa bỡn nữa, trong giọng nói cũng có chút sầu muộn.

"Thế thì ngươi quay về là được chứ gì, chủ nhân của ngươi vẫn còn, không giống như tên Ngọc Trâm."

"Ta không về đâu. Năm xưa khi ra đi ta đã lập lời thề, có chết cũng phải chết ở bên ngoài. Chỉ có điều... vừa rồi Linh Chí lại chợt khiến ta nhớ đến người ở Côn Luân Khư ấy."

Thời Vũ lập tức bật cười, "Ngươi nói thế không sợ tên Bạch Ô kia tổn thọ à." Hắn đã có phòng bị, biết chắc người dưới nước kia sẽ không nghe thấy lời mình nói nên mới mạnh miệng: "Nghĩ nhiều vô ích. Ta có một câu đố, ngươi đoán thử nhé: Mãi không rời nước, lắc đầu quẫy đuôi, vảy sáng lấp lánh, trang sức đầy thân. Ngươi đoán được đó là gì không?"

Nhung Nhung thở dài: "Ta thấy ngươi lại ngứa ngáy muốn ăn đánh rồi đấy. Thảo nào hắn lại đối xử với ngươi như vậy, đúng là đáng đời!"

Thời Vũ nằm ngửa xuống đất, gác đầu lên một tay, tay còn lại ngắt một đóa hoa dại, đóa hoa trong tay hắn lập tức biến thành muôn vàn màu sắc, bãi cỏ xanh bên dưới người hắn cũng chợt nở hoa rực rỡ, bướm lượn khắp nơi.

Nhung Nhung đã quá quen với cảnh hắn dùng pháp thuật để vui đùa, chẳng qua là do Linh Chí không thích nên mấy ngày này hắn đã kìm nén rất nhiều.

"Tại sao ngươi nhất định phải dẫn hắn đến gặp Ngọc Trâm công tử? Chỉ cần bỏ ra một số tiền lớn thì có khi cũng sẽ tìm mua được ngọc Lang Can trong Quỷ Thị Trường An này mà." Nhung Nhung hỏi.

"Dù sao người tốt đã nhường cho ngươi làm rồi, ta còn gì để nói chứ?" Thời Vũ lười nhác đáp. Trong khi hắn nói thì những đóa hoa vừa rồi còn rực rỡ bên dưới người hắn chợt trở nên héo tàn.

"Ngươi cứ hay miệng nam mô bụng bồ dao găm đi, rõ ràng biết Ngọc Trâm rất khó xử lý, sau lưng còn có Dạ Du thần chống lưng..."

"Làm thế không tốt sao? Để bọn chúng cấu xé lẫn nhau, tốt nhất là hai bên đều tổn hại, còn không thì trừ khử được một tên cũng tốt." Lời nói của Thời Vũ sắc bén như dao, "Lẽ nào ngươi bị Ngọc Trâm quấy rầy còn chưa đủ sao? Hắn rơi vào kết cục như thế, ta mừng còn không kịp nữa là."

"Nhưng ngươi có từng nghĩ đến việc chẳng may lúc đó Trọng Dã và Du Quang cùng hợp sức với Ngọc Trâm thì sẽ như thế nào không?"

"Nếu có như thế thật thì cũng coi như là số mệnh của Bạch Ô Nhân!"

Nhung Nhung nhảy từ trên cây xuống, cúi sát người nói với Thời Vũ: "Ta không thích ngươi đối xử với hắn như vậy! Sau này nếu ngươi còn có ý đó thì ta sẽ không giúp, cũng không che giấu cho ngươi đâu."

Thời Vũ lại không hề nổi giận, chỉ là nét cười châm chọc trên gương mặt trắng trẻo càng hiện rõ hơn: "Thế ai từng nói rằng trong lòng tuy có oán hận, nhưng cả đời này sẽ chỉ nhận Thanh Dương làm chủ?"

"Chuyện đó là đương nhiên. Ta chỉ xem Linh Chí như bằng hữu thôi!"

"Hay cho câu chỉ xem là bằng hữu." Thời Vũ bật cười thành tiếng, "Ta và ngươi quen nhau đã được sáu trăm năm, sáu trăm năm qua ta đối xử với ngươi thế nào? Thế mà mới chỉ mấy ngày thôi, ngươi đã bị hắn hút hồn đi mất rồi. Đừng tưởng ta không nhìn thấu trò đưa đẩy của các ngươi, chẳng qua chỉ là gian phu dâm phụ mà thôi!"

"Tiểu Thời Vũ, ngươi rốt cuộc đang giận ai thế? Nếu ngươi không phục thì cứ biến thành một nữ tử xem sao. Ta thấy ngươi mà làm nữ tử thì chắc chắn cũng sẽ rất xinh đẹp!"

"Ta sinh ra đã không phải thân nữ tử, cũng giống như ngươi từ khi hóa hình đã có tướng mạo tầm thường rồi, là chuyện không thay đổi được. Ngươi mà còn sỉ nhục ta thì đừng trách ta trở mặt vô tình."

Nhung Nhung đảo mắt một lúc, cười duyên dáng nói: "Ngươi mắng ta là dâm phụ, ta không tính toán với ngươi, nhưng mà tên gian phu kia thì chưa hẳn. Ngươi có biết Bạch Ô nhân ngoài việc có thể hút nguyên linh và điều khiển sấm sét ra thì còn có một thiên tính rất khác thường không? Ngươi cầu xin ta đi, ta sẽ nói cho ngươi biết."

"Tại sao ta phải cầu xin ngươi?" Thời Vũ hừ một tiếng, lạnh lùng nhìn điệu bộ ra vẻ của Nhung Nhung. Theo những gì hắn biết về Nhung Nhung thì chỉ một lát nữa thôi, nàng ta sẽ cầu xin hắn phải lắng nghe "bí mật" này.

Hắn yên lặng chờ một lúc lâu, Nhung Nhung đứng bên cạnh cứ ngân nga mãi không dứt, giọng hát của nàng ta thật sự quá khó nghe, Thời Vũ khó chịu đành phải nói: "Ngươi không nói cho ta biết, sau này ta làm sao có thể lợi dụng điểm yếu của hắn để đề phòng hắn?"

Tiếng hát lập tức im bặt, Nhung Nhung vỗ tay thích thú nói: "Thế này có thể xem là ngươi đã cầu xin ta rồi, cuối cùng ta cũng đã thắng ngươi một lần rồi."

"Ngươi có nói hay không đây?" Thời Vũ có vẻ sắp nổi giận đến nơi.

"Ngươi nghe cho rõ đây, ta nói cho ngươi biết bí mật này là vì nếu cứ giấu giếm thì sẽ rất khó chịu, chứ không phải để ngươi đi đối phó với hắn đâu." Nhung Nhung cười bí hiểm: "Bạch Ô Nhân khi khoảng ba trăm tuổi thì sẽ trải qua nghi lễ trưởng thành. Đó chính là thời khắc quan trọng nhất trong đời của họ, bởi vì chỉ có Bạch Ô Nhân sau khi trưởng thành mới được chọn lựa giới tính, còn trước đó thì họ đều không có giới tính, phi nam phi nữ, đực cái bất phân."

Thời Vũ giật mình bật dậy, đóa hoa dại trong tay lập tức rơi xuống đất.

Một lúc sau, Linh Chí đã tắm rửa xong, bước lên từ dòng sông, thay một bộ y phục mới. Nhung Nhung bước lên, giúp hắn chỉnh trang dây đai một cách thuần thục, hắn cũng thản nhiên chấp nhận, chỉ có điều trông có vẻ không được vừa ý lắm với bộ y phục mới này.

Chỉ có Thời Vũ do vừa rồi nghe được chuyện lạ, nhất thời chưa thể tiêu hóa được, cảm thấy hết sức cổ quái, thế nên không dám nhìn thẳng vào Linh Chí nữa.

Bộ y phục mới này của Linh Chí là do Bạch Giao gấp rút làm ra, tuy chỉ là một chiếc áo gấm Thục màu trắng ánh trăng, không quá đặc biệt nhưng vẫn rất tinh xảo.

"Bạch Ô Nhân có phải không thích những trang phục quá đơn giản không?" Nhung Nhung hỏi.

Linh Chí lắc đầu, "Hoàn toàn ngược lại. Người trong tộc ta rất giản dị, y phục không hề rực rỡ, ngay cả cảnh quan nơi sinh sống cũng không có gì đặc sắc."

"Nếu thế chẳng phải sẽ rất chán sao?" Nhung Nhung thông cảm nói: "Thảo nào người ra bên ngoài lại thích những y phục sặc sỡ, mà thật ra người mặc cái gì cũng đều đẹp cả."

Linh Chí đã không còn quá phòng bị với Nhung Nhung nữa, thế nên nghe nàng nói thế thì liền khẽ mỉm cười, khiến Thời Vũ đang đứng quan sát hắn lập tức sởn gai ốc, hắn nói: "Sau khi ta rời khỏi Tiểu Thương Sơn mới biết thì ra bên ngoài lại náo nhiệt như vậy." Rồi hắn tựa hồ như nhớ lại chuyện cũ, ánh mắt chợt trở nên u ám, nụ cười thoáng hiện vừa rồi cũng vụt tắt đi.

"Người trong tộc của người đều có thể ra ngoài du ngoạn giống như người sao? Tại sao bao nhiêu năm qua ta chưa từng nghe thấy chút thông tin nào của Bạch Ô thị?" Nhung Nhung cúi người giúp hắn phủi vạt áo, rồi lại đứng thẳng dậy.

Linh Chí cũng không muốn nhắc quá nhiều đến việc trong tộc, chỉ nói: "Trước đây là như thế, nhưng mấy ngàn năm trở lại đây, ngoài ân sư của ta ra thì chỉ có một mình ta ra ngoài."

"Dám... dám hỏi... cao thọ của chủ nhân?" Thời Vũ e dè hỏi.

Thấy Thời Vũ bất ngờ nói lắp, Linh Chí nhìn hắn ra chiều khó hiểu rồi đáp, "Một trăm chín mươi bảy tuổi, sao thế?"

"Thời Vũ ngu muội, không biết tuổi tác như chủ nhân ở trong tộc thì được xếp vào giai đoạn nào?"

"Bạch Ô Nhân khoảng từ một trăm năm mươi tuổi trở đi đều sẽ có dáng vẻ giống như một thiếu niên người phàm. Hơn nữa chúng ta đều là những kẻ trường sinh, bàn chuyện tuổi tác thì thật là nực cười." Linh Chí hỏi ngược lại Thời Vũ, "Thế ngươi nói xem, ngươi bao nhiêu tuổi rồi?"

Thời Vũ thành thật đáp: "Từ lúc tôi thấy ánh mặt trời đến nay là khoảng một ngàn một trăm năm. Còn trước đó ở cõi mông muội bao lâu thì không biết được, nhưng có lẽ thời gian cũng không ngắn."

"Thế thì cứ xem như ngươi đã một ngàn một trăm tuổi... Tại sao vẫn giữ dáng vẻ này?"

Sự khinh miệt rõ rệt trong giọng điệu của Linh Chí khiến Thời Vũ xấu hổ, bất giác đỏ bừng mặt. Hắn đã sống lâu như thế nhưng chưa từng bị người nào xem thường vẻ ngoài cả.

Nhung Nhung tốt bụng, giải đáp thay cho Thời Vũ: "Thời Vũ từ lúc mới hiểu chuyện thì đã có dáng vẻ này rồi. Nếu hắn không phải linh mị thì theo ta suy đoán, có lẽ đã được sinh ra từ trong kết giới thai khí[77]. Không hiểu vì sao mẫu thể[78] đã tan biến, nhưng thai khí thì vẫn không tan. Tính ra hắn thật sự rất đáng thương, cô độc một mình trong kết giới không biết đã bao lâu, xung quanh vô hình vô khí vô vật, hệt như không có thiên địa, chỉ có vài mảnh linh thức còn sót lại của mẫu thể để làm bạn. Bản lĩnh của hắn cũng là học được từ lúc ấy."

Linh Chí lần đầu tiên nghe được có kiểu sinh dưỡng thế này, song thiên địa rộng lớn, chuyện kỳ lạ đâu đâu cũng có, thế nên hắn cũng không cảm thấy có điều bất thường, chỉ hỏi: "Ngươi làm sao thoát ra khỏi kết giới?"

"Tôi cũng không biết." Thời Vũ vẫn còn hơi khó chịu, tuy không dám vô lễ nhưng trong giọng nói có chút hậm hực, "Cứ bước ra như thế thôi."

"Tên của hắn cũng là do hắn tự đặt." Nhung Nhung cười hi hi trêu hắn: "Có đúng không, Tiểu Thời Vũ?"

Nàng cố ý kéo dài chữ "Tiểu", Thời Vũ nghe thấy lập tức lườm nàng ta một cái rồi cúi người nói với Linh Chí: "Khi tôi lần đầu ra khỏi kết giới thì thấy một cái hồ, trời đang đổ mưa to, đó là lần đầu tiên tôi cảm nhận được thiên địa vạn vật, vậy nên mới lấy tên là Thời Vũ."

---

[77] Tinh khí mà cơ thể mẹ dùng để nuôi dưỡng thai nhi.

[78] Cơ thể người mẹ.

Linh Chí chỉ gật đầu không đáp.

Thời Vũ đứng gần Linh Chí, nhớ lại lời của Nhung Nhung, đến lúc quan sát hắn vẫn cảm thấy hết sức kỳ lạ.

Trên thế gian mấy trăm năm nay hay có tục nữ tử cải nam trang, nghĩa là một vài nữ sĩ quý tộc muốn ra ngoài chơi sẽ mặc y phục, buộc tóc, mang hài theo kiểu nam nhân, thậm chí còn vác theo cả đao kiếm. Lần đầu tiên khi gặp Linh Chí ở Quỷ Thị, thấy hắn ăn mặc diêm dúa, dáng điệu lại có hơi ẻo lả, Thời Vũ không phải chưa từng nghĩ có khi hắn là nữ cải nam trang. Song sau khi thấy nửa thân trên của Linh Chí thì Thời Vũ đã hoàn toàn dẹp bỏ sự nghi hoặc ấy. Ai ngờ được thì ra hậu duệ của thiên thần - Bạch Ô thị này lại có huyết thống cổ quái như vậy.

Linh Chí đứng trước mặt hắn lúc này đã không còn áo gấm chói chang, nhưng dáng người cao ráo, hai mắt sáng rực, làn da trắng trẻo có ẩn chút màu lam, trong mắt Thời Vũ tuy không phải quá đẹp nhưng cũng không hề tầm thường.

Dáng vẻ thiếu niên thường rất khó phân biệt nam nữ, song từ tính cách mạnh mẽ, hành sự quyết đoán, thân pháp cứng rắn, thậm chí là thái độ phân biệt đối xử rõ ràng giữa Nhung Nhung và Thời Vũ của Linh Chí thì cho dù hiện giờ hắn không phải nam không phải nữ, Thời Vũ vẫn có cảm giác hắn nghiêng về xu hướng nam nhiều hơn.

Sự hiếu kỳ của Thời Vũ dành cho Linh Chí lúc này đã lên đến cực điểm, sau này khó có cơ hội gặp được một Bạch Ô Nhân khác nữa, thế nên hắn rất hối hận lúc đầu đã không mau chóng khám phá kỹ càng.

"Ngươi nhìn gì thế?" Linh Chí cau mày hỏi.

Thời Vũ hốt hoảng nhìn lảng sang chỗ khác, Nhung Nhung sợ hắn bại lộ liền cười nói: "Người đừng hỏi ta đã sống bao nhiêu năm nhé, ta không nhớ nổi nữa rồi."

"Thanh Dương quân là chủ nhân của ngươi sao?" Linh Chí hỏi.

Nhung Nhung khẽ vuốt mái tóc buông trên vai, gật đầu đáp: "Có thể xem là vậy. Thời Vũ không thể quên được trận mưa khi vừa rời khỏi kết giới, còn ta khi vừa mới ra đời thì chỉ biết có ngài ấy."

"Sao ngươi lại đi? Vì ngài ấy đối xử không tốt với ngươi?"

"Có lẽ... là do Côn Luân Khư quá cô tịch. Vũ La đại thần nói rất đúng, ta vốn không hề có tâm tính tu vi của đại thần." Nhung Nhung nói xong lại trở về dáng vẻ vui tươi, "Bạch Ô thị là bộ tộc viễn cổ chắc chắn có rất nhiều linh thú quý hiếm, có con nào đẹp hơn ta không?"

"Ngươi thì cũng có đẹp đẽ gì đâu." Thời Vũ nói thẳng.

"Ngươi thì đẹp đấy, nhưng ngươi lại không có lớp lông mao nhung như ta." Nhung Nhung tức giận kêu lên: "Bây giờ ta sẽ đi tìm ngọc Lang Can để đắp mặt."

Linh Chí nhớ đến bầu không khí ảm đạm mấy năm gần đây trong tộc, đừng nói là linh thú mà ngay cả những đứa bé mới ra đời cũng không còn thấy nhiều nữa.

"Ta không cần cái dáng vẻ lông lá ấy để lấy lòng người khác." Thời Vũ vẫn còn đang đôi co với Nhung Nhung.

Linh Chí đột nhiên nảy ra một ý nghĩ, ánh mắt nhìn Thời Vũ trở nên ấm áp hơn một chút.

"Ngươi thử biến thành dáng vẻ lông lá để ta xem thử xem thế nào."

Thời Vũ còn tưởng mình đã nghe nhầm, "Không... không biết... chủ nhân nói vậy là có ý gì?"

"Không phải ngươi rất giỏi biến hóa sao?" Linh Chí kiên nhẫn nói lại lần nữa.

Thời Vũ cảm thấy mình bị sỉ nhục nặng nề, ngửa mặt nói, "Chủ nhân chi bằng cứ giết tôi đi còn hơn."

"Ta không giết ngươi. Cùng lắm chỉ lấy nguyên linh của ngươi, hoặc tống ngươi quay trở về mẫu thể thôi." Linh Chí nói không chút từ bi.

Thời Vũ nghi rằng hắn đã sớm phát giác ra sự thật trong vụ của Ngọc Trâm công tử, cũng biết hắn không thích nói đùa, thế nhưng...

"Thời Vũ, chỉ là biến hình bên ngoài thì có gì phải nghĩ? Không phải ngươi đã từng nói một khi đã nhận chủ thì hết thảy đều sẽ thuộc về chủ nhân sao?" Nhung Nhung biết rõ Thời Vũ chắc chắn không muốn chết, nhưng lại vẫn cứ muốn giữ thể diện.

Thời Vũ cuối cùng cũng hạ quyết tâm, bên bờ sông lập tức xuất hiện một con báo lớn, bộ lông bóng mượt, dũng mãnh nhanh nhẹn.

Linh Chí cắm chiếc ô xuống đất, ngồi xếp bằng xuống rồi nói: "Biến nữa đi!"

Dứt lời, con báo đã hóa thành một con chu tước[79] đỏ rực.

"Biến tiếp!"

Thời Vũ đành phải làm theo lời Linh Chí, có điều những hình dáng mà hắn hóa ra sau đó không phải là những con vật hung tợn dữ dằn như hổ báo thì là những giống loài xinh đẹp thần thánh như khổng tước, phượng hoàng, Linh Chí đều không vừa mắt.

"Chẳng lẽ chủ nhân muốn tôi biến thành con rùa rụt cổ thì mới vừa ý phải không?" Cuối cùng, Thời Vũ trong hình dạng linh miêu ấm ức gầm lên.

Trong làn gió chợt truyền đến một tiếng kêu chít chít thảm thiết, một cái bóng vụt ra từ trong bụi cây rồi nhẹ nhàng bay mất về phía khu rừng xa xăm, thì ra là một con cú vừa mới sà xuống bắt chuột trong bụi rậm.

"Biến thành con này đi."

Thời Vũ nghẹn họng, biết rằng có nói nhiều cũng vô ích, bèn lặng lẽ biến thành hình dạng chim cú, có điều khác với con cú có màu xám rất bình thường vừa rồi, toàn thân hắn lúc này trắng xóa, chỉ có mỗi đôi mắt là vàng rực.

Linh Chí xoa cằm một lúc rồi chìa tay về phía hắn, Thời Vũ hiểu ý, lập tức giang cánh bay lên tay Linh Chí.

---

[79] Một trong bốn thú thần trong truyền thuyết.

"Cú tuyết sao?" Linh Chí đưa ngon tay khẽ vuốt lên cái mỏ sắc bén của con chim cú, "Đúng là một con vật rất xinh đẹp, hơn hẳn dáng vẻ trước đây của ngươi."

Thời Vũ vô cùng ủ rũ, song trong sự ủ rũ ấy hắn lại cố gắng tự an ủi mình, bởi đây là lần đầu tiên Linh Chí mở lời khen ngợi hắn. Con chim cú tuyết khẽ cúi đầu rụt cánh rồi nhẹ nhàng ngả vào lòng Linh Chí.

"Chim cú vốn chỉ xuất hiện vào ban đêm, dáng vẻ trắng xóa này của Thời Vũ tuy không hợp thời điểm, nhưng lại rất hợp với phong thái cẩm y dạ hành[80] của Linh Chí người đấy. Đúng là rất tuyệt!" Nhung Nhung cười hi hi trêu đùa Thời Vũ rồi đưa tay định vuốt lông của hắn, nhưng chưa kịp chạm vào thì đã suýt bị hắn dùng mỏ mổ vào ngón tay.

---

80 Mặc áo gấm đi trong đêm, chỉ những người hưởng vinh hoa phú quý nhưng không khoe khoang trước mặt người ngoài.

Chương 12

Huyền Lũng sơn thần

Vì đã quyết tâm đi Tây Hải Đại Hoang nên trước khi lên đường, Thời Vũ quay về Quỷ Thị một chuyến. Chỉ mới vài ngày, quán rượu trước đây vốn luôn đông đúc của Nhung Nhung bây giờ đã trở nên vắng lặng không một bóng người. Đúng như Thời Vũ dự liệu, cả trạch viện từ trong ra ngoài đều bị lục tung lên, hệt như vừa mới bị cướp vậy. Không biết là do đám thủ hạ lâu la của Ngọc Trâm đến trả thù hay là do đám người hầu tham lam phụ nghĩa gây ra nữa. Cũng may Thời Vũ không có chút quyến luyến nào với nơi này, cũng không xem trọng vật ngoài thân, chỉ giúp Nhung Nhung tìm những món "bảo bối" mà nàng ta đã giấu kỹ trước đó, chẳng hạn những thứ vô dụng như Tư Vô Tà hoặc Dao Thảo.

Khi bước ra, Thời Vũ lại chợt nhớ ra gì đó, đành phải bất đắc dĩ ra Quỷ Thị chọn mua hai bộ áo gấm hoa lệ đắt tiền mang theo bên mình.

Họ rời khỏi thành Trường An, men theo Lũng Quan Đạo đi thẳng về hướng tây. Chuyến đi này xa xôi trắc trở, song Linh Chí lại không hề có ý vội vã, bởi việc giải đáp bí mật ở Triều Tịch Thủy tuy có quan trọng, nhưng du ngoạn sơn thủy cũng là điều mà hắn mong ước bấy lâu. Khoảng thời gian vài chục năm ở thế tục đối với Bạch Ô thị và Phủ Sinh Tháp mà nói là vô cùng ngắn ngủi, nhưng trong lòng hắn hiểu rõ, sau này nếu quay về Tiểu Thương Sơn rồi thì sẽ khó có cơ hội và nhã hứng như thế này nữa.

Thời Vũ khuất phục trước uy phong của Linh Chí, thế nên phần lớn thời gian đều đi theo dưới hình dạng cú tuyết. Còn Nhung Nhung thì vẫn giữ nguyên dáng vẻ thiếu nữ áo xanh, thong dong cùng Linh Chí vừa đi đường vừa ngắm cảnh.

Ngoại trừ sở thích đặc biệt với y phục gấm sặc sỡ ra thì những yêu cầu ăn ở đi lại của Linh Chí đều khá thoải mái. Thời Vũ có ý lấy lòng, nhưng cho dù có mời hắn đi hưởng thụ bể tắm hoàng tộc, hay là thưởng thức mỹ vị nhân gian, hắn cũng đều không có hứng thú. Hắn lại còn không thích việc Thời Vũ hay tạo kết giới, lạm dụng pháp thuật, thế nên việc xuyên qua núi rừng hiểm trở, dãi nắng dầm mưa, ngủ giữa rừng hoang là chuyện thường xuyên xảy ra.

Thời Vũ tuy không sợ phong sương, song mấy trăm năm nay đã quen với cuộc sống ấm êm đủ đầy, thế nên liền cảm thấy khổ sở vì chuyện này. Bọn họ đi một mạch qua Phù Sơn, Kỳ Sơn, cuối cùng đến gần khu vực Huyền Lũng Sơn. Đêm đó khi còn trong núi họ bất ngờ gặp phải một trận mưa to, Thời Vũ liền nhân cơ hội này đề nghị tìm một nơi trú mưa.

Song Linh Chí không đồng ý, "Chỉ một cơn mưa nhỏ thế này cần gì phải trú?"

Thời Vũ nói: "Chủ nhân cả quãng đường chỉ ăn nguyên linh, chắc cũng có hơi ngán rồi, bây giờ nghỉ ngơi một chút, dùng món gì đó ngon ngon thì có gì là không được?"

Thời Vũ nhận ra, trên mũi ô của Linh Chí đã ngưng tụ được khá nhiều nguyên linh khí để dùng dần, không biết đó là những nguyên linh tích trữ từ trước hay là từ những kẻ đã bị bại dưới tay hắn. Có điều Linh Chí ngoài việc ăn nguyên linh ra thì không phải là không thể ăn những thứ bình thường, chẳng hạn như các món thịt khô hay thịt nướng, hắn cũng khá ưa thích.

Linh Chí có vẻ đã dao động, "Cũng được, vậy chúng ta đi tìm một sơn động, ngươi đi bắt vài con chuột đem về nướng đi."

Thời Vũ nghe thế liền thầm than vãn trong lòng. Hắn vốn là người thích sạch sẽ, bây giờ phải biến thành cú tuyết, điều khó chịu nhất chính là Linh Chí cứ hay bảo hắn phải đi bắt rắn chuột sâu bọ, thế nên hắn liền vỗ nhẹ hai cánh rồi nói: "Tôi đi theo chủ nhân nên không quản gian nan, nhưng Nhung Nhung vốn là nữ..."

"Cái gì?" Nhung Nhung đang cầm một tán lá rộng hứng nước mưa đùa nghịch, nghe thấy tên mình thì có hơi ngơ ngác. Song dù sao giữa hai người cũng đã có giao tình sáu trăm năm, thế nên nàng liền đội cái lá lên đầu rồi phụ họa: "Đúng vậy đúng vậy, ta cũng mệt rồi, lần này cứ nghe theo Thời Vũ đi."

Linh Chí thật sự không hiểu vì sao nữ nhân thì lại dễ mệt hơn, nhưng cũng không quá cố chấp nữa. Suốt quãng đường đi, hắn cảm nhận được linh khí của thiên địa có vẻ nhiều hơn trước đây, thậm chí có cảm giác linh khí giống như cành khô đang đâm chồi hồi xuân, hiện tượng này khiến hắn rất kinh ngạc. Huyền Lũng Sơn này vốn nổi danh là nơi địa linh nhân kiệt, thế thì cứ tạm nghỉ chân ở đây, biết đâu sẽ khám phá ra được căn nguyên sự việc.

Thời Vũ dẫn mọi người đến dưới một vách núi hiểm trở, tìm một cái cây to rồi lắc mình biến trở lại thành người, sau đó vặn cổ một con gà rừng bảy màu mới vừa săn được rồi treo lên cành cây. Máu từ cổ con gà liên tục chảy xuống, hòa vào lớp đất đen bên dưới gốc cây.

Một lúc sau, phần đất đen thấm máu gà chợt bốc lên một luồng khói trắng, một người hiện ra từ làn khói, cất giọng sang sảng: "Có khách quý đến!"

Thời Vũ đưa tay phẩy đi làn khói đang bay về phía Linh Chí, cau mày nói: "Huynh ra là được rồi, sao phải bày ra cái trò vô dụng này? Mùi đất hôi hám quá."

"Là do có khách quý đến, ta sao có thể thất lễ được?" Người đó đứng trong làn khói của chính mình hắt hơi một cái rồi cười nói: "Thời Vũ hôm nay sao lại nhớ đến ta thế?"

"Trên đường đi ngang nơi đây, chợt nhớ rượu ngon của huynh, thế nên muốn đến nghỉ chân." Thời Vũ nói.

Người kia thấy bên cạnh Thời Vũ còn có hai người lạ nữa thì liền tiến lên một bước hành lễ đón khách: "Tại hạ thần Võng Kỳ tại Huyền Lũng Sơn, không biết..."

Thời Vũ khẽ hắng giọng: "Hai vị này là... bạn đồng hành của ta."

Hắn trọng thể diện, thế nên không thể nào thốt ra hai tiếng "chủ nhân" trước mặt bằng hữu cũ được, nhưng nói xong trong lòng không tránh khỏi có chút sợ sệt, không dám nhìn mặt Linh Chí.

Linh Chí không quan tâm việc đó, chỉ nhìn Võng Kỳ gật đầu đáp lễ: "Làm phiền rồi!"

"Từ lâu ta đã nghe nói các sơn thần đều rất giàu có, lần này được mở mang tầm mắt rồi." Nhung Nhung phấn khích nói.

Vị sơn thần Võng Kỳ này có thân hình cao to, râu ria rậm rạp, gương mặt hơi đỏ, trông khá đôn hậu chất phác, giống như một thợ săn.

"Đâu có đâu có, ba vị xin mời vào." Trong lúc hắn nói thì ở vách núi sau gốc cây chợt có một phiến đá từ từ mở ra.

Mọi người bước vào trong cửa, phiến đá liền đóng lại phía sau lưng. Sau khi đi qua một con đường đá mái vòm bằng phẳng, trước mắt họ liền hiện ra một sảnh đường trang hoàng lộng lẫy, mùi rượu thơm ngào ngạt lan tỏa khắp bốn phía. Trong sảnh, có vài người kỳ lạ đang tụm năm tụm ba uống rượu ăn thịt vui vẻ.

"Phủ đệ của sơn thần đại ca náo nhiệt thật đấy." Nhung Nhung quan sát bốn phía, thấy nơi này tuy nằm sâu trong núi, nhưng bốn vách tường và trần nhà đều có khảm các đá quý phát sáng, khiến cho động phủ[81] xa hoa này luôn sáng rực như ban ngày. Từ lâu nàng đã nghe nói nơi ở của sơn thần, xã thần và thổ địa thường xuyên có nhiều thần tiên yêu ma tụ tập, khá tương đồng với các quan dịch ở nhân gian, vậy nên khi thấy ở đây có nhiều người như vậy thì cũng không lấy làm lạ.

"Các bằng hữu khắp nơi không chê tệ xá trong núi của ta, vậy nên tại hạ đương nhiên phải tiếp đón chu toàn rồi." Võng Kỳ mời ba người họ vào một động thất[82] nhỏ bên trong rồi bảo họ ngồi xuống, "Thời Vũ, ngươi và hai vị khách quý ngồi đợi một chút, ta sẽ đích thân đi chuẩn bị rượu."

Võng Kỳ đi rồi, Nhung Nhung bắt đầu quan sát căn phòng, thấy nơi này tuy không xa hoa bằng sảnh ngoài, nhưng bàn ghế, án thư đều rất thanh nhã, khắp phòng còn thoang

[81] Chỉ nơi ở của các thần tiên nói chung.

[82] Gian phòng trong hang động.

thoảng mùi gỗ lạ, dưới sàn lót bằng da thú quý hiếm, thế nên không khỏi tán thưởng: "Nơi này đúng là được hơn bên ngoài."

"Ngươi rất có mắt nhìn đấy, đây là nơi ở thường ngày của Võng Kỳ, bên ngoài đương nhiên không thể sánh bằng." Thời Vũ ngồi cạnh Linh Chí, giúp hắn phủi nước mưa vương trên áo một cách rất tự nhiên, "Võng Kỳ là người đầu tiên ta gặp sau khi ra khỏi kết giới, có giao tình sâu sắc. Huynh ấy tuy chỉ là một tiểu sơn thần, nhưng ngàn dặm xung quanh Huyền Lũng Sơn này, ba mươi sáu động, hai mươi bốn hồ đều do huynh ấy cai quản, chủ nhân cứ yên tâm tạm nghỉ ở đây."

"Kết giới đã sinh dưỡng ngươi chính là ở núi này sao?" Linh Chí quay sang hỏi Thời Vũ.

"Đúng vậy. Chủ nhân nếu có hứng thú thì ngày mai có thể đến hàn đàm[83] ấy xem thử." Thời Vũ thấy Linh Chí không phản ứng với việc hắn ngồi cạnh hầu hạ thì cảm thấy yên tâm hơn nhiều, lại quay sang bảo Nhung Nhung đưa một chiếc khăn rồi nhẹ nhàng lau mái tóc ướt của hắn. Linh Chí quay đầu đi, mái tóc vẫn nằm trong tay Thời Vũ, để lộ ra hình xăm màu đen ẩn hiện phía sau cổ hắn.

Thời Vũ từng nhìn thấy gần như toàn bộ hình xăm này khi ở trên giường của Nhung Nhung, lúc ấy thấy rất hiếu kỳ, bây giờ nghĩ lại, hình ảnh con chim ba đầu nằm trên tấm lưng trắng trẻo ấy khiến hắn hoang mang lo sợ trong lòng. Hắn biết hình xăm này không nên động vào, nhưng nếu động vào thì

---

[83] Hồ nước.

sẽ xảy ra chuyện gì? Nghĩ ngợi một lúc, cũng không biết hắn lấy đâu ra can đảm, ma xui quỷ khiến thế nào lại chìa ngón tay khẽ chạm vào cổ của Linh Chí. Ngay khoảnh khắc da thịt chạm nhau, hình xăm ấy lập tức phát sáng rực rỡ, ngón tay của Thời Vũ có cảm giác như bị thiêu cháy, khiến hắn rên lên một tiếng rồi lùi người về sau.

"Ngươi lại muốn tìm cái chết!" Linh Chí quát to.

"Suỵt, hai người nghe xem!" Nhung Nhung chợt khẽ nhắc nhở. Nàng vốn là linh thú nên tai thính mắt tinh. Linh Chí cũng là người có ngũ quan nhạy bén, thế nên lập tức bình tĩnh lại, bắt đầu nghe rõ tiếng xì xào bên ngoài.

"... Các ngươi có biết chuyện Quỷ Thị Trường An gần đây không bình yên chưa? Không biết từ đâu xuất hiện một tên hậu duệ Bạch Ô thị gì đó, đã giết hại rất nhiều nhân vật vai vế rồi hút cạn nguyên linh của họ, ngay cả Ngọc Trâm công tử cũng không thoát nạn."

"Sao, chính là cái tên rắn ba đầu - Ngọc Trâm trước nay không xem ai ra gì đó ư?"

"Chính là hắn! Ngay cả quán rượu nổi tiếng trong Quỷ Thị cũng bị tên Bạch Ô Nhân đó làm loạn. Hắn không những đã cướp sạch quán rượu mà còn có hành vi bất chính với nữ tử. Chắc các ngươi cũng biết Thanh Khâu Hồ A Cửu, một cô nương dung mạo xinh đẹp như thế, vì không chịu đi theo tên Bạch Ô Nhân đó nên bị hắn ức hiếp mà chết. Người nào không chấp nhận được lao vào can ngăn, không bị đánh cho trở về nguyên hình, thì cũng sẽ bị hút hết nguyên linh, ngay cả trẻ con mà hắn cũng không tha."

"Nghe nói Bạch Ô Nhân có đầu chim răng thú, tóc tai bù xù, mặt đầy hình xăm, dáng vẻ hung ác vô cùng, thảo nào nữ nhân thà chết cũng không chịu khuất phục. Không biết hắn có lai lịch thế nào?"

"Các ngươi chắc không biết chuyện tổ tiên của Bạch Ô thị từng là người chuyên đi hành hình thay cho Thiên Đế, chúng thần đều phải nể sợ phần nào. Bây giờ các đại thần đều đã về cõi Quy Khư, chúng ta chỉ biết sống vật vờ qua ngày, thế mà đám hung đồ này vẫn có thể tung hoành ngang dọc, thật không biết thiên lý ở đâu nữa!"

"Không phải vẫn còn Thanh Dương quân sao? À phải rồi, lần này linh khí khôi phục, ắt hẳn là nhờ Thanh Dương quân nhân ái, thi triển pháp lực để cứu vớt vạn vật."

"Thanh Dương quân thì đã làm sao? Ngài ấy ở tận Cửu Thiên, làm sao biết được nỗi khổ của những kẻ tu luyện chúng ta? Ta thấy ngài ấy sớm muộn gì cũng về cõi Quy Khư thôi."

"Lời này sai rồi ..."

Bên ngoài vẫn đang tranh luận không dứt, nhưng bọn họ chẳng còn hứng thú nghe nữa. Linh Chí chống cằm, tựa hồ chìm vào suy tư, chẳng thèm quan tâm đến Thời Vũ đang hổ thẹn, bất an ngồi bên cạnh nữa.

Nhung Nhung muốn nói gì đó nhưng lại thôi.

Linh Chí đột nhiên hỏi: "Hành vi bất chính là thế nào?"

"..." Nhung Nhung hoàn toàn không ngờ hắn lại hỏi câu này, nhưng vẫn mặt dày trả lời: "Chuyện này... chính là chuyện mà ta vẫn chưa làm được với người đấy."

Linh Chí lại suy nghĩ một lúc, sau đó chợt lạnh lùng nhìn Thời Vũ đang ủ rũ rồi nói: "Tên nghiệp chướng, lần sau nếu ngươi còn dám có hành vi bất chính với ta thì đừng trách ta hạ thủ vô tình."

Thời Vũ cứng họng, vội quỳ xuống nói: "Tôi không có... Tôi... tôi chỉ là..."

Hắn cảm thấy giờ có trăm cái miệng cũng khó giải thích được, chỉ muốn moi tim móc gan ra để giúp mình giải được nỗi uất ức này. Nhung Nhung ngồi bên cạnh chợt ra sức nháy mắt, Thời Vũ lúc này mới hiểu ra, cho dù là với trò mê hoặc của A Cửu hay thuật "song tu" của Nhung Nhung, Linh Chí trước nay chưa bao giờ hiểu ra được ý đồ trong đó, bởi hắn hoàn toàn không hiểu mấy chuyện nam nữ thường tình. Mấy hành động mạo phạm ấy chẳng qua chỉ là khiến trong lòng hắn khó chịu, ngoài ra không liên tưởng đến chuyện khác. Bây giờ nếu Thời Vũ cứ cố gắng biện minh, cho dù có giải thích được rõ cũng sẽ chỉ như tự rước họa vào thân thôi.

"Vâng, sau này tôi không dám nữa!" Thời Vũ sau khi đánh giá tình hình bèn cúi đầu thở dài nói.

Lúc này, Võng Kỳ dẫn theo mấy người mang rượu ngon và cao lương mỹ vị vào, thấy vẻ mặt ba người có vẻ kỳ lạ liền đoán ra có lẽ họ đã nghe được gì đó, bèn vội nói: "Mấy kẻ hay ra vào chỗ của ta đều là bỉ phu sơn dã[84], nếu có nghe phải lời gì thì mong đừng để trong lòng."

Lai lịch của Linh Chí, Võng Kỳ nhất thời vẫn chưa đoán ra, thế nên lời này thật ra hắn muốn nói với Nhung Nhung. Nhung Nhung là chỗ thân cận với Thời Vũ, Võng Kỳ tuy chưa bao giờ gặp nàng nhưng cũng vẫn biết nàng có mối liên hệ mật thiết với Thanh Dương quân. Hiện giờ bên ngoài liên tục có những lời đồn đại về Thanh Dương quân, hắn sợ những lời ấy sẽ làm Nhung Nhung nổi giận.

Nhung Nhung hiểu ý liền rộng lượng nói: "Không sao, cũng không phải là bàn tán về ta... Còn về vị đang ở trên Côn Luân Khư kia thì càng chẳng để tâm mấy việc này!"

Võng Kỳ thấy nàng khoan dung độ lượng như vậy lập tức chắp tay phụ họa: "Thanh Dương quân tựa như minh nguyệt trên cao, là bậc chính trực, sao có thể chấp nhặt mấy chuyện thế tục này? Mà nói ra cũng lạ, mấy ngày nay đến ngay cả Huyền Lũng Sơn của ta cũng sinh ra rất nhiều Thanh Linh khí, rất nhiều cây cỏ muông thú tu luyện nhiều năm chợt tăng tiến mạnh mẽ, thậm chí có nhiều kẻ tu luyện thành hình. Thế nên bên ngoài hiện giờ có rất nhiều tin đồn, nói rằng Thanh Dương quân đang muốn giúp cho những kẻ tu luyện chúng ta. Đến ngay cả đám người phàm tu đạo mà cũng có kẻ trở thành tín đồ của ngài."

[84] Kẻ quê mùa sống nơi rừng núi.

"Chuyện linh khí của thiên địa suy giảm đâu phải chuyện xảy ra trong một sớm một chiều, cho dù Thanh Dương quân... ngài ấy nếu có năng lực xoay chuyển tình thế thì tại sao lại chờ đến tận lúc này mới ra tay?" Linh Chí hỏi.

"Chuyện này... Ta chỉ là một tiểu sơn thần, đâu dám đoán bừa thiên ý. Có thể do Thanh Dương quân thần thông quảng đại, mượn được lực của vật thần thượng cổ nên mới làm được."

"Vật thần thượng cổ?"

Lần này thì cả Linh Chí và Nhung Nhung đều không nói thêm gì nữa.

Võng Kỳ đành phải phá vỡ sự im lặng, "Vạn vật có linh hồn đều muốn tu thành chính quả. Cây cỏ muông thú ngưỡng mộ sự tự tại của người phàm, người phàm lại ngưỡng mộ sự trường sinh của tiên yêu, còn những kẻ dù luyện được trường sinh thì ở trước mặt những vị thần cùng trường tồn với thiên địa cũng chẳng khác chi hạt cát. Nhưng những vị thần ấy cuối cùng đã đi về đâu rồi? Chúng sinh đều có nỗi khổ, chi bằng cứ vui vẻ làm điều mình muốn đi. Theo ta thấy, lợi ích lớn nhất của Thanh Linh khí chính là giúp cho ngọn núi này lại mọc lên rất nhiều thảo dược quý hiếm, rất thích hợp để chế rượu."

Rồi hắn cười ha ha rót đầy rượu vào cái chén vàng trước mặt mọi người, tiện tay hớp lấy mấy ngụm rồi khẽ nói với Nhung Nhung: "Ta nói câu mạo phạm một chút, nếu rượu trong chén này mà không bao giờ vơi đi thì ta thậm chí sẽ chẳng thèm ghen tị với Thanh Dương quân nữa!"

Nhung Nhung là một người thích nổi loạn, thế nên cũng cười vui vẻ, nhấp một ngụm rượu của Võng Kỳ rồi tặc lưỡi nói: "Đúng vậy, huynh tiêu dao hơn ngài ấy nhiều, rượu của huynh cũng ngon hơn của ngài ấy!"

Thời Vũ sợ bọn họ càng nói sẽ càng không kiêng dè, liền mỉm cười chuyển chủ đề khác: "Sao không thấy tẩu phu nhân[85] đâu nhỉ?"

Võng Kỳ cười nhăn nhó đáp: "Lần trước ngươi đến nhà ta đã là sáu mươi năm trước rồi. Tẩu tẩu của ngươi chỉ là con gái của một nông gia dưới núi, thế nên mười năm trước đã qua đời rồi. Ôi, trước khi chết, nàng không còn chút hối tiếc nào, nhưng ta thì lại rơi vào cảnh chăn đơn gối chiếc. Ta còn nhớ, khi nàng ấy gả cho ta nàng mới chỉ trạc tuổi trăng rằm, thích nhất là cùng ta lên núi săn bắn, nhưng nàng lại rất hiền lành lương thiện, thường phóng sinh hết những con thú mà ta săn được, vậy nên ta thì luôn cố tình không giết bọn chúng..."

Võng Kỳ càng say lại càng nhớ cố nhân, cứ thao thao bất tuyệt kể lại những chuyện tình cảm giữa mình và ái thê[86].

Nhung Nhung thích nhất là nghe mấy chuyện nhi nữ thường tình này, bất giác càng nghe càng mê mẩn. Khi Võng Kỳ kể đến nỗi đau sinh ly tử biệt, khóe mắt nàng cũng đỏ lên, kề sát vào tai Thời Vũ cảm khái: "Không ngờ bằng hữu tốt này của ngươi lại là một kẻ si tình!"

---

[85] Tẩu phu nhân, tẩu tẩu là cách xưng hô vợ của anh mình.

[86] Cách xưng hô người vợ mà mình yêu thương.

"Con gái nông gia?" Thời Vũ kinh ngạc nói: "Lần trước rõ ràng huynh nói tẩu phu nhân là khuê các danh gia, do chạy trốn binh lửa mà đến núi của huynh, từ đó mới kết mối lương duyên với huynh mà."

"A! À... Ngươi nhớ nhầm rồi, đó là chuyện của tẩu phu nhân trước trước nữa." Võng Kỳ ngượng nghịu phẩy tay, có vẻ không muốn nhắc lại chuyện xưa ấy. "Lâu ngày trùng phùng, với ta và ngươi thì chỉ là năm xưa, nhưng tẩu phu nhân của ngươi thì đã mấy người ra đi rồi. Lần này chắc ngươi cũng đã hiểu nỗi khổ của ta rồi!"

Sơn thần tuy mang danh là thần nhưng thật ra cũng chỉ là do tinh khí của núi hóa thành, đương nhiên sẽ có thể sống thiên thu vạn đại. Thời Vũ mấy lần đến trò chuyện uống rượu với Võng Kỳ đều gặp thê tử của hắn, tuy chỉ gặp gỡ thoáng qua nhưng vẫn cảm nhận được tình cảm sâu sắc giữa Võng Kỳ và phu nhân. Dù vậy hắn cũng chỉ biết là có "tẩu phu nhân" chứ không để ý là "tẩu phu nhân" ấy đã thay người mấy lượt rồi.

"Nhắc lại tẩu phu nhân trước trước nữa, nàng đúng là một người rất ôn hòa thông minh, thấu tình đạt lý. Cầm án[87] này là do nàng năm xưa đã để lại, ta và nàng thường một người tấu đàn, một kẻ múa đao, chỉ nguyện làm đôi uyên ương không cần làm thần tiên..."

---

[87] Bàn chuyên dùng để đặt đàn.

Nhung Nhung không thể ngờ, chuyện tình cảm của Võng Kỳ lại như một quyển sách, kể hết chương này lại đến chương khác.

Thời Vũ lại lạnh lùng cắt ngang hồi ức của Võng Kỳ, "Lần sau huynh tìm một thê tử nào trường thọ một chút đi."

"Mấy tinh quái trong núi này đẹp thì có đẹp, nhưng ta lại không thích." Võng Kỳ vỗ đùi nói, "Luyến tiếc lớn nhất đời ta là không biết nhân lúc Thanh Linh khí còn nhiều mà luyện thuật cải tử hồi sinh, chỉ có thể giương mắt nhìn những người yêu thương lần lượt chết đi. Sau này ta sẽ không lấy ai nữa, lão già này sẽ chỉ ở bên cạnh hài cốt của mấy phu nhân mà sống cho qua ngày thôi."

Thời Vũ cảm thấy rất thông cảm với bằng hữu, nhưng lại chẳng muốn nghe kể mấy chuyện lặt vặt thế tục này. Hắn sợ Võng Kỳ hứng lên lại tiếp tục kể hết từng chuyện của mỗi vị phu nhân, thế nên vội vàng đứng dậy chủ động kính hắn một chén rượu.

Thời Vũ nhấp một ngụm rượu, bất giác nhìn thấy Linh Chí đang mân mê cái chén, cái thứ màu vàng sáng lấp lánh này hẳn rất hợp với sở thích của hắn. Linh Chí uống hết rượu trong chén, sau đó lặng lẽ rót thêm lần nữa, vẻ mặt chợt hơi u sầu.

"Chủ... Rượu này rất mạnh, cẩn thận kẻo say."

Võng Kỳ thấy Thời Vũ có ý ngăn cản Linh Chí liền cười nói: "Rượu này của ta lúc đầu có hơi mạnh, nhưng không bốc mạnh như Tư Vô Tà, có gì mà không uống được chứ?"

Người hầu đã bày biện xong xuôi các món ăn ra bàn. Võng Kỳ biết Thời Vũ không thích ăn thịt mà chỉ thích ăn cá, thế nên ngoài việc mang lên các món thịt núi còn đặc biệt chuẩn bị cho hắn cả cá tươi ngon bắt từ khe suối.

"Cá chép Hoàng Hà, tôm cua Nam Dương cũng không sánh được với cá ở núi của ta."

Cố hữu hiếm khi có dịp trùng phùng, vì thế Võng Kỳ uống rượu rất vui vẻ, lúc men say dâng lên còn biểu diễn kỹ nghệ trước mặt các bằng hữu mà Thời Vũ dắt đến, đó là đích thân xắt cá tươi, gỡ xương sống. Thủ pháp của hắn thuần thục, thực hiện thao tác ấy nhẹ nhàng như mây. Con dao xắt cá rõ ràng là một cây đao dài ba tấc, nhưng hắn có thể dùng nó mà xắt con cá ra thành các miếng gọn gàng, mỏng nhẹ như cánh ve, các miếng cá trắng tinh sau đó được bày trên lá sen xanh ngọc, trông vô cùng đẹp mắt.

Hắn lệnh cho người hầu bưng lá sen đặt lên bàn khách rồi đắc ý nói: "Sao hả?"

"Huyền Tinh Đao thật lợi hại." Linh Chí tán dương.

Võng Kỳ khẽ rung râu nói, "Chuyện này không phải chỉ cần có đao tốt là làm được luôn đâu, tiểu huynh đệ có muốn thử làm không?"

Linh Chí đã uống ba chén rượu, gương mặt trắng trẻo lúc này đã hơi ửng đỏ, thế nên sát khí lạnh lùng trên người đã vơi đi rất nhiều, hắn khẽ lắc đầu.

Võng Kỳ dùng ánh mắt đã hơi say rượu quan sát hắn, trong lòng nghĩ, Thời Vũ trông rất đẹp, người bên cạnh cũng xinh y như một cô nương vậy.

"Là do ta quá hồ đồ rồi. Tiểu huynh đệ nhã nhặn, thư sinh thế này, hai tay chắc chỉ dùng để chơi đàn tấu sáo, sao có thể động vào kiếm đao?" Võng Kỳ trêu đùa.

Linh Chí lại nói: "Kiếm của ta không dùng để xắt cá."

Võng Kỳ suy đoán ý tứ trong câu nói của hắn, bắt đầu cảm thấy có hứng thú, liền đứng dậy nói: "Nào nào, nếu biết dùng kiếm thì hai chúng ta tỷ thí một trận đi."

Linh Chí dù đã uống rượu vẫn rất thấu tình đạt lý, hòa nhã nói: "Ngươi không thắng nổi ta đâu. Nể tình đã chiêu đãi, ta không muốn làm ngươi bị thương."

Thời Vũ thấy dáng vẻ cứng họng của Võng Kỳ thì liền cười thầm trong bụng.

Trong lúc họ uống rượu thì có mấy nữ tử phong tình bước vào góp vui, cho dù là dáng vẻ dâng rượu hay biểu diễn ca vũ thì đều mang phong thái quyến rũ của chốn thiên nhiên sơn dã. Thời Vũ tất nhiên không thèm để tâm, còn Linh Chí vừa nhìn là biết đám thiếu nữ này đều là hoa yêu mộc mị[88] mới hóa thành hình người chưa bao lâu, càng không có hứng thú. Chỉ có Nhung Nhung là chăm chú quan sát một hồi lâu, sau

[88] Yêu quái hóa hình từ cỏ cây hoa lá.

khi xác nhận mấy nữ tử này đều không xinh đẹp bằng mình thì mới cúi đầu tiếp tục ăn uống.

Linh Chí nhìn mấy miếng cá trên lá sen, không biết nên ăn thế nào. Thời Vũ thấy thế liền gắp một miếng cá chấm vào nước chấm rồi khẽ nói: "Món cá xắt lát màu bạc này cần ăn cùng nước chấm màu vàng, vì vậy mới có tên là Kim Tê Ngọc Khoái, nếu trong nước chấm mà có cả Tử Tuệ Hương Nhu của Mai Châu thì là tuyệt nhất. Nước chấm này của Võng Kỳ tuy chưa đủ nguyên liệu, nhưng rất tươi ngon, đặc biệt là còn có vị mai trắng, là món đặc sản đặc biệt của Huyền Lũng Sơn, nổi danh khắp thiên hạ này, người nếm thử xem."

Hắn sợ Linh Chí vẫn còn giận mình, thế nên dáng vẻ càng thêm cung kính.

Võng Kỳ lại đang có hơi bứt rứt trong lòng. Mấy yêu hoa mộc mị này đều là những kẻ hóa hình ở núi của hắn, hắn tuy không hứng thú, nhưng những khách khứa đến nơi này thì lại rất thích bọn chúng. Thế mà không ngờ bây giờ mấy người này đã xem thường rượu của hắn, xem thường đao pháp của hắn, bây giờ thậm chí còn chẳng thèm quan tâm đến mấy mỹ nhân hắn đưa ra.

Võng Kỳ thật sự không muốn bị xem thường bởi mấy kẻ đến từ Trường An phú quý này, đang suy nghĩ xem nên làm sao để họ mở mang tầm mắt, lên mặt với họ thì chợt trông thấy cảnh Thời Vũ cúi người pha chế nước chấm cá cho Linh Chí.

Thời Vũ trước nay kiêu ngạo, Võng Kỳ chưa bao giờ thấy hắn lại cúi đầu phục tùng người khác thế này. Từ lúc họ bước vào, Võng Kỳ đã liên tục suy đoán mối quan hệ của họ, lúc này hắn cảm thấy kinh ngạc vô cùng, sau đó chợt hiểu ra, trong lòng nghĩ: "Thời Vũ ơi Thời Vũ, thì ra đây là sở thích của ngươi!"

Chương 13

Phá giấc mộng xuân

Linh Chí làm theo lời Thời Vũ, gắp một miếng cá cho vào miệng, lập tức cau mày, phải uống liền mấy ngụm rượu mới có thể áp chế được cái mùi vị kỳ lạ kia, hắn nhìn Thời Vũ bằng ánh mắt khó hiểu. Hắn thật sự không hiểu tại sao lại có người dùng cách phức tạp như vậy để pha chế món ăn cho vào miệng, trong khi mùi vị của nó lại còn chẳng sánh được với thịt chuột đồng nướng.

Thời Vũ lại cảm thấy sau khi uống rượu Linh Chí trở nên thú vị hơn nhiều, trong lòng cũng yên tâm hơn, mỉm cười lại với hắn.

Mấy yêu hoa mộc mị kia không biết đã lui đi từ lúc nào, đổi lại là sự xuất hiện của mấy tiểu đồng thanh tú, bước đến lần lượt ngồi bên cạnh hai bên trái phải ba người bọn họ.

Nhung Nhung cũng được hai tiểu đồng hầu hạ, cảm thấy rất thích thú, chốc chốc lại vuốt tay của tiểu đồng bên trái rồi nựng bờ má phấn hồng của tiểu đồng bên phải, hớn hở giống như nhận được bảo bối vậy.

Khi mấy tiểu đồng ấy đến gần, chiếc ô sau lưng Linh Chí bừng sáng lên, nhưng sau đó lại lặng lẽ lịm đi. Theo hắn quan sát thì chúng vẫn chỉ là mấy con yêu quái có linh lực yếu trên núi này mà thôi, cho dù có là nam hay nữ thì cũng chẳng có gì khác biệt. Thế nên hắn cứ để mặc cho bọn họ áp sát lại gần, lặng lẽ uống rượu mà không động đậy gì. Hắn quan sát phản ứng của Nhung Nhung rồi thầm nghĩ chiêu trò ở nơi rừng núi này thật sự khác xa với ở Trường An, dù vậy đều là những thứ mà hắn chưa từng thấy bao giờ.

Chỉ có Thời Vũ là lập tức hiểu ngay ý đồ của Võng Kỳ, lập tức nổi trận lôi đình, rất muốn giơ cước đạp thẳng vào mấy tên tiểu đồng đó, nhưng rồi lại thấy làm vậy chưa hả giận, chỉ nắm chặt đôi đũa trong tay, cố nén cơn giận.

Mấy tiểu đồng nọ thấy những vị khách này thản nhiên như vậy thì thầm nghĩ chắc họ đều là những người đã quen thói phong nguyệt, thế nên lại càng không e dè, lần lượt cởi áo ngoài ra, chỉ còn mặc một chiếc áo mỏng màu đỏ tía bên trong, cười nói vui vẻ, cất lời đưa đẩy, còn có kẻ ghép đôi làm trò mây mưa, khiến bầu không khí trở nên vô cùng lả lơi ong bướm.

Linh Chí vốn là người được đám tiểu đồng thích nhất, song hắn cứ ngồi yên bất động, khiến bọn họ chợt cảm thấy có hơi sợ. Còn Thời Vũ sau khi bị đám người đó vuốt ve bàn tay mấy lần thì chợt hít một hơi thật sâu rồi khẽ mỉm cười.

Võng Kỳ thì mừng thầm trong bụng, cuối cùng mình cũng đã tìm ra bí mật lâu năm của huynh đệ, có cơ hội làm một người huynh trưởng chu đáo rồi. Nhưng trong lúc đang vui vẻ uống rượu thì chợt thấy mấy tiểu đồng kia trong chớp mắt đã biến thành xương trắng, có bộ xương tóc trắng búi cao, vẫn còn mặc áo; có bộ xương tóc búi xõa vai, khoác áo khoác dài; có bộ xương thì chỉ còn khung xương, tay ôm đàn cổ... Tất cả đều đang kêu gào thảm thiết, điên cuồng lao về phía hắn.

"Đã cùng hứa hẹn đôi ta sẽ mãi ở bên nhau, vậy sao phu quân bây giờ vẫn còn chưa đến?"

"Phu quân, đừng để bùn lấp xương ta, dòi bọ đục khoét cơ thể ta..."

...

Võng Kỳ kinh hãi hất tung bàn ăn trước mặt, quát to: "Thời Vũ, ngươi làm thế này là ý gì? Lẽ nào ngươi chê đám tiểu đồng này không đủ vạm vỡ sao?"

"Lão quỷ vô liêm sỉ, tưởng rằng ta cũng dâm loạn như ngươi chắc!" Thời Vũ giận dữ chùi mạnh tay vào vạt áo, đứng dậy mắng.

Võng Kỳ đã bị đám nữ tử xương trắng vây kín, đánh không được, mắng cũng không xong, đành phải ôm đầu bỏ chạy. Đám xương trắng kia vẫn cứ vừa khóc gọi "phu quân" vừa đuổi sát theo sau.

Trong phòng bây giờ chỉ còn lại ba người. Nhung Nhung hụt hẫng, oán trách Thời Vũ: "Làm loạn cái gì chứ? Ngươi không thích thì cứ nói, nhường lại hết cho ta là được rồi mà."

Nàng vừa nói xong thì chợt nghe có một tiếng cười nhẹ vang lên. Thời Vũ chợt nổi giận, hắn làm gì có tâm trạng cười đùa với nàng ta. Nhung Nhung nhéo Thời Vũ một cái rồi cùng hắn đồng loạt quay sang nhìn Linh Chí vẫn đang ngồi xếp bằng trước bàn, thì ra tiếng cười ấy phát ra từ chỗ Linh Chí.

Thời Vũ và Nhung Nhung đều không khỏi giật mình, vội vàng bước đến. Khóe miệng Linh Chí lúc này vẫn đang nhoẻn lên: "Trò này đúng là buồn cười thật đấy."

Hắn một tay đỡ trán, một tay cầm chén rượu, vẻ mặt đỏ bừng, ánh mắt cũng trở nên mơ màng. Thời Vũ và Nhung Nhung thấy cảnh tượng ấy lại đưa mắt nhìn nhau.

"Chủ nhân có thấy khó chịu không?" Thời Vũ e dè hỏi, "Tôi thấy người đừng nên uống nữa. Phía sau có phòng nghỉ, hay là người vào đó nghỉ ngơi nhé?"

"Cũng được." Linh Chí đứng dậy, hai chân có hơi lảo đảo, Thời Vũ vội bước lên dìu hắn, hắn lại chợt nói: "Đa tạ", khiến Thời Vũ giật bắn mình, đứng cũng không vững nữa, trong lòng nghĩ đúng là hắn đã say thật rồi, xem ra tửu lượng của hắn chẳng ra làm sao cả.

Võng Kỳ không biết đã bị đám bạch cốt phu nhân kia đuổi đến phương nào rồi, trước đó chỉ bảo người hầu chuẩn bị cho đám Thời Vũ duy nhất một gian phòng. Linh Chí đưa chiếc ô cho Thời Vũ rồi mặc nguyên y phục mà nằm xuống giường, chớp mắt đã ngủ ngay, hơi thở đều đều, toàn thân thoang thoảng mùi rượu.

Thời Vũ và Nhung Nhung đồng loạt lui ra ngoài bức bình phong. Thời Vũ cố tình vờ như không thấy cảnh Chu Mục Vương và Tây Vương Mẫu đang say rượu mây mưa với nhau trên bức bình phong, Võng Kỳ thật sự là càng ngày càng hành xử hoang đường.

"Vừa rồi có phải hắn nói chiếc ô này tên là Thông Minh không?" Thời Vũ khẽ hỏi Nhung Nhung.

Nhung Nhung gật đầu: "Ngay cả điều này mà hắn cũng nói cho ngươi biết, đúng là đã rất say rồi."

Mấy ngày gần đây, bọn họ càng ngày càng hiểu rõ Linh Chí hơn. Linh Chí pháp thuật lợi hại, tính tình khoáng đạt, rất khinh bỉ những trò xảo trá lừa lọc, thế nên nếu hắn trông có vẻ đã say thì chắc chắn là đã say thật rồi.

Thời Vũ nhướng mày cười, "Nếu hắn đã say..."

"Ngươi định làm gì?" Nhung Nhung cảnh cáo: "Ta khuyên ngươi nên bỏ ý định đó đi, ngươi không thể giết nổi hắn đâu."

"Ngươi nghĩ đi đâu vậy? Ta chỉ là thấy hiếu kỳ thôi." Thời Vũ đỏ bừng mặt, ghé sát vào tai Nhung Nhung thì thầm mấy câu, gương mặt của Nhung Nhung sau đó cũng trở nên đầy ẩn ý, "Chuyện này, ta đúng là cũng chưa từng biết... Mà tại sao ngươi không tự làm?"

"Đương nhiên là do ta không dám." Thời Vũ thẳng thắn thừa nhận mình là tiểu nhân nhát gan, còn nhỏ giọng phân tích thiệt hơn cho Nhung Nhung: "Chẳng may bị phát hiện thì hắn cũng sẽ không giết ngươi."

"Nhưng ta không muốn hắn ghét ta."

"Sao ngươi biết hắn sẽ ghét ngươi?"

Hai người lại tranh luận một lúc vì lợi ích của riêng mình, đều biết thời cơ không thể bỏ lỡ, mất rồi sẽ không có lại nữa, thế nên Nhung Nhung với tư cách là người hiểu biết nhiều hơn liền hạ quyết tâm đưa ra kết luận: "Cả ngươi và ta cùng đi!"

Sau khi bước vào trong trướng hoa, Nhung Nhung khẽ mấp máy môi, tỏ ý bảo hai người cùng ra tay một lúc, chắc chắn sẽ biết thôi.

Thời Vũ đột nhiên nhớ ra, ở chỗ đó của Bạch Ô Nhân liệu có khi nào cũng có hình xăm không? Ngộ nhỡ lại bị thiêu đốt một lần nữa thì sao? Song còn chưa kịp nói ra nghi hoặc trong lòng thì Nhung Nhung đã chộp lấy tay hắn, không nói không rằng mà đặt ngay vào hạ bộ của Linh Chí. Khi Thời Vũ kịp định thần lại thì trong trướng hoa lúc này chỉ còn lại hắn và Linh Chí.

Nhung Nhung tuy là linh thú thượng giới, nhưng lại không chuyên tâm tu luyện, vừa không giỏi thuật mê hoặc mà pháp thuật lại không cao minh, trong mắt Thời Vũ thì nàng ta chỉ là một phế vật, ngoài việc gây phiền phức cho hắn ra thì nàng ta giỏi nhất chính là khả năng thoắt ẩn thoắt hiện.

Cũng may lần này cảm giác bỏng rát như khi chạm vào hình xăm đã không xảy ra vì còn cách một lớp vải, nhưng Thời Vũ còn chưa kịp thở phào nhẹ nhõm thì chợt nghe Linh Chí thở dài nói: "Ta không muốn làm bẩn tay mình, nhiều lần không tính toán với ngươi, cớ sao ngươi vẫn cứ muốn tự tìm cái chết?"

Thời Vũ rụt tay lại, vội vàng quỳ xuống trên giường: "Chủ nhân tha mạng, là do Nhung Nhung nhờ tôi giúp nàng ta giải đáp thắc mắc trong lòng."

Linh Chí từ từ trở mình, tay gối lên đầu, xoay mặt ra bên ngoài, nhìn Thời Vũ bằng ánh mắt nửa giận nửa không, nửa say nửa tỉnh.

"Nàng ta còn có thắc mắc gì?"

Nhung Nhung lập tức xuất hiện trên bức bình phong, mặt dày nói: "Ta tuy biết hết về vạn vật, nhưng lại không biết cảnh tượng bên dưới y phục của người trông như thế nào."

Linh Chí có hơi ngẩn người, im lặng một lúc mới nói: "Ta không có gì khác với các ngươi cả."

"Nhưng ta và Thời Vũ thì lại rất khác nhau." Nhung Nhung thấy hắn không nổi giận thì liền được nước lấn tới, "Ta nghe nói Bạch Ô Nhân trước khi trưởng thành thì không phải nam cũng chẳng phải nữ, có thật như vậy không?"

"Thì ra là vì chuyện này." Giọng của Linh Chí vẫn bình thản, "Thật thì đã sao?"

"Vậy sau này thì sao? Người sẽ là nam hay nữ?" Nhung Nhung sốt sắng, lắc lư khiến bức bình phong kêu cót két.

"Tại sao ta phải nói cho ngươi biết?"

Nhung Nhung còn chưa kịp nhận ra ánh mắt Linh Chí vừa nhìn mình có phải đang có ý châm chọc hay không thì hắn đã nhắm mắt lại. Trước khi quay lưng ngủ tiếp, hắn có vẻ ghét việc Thời Vũ đang quỳ quá gần mình, liền giơ chân đạp hắn ngã xuống giường.

Thời Vũ bi phẫn, buột miệng nói: "Chủ nhân sau này nếu là nữ tử thì cũng cứ hành xử như vậy sao?"

Linh Chí nằm quay lưng ra ngoài, một lúc sau mới mở miệng nói: "Ta đương nhiên sẽ không trở thành nữ tử. Nữ tử trong tộc ta... phải gánh trách nhiệm nặng hơn nam tử."

"Tại sao lại như vậy? Người nói tiếp đi, việc là nam hay nữ được quyết định như thế nào?" Nhưng tiếc là sau đó, Nhung Nhung có gọi thế nào, Linh Chí cũng không lên tiếng nữa.

Buổi tối, Nhung Nhung nằm chợp mắt trên bức bình phong, còn Thời Vũ trải một tấm da thú ngồi dưới đất, hắn giống Nhung Nhung, tuy có thể không cần ngủ, nhưng nếu thức một thời gian dài thì sẽ vẫn cảm thấy hơi mệt. Nửa đêm, trong lúc hắn đang mơ màng thì chợt nghe thấy có tiếng gọi khẽ: "Thiếu chủ tỉnh lại đi, thiếu chủ tỉnh lại đi!"

"Ai?" Thời Vũ giật mình thức giấc, xung quanh vẫn vắng lặng, chỉ có tiếng thở nhè nhẹ của Linh Chí và tiếng ngáy nhỏ của Nhung Nhung.

Tiếng gọi khẽ kia nghe lầm rầm tha thiết, tựa hồ ở sát bên tai, nhưng lại giống như phát ra trong lòng. Từ trong góc tường chợt xuất hiện mấy cái bóng đen dài, trôi nổi mờ nhạt, không phải thực thể, nhưng ánh sáng từ huỳnh thạch trong phòng phát ra lại không thể nào soi rõ được.

Nếu luận về sự nhanh nhạy tri giác thì cả Linh Chí và Nhung Nhung đều hơn hẳn Thời Vũ, song lúc này, hai người ấy vẫn không hề phát giác ra chuyện này. Thời Vũ biết mình có lẽ đã rơi vào ảo ảnh do mấy cái bóng này tạo ra, nhưng thần trí thì vẫn vô cùng tỉnh táo.

"Tại sao lại gọi ta là thiếu chủ? Các ngươi rốt cuộc là thứ gì?"

Cái bóng không đáp, chỉ vươn dài ra rồi tiến về phía Thời Vũ. Thời Vũ là tiên linh, đương nhiên không hề sợ ma quỷ, nhưng cái bóng này đáng sợ hơn ma quỷ nhiều, chỉ mới đến gần thôi đã khiến Thời Vũ ớn lạnh toàn thân.

Cái bóng là một mớ màu đen hỗn độn, không hề có tứ chi ngũ quan, nhưng Thời Vũ lại như nghe thấy có rất nhiều tiếng thì thầm kỳ lạ bên tai, từng tiếng từng tiếng thê thiết ập thẳng vào trong lòng: "Thiếu chủ, thiếu chủ..."

"Ta đã nói rất nhiều lần rồi, ta không phải thiếu chủ của các ngươi, đừng có bám lấy ta nữa!"

Thời Vũ thấy cái bóng có vẻ đang định ập lên người mình thì liền tập trung tinh thần, một bức màn vô hình tỏa ra từ xung quanh người hắn, từ từ lớn dần lên theo ý niệm, bức màn ấy tỏa ra ánh vàng nhè nhẹ, muốn xua tan đi cái bóng kia và hơi lạnh từ nó. Nhưng không ngờ, khi ánh sáng vàng ấy tiếp xúc với cái bóng, nó lại không hề sợ hãi lùi lại, mà ngược lại còn xông lên hòa làm một với bức màn.

Thời Vũ muốn thu lại bức màn chắn nhưng đã muộn, cả người không thể động đậy được, tinh thần như bị xâm chiếm, vô số những mảnh ý thức giống như xúc tu đâm xuyên vào trong linh khiếu[89] của hắn.

"Thời cơ đã đến, Huyền Châu đã có thể xuất thế rồi!" Giọng trầm trầm của cái bóng chợt trở nên cao vút, tựa như tiếng binh khí mài trên đá.

Thời Vũ muốn né tránh nhưng không được, muốn kêu lên nhưng không thể phát ra tiếng. Huyền Châu gì chứ? Thời cơ gì chứ? Những mảnh ký ức ấy là của ai? Rốt cuộc hắn phải nhớ lại điều gì? Tại sao màn chắn của hắn không những không ngăn được cái bóng kia mà ngược lại còn tạo cơ hội cho nó tấn công? Hắn còn chưa kịp định thần lại để nghĩ cho thông suốt thì chợt cảm thấy cơn đau trong người bị thay thế bởi một nỗi sợ kinh khủng hơn. Nỗi sợ ấy vô cùng chân thật, nhưng không phải sinh ra từ trong lòng hắn.

[89] Nơi chứa tinh thần của những sinh vật tu luyện, giống như bộ não của con người.

"Không xong rồi, Thổ Bá đến rồi!" Cái bóng bên trong linh khiếu của Thời Vũ chợt quằn quại kêu gào.

Một bàn tay móng vuốt khổng lồ dính đầy máu từ dưới đất vươn lên, không tốn chút sức lực nào đã nắm chặt lấy cái bóng kia. Song sự kết nối giữa Thời Vũ và cái bóng kia chưa hoàn toàn bị cắt đứt, thế nên một phần nguyên linh của hắn cũng bị cái móng kia nắm chặt. Căn phòng bên trong phủ của Võng Kỳ như không còn tồn tại, Linh Chí và Nhung Nhung cũng không thấy đâu nữa. Trong cơn mơ hồ, Thời Vũ lại nhìn thấy rất rõ chủ nhân của cái vuốt khổng lồ kia, đó là một hung thần khổng lồ có mình trâu đầu hổ, mặt có ba mắt, sừng nhọn như kiếm, toàn thân dính đầy máu nhưng lại không toát ra mùi của yêu ma. Phía sau người ấy còn có hai hàng người khổng lồ, chính là Trọng Dã và Du Quang, hai Dạ Du thần đã từng gặp cách đây không lâu ở Thần Hòa Nguyên.

"Bọn tích này quả nhiên ở đây. Đa tạ hai vị đã tương trợ." Hung thần gật đầu với Trọng Dã và Du Quang, sau đó nắm mấy cái bóng kia lại thành một nắm tròn rồi ném vào miệng nhai rào rạo.

Cái bóng đen lập tức vỡ vụn dưới hàm răng sắc bén, phát ra tiếng kêu gào mà chỉ Thời Vũ mới cảm nhận được: "Thiếu chủ, Chấn Mông thị chỉ còn lại một mình người thôi, xin người đừng quên, xin người đừng quên..."

Da thịt của Thời Vũ cũng tựa hồ như đang bị cắn từng miếng từng miếng một. Đến tận bây giờ hắn vẫn không biết mấy cái bóng đen ấy từ đâu đến, có liên quan gì đến mình, chỉ biết lúc này hắn cũng đang phải chịu nỗi đau tan nát bên dưới hàm răng sắc bén kia.

Mấy cái bóng này không phải lần đầu tiên đến làm phiền Thời Vũ. Trước đây đã từng có vài cái bóng lảng vảng bên cạnh hắn, muốn tiếp cận nhưng không được, cuối cùng đều bị Dạ Du thần và Ngọc Trâm bắt được rồi nuốt chửng. Thời Vũ không muốn rước họa vào thân, thế nên luôn ngoảnh mặt làm ngơ trước lời kêu cứu của bọn chúng, nhưng không hiểu sao lần nào cảm nhận được tiếng kêu gào thảm thiết của chúng, trong lòng hắn cũng dường như vì chúng mà dâng lên một nỗi đau khó hiểu.

Hung thần sau khi thưởng thức xong mùi vị dưới lưỡi thì liền nuốt chửng những cái bóng lúc này đã im lặng vào trong bụng mình, Thời Vũ không thể rời đi, trong lòng cảm thấy bất an, cả người hắn như bị một bàn tay vô hình lôi vào bóng đêm thăm thẳm.

Nhưng đúng lúc này, có một ánh sáng phát ra từ một nơi khác. Ánh sáng ấy hút lấy một luồng nguyên linh đỏ rực của Thời Vũ rồi kéo hắn về phía ấy. Thời Vũ bị giằng co giữa hai nguồn lực, không biết thế nào, phó mặc sống chết.

Trong lúc đang giằng co, ánh sáng kia chợt bừng sáng rực rỡ, Thời Vũ cảm thấy hai mắt tối sầm đi trong luồng sáng ấy, khi khôi phục lại ý thức thì trông thấy bức bình phong với những hình vẽ mây mưa dần hiện lên đầy sống động dưới ánh sáng của huỳnh thạch. Mọi thứ đã trở về như cũ, không còn mấy cái bóng, cũng không còn hung thần và Dạ Du thần, Thời

Vũ chỉ cảm thấy trán đau dữ dội, có lẽ là do lúc tỉnh lại đã ngã đập đầu vào giường.

"Thời Vũ, ngươi làm cái gì thế? Muốn ngủ một giấc yên ổn cũng không xong." Nhung Nhung bất mãn kêu lên.

Linh Chí ngồi bên mép giường, lấy bàn chân đùa nghịch săm soi gương mặt của Thời Vũ, sau khi nhìn rõ rồi mới nói: "Phá giấc mộng xuân của người khác, đúng là đáng chết!"

Chương 14

Ma chết thành tích

Thời Vũ chưa bao giờ cảm thấy gương mặt lạnh lùng của Linh Chí lại thân thiết như lúc này, vội chống tay ngồi dậy, chỉ hận không thể ôm lấy chân hắn mà khóc một trận.

"Chính chủ nhân đã ra tay cứu tôi sao?"

"Lui ra!"

Thời Vũ bồi hồi lùi xa khỏi giường, Linh Chí quay người nằm lại lên gối rồi hỏi: "Là thứ gì?"

"Sao cơ?"

"Là thứ gì đã hút ngươi vào ảo ảnh?"

Cho dù Linh Chí không thích Thời Vũ, nhưng trong lòng hắn hiểu rõ, là một "linh mị" có lai lịch bất minh nhưng Thời Vũ có tu vi không hề thấp, linh lực siêu phàm, lại còn biết thuật Nhiếp Hồn Hóa Cảnh, nếu không có ô Thông Minh bên cạnh thì ngay cả hắn có khi cũng sẽ trúng kế của Thời Vũ.

Những kẻ có linh lực mạnh rất ít khi bị những thứ khác mê hoặc. Linh Chí có thể giết chết Thời Vũ, song không thể nào mê hoặc được thần trí của Thời Vũ. Thời Vũ vừa rồi rơi vào tình cảnh gì, Linh Chí không thể nào nhìn thấy được, chỉ biết một luồng nguyên linh của Thời Vũ đã bị một nguồn lực không rõ kéo về phía âm u lạnh giá cùng cực. Cách hút nguyên linh này lại hoàn toàn tương phản với cách của Bạch Ô thị, Thời Vũ lúc ấy dường như lại còn đang gắn kết chặt chẽ với một sức mạnh nào đó, đồng sinh đồng tử. Linh Chí chưa bao giờ gặp phải pháp thuật này, đành phải mượn sức mạnh của tộc Bạch Ô để triệu hồi phần nguyên linh đã mất của Thời Vũ.

"Tôi cũng không biết. Tôi đang ngủ thì đột nhiên có mấy cái bóng ma quỷ xuất hiện, hại tôi suýt nữa vào bụng của một con quái vật hung ác đầu hổ ba mắt." Thời Vũ vẫn còn chưa hoàn hồn.

"Đầu hổ ba mắt?"

"Trên đầu quái vật ấy còn có sừng nhọn, vũ khí là móng vuốt cực lớn..."

"Thổ Bá!"

Nhung Nhung và Linh Chí đồng loạt kêu lên.

"Đúng rồi! Tôi nghe mấy cái bóng đó có nhắc đến tên Thổ Bá." Thời Vũ nói.

Linh Chí nghe thế liền ngồi dậy. "Thổ Bá trấn thủ ở U Đô[90], tại sao lại tấn công ngươi?"

"Chủ nhân quen con quái vật ấy sao?"

"Bạch Ô tư thần[91], U Đô chưởng quỷ[92], một Nam một Bắc, trước nay nước sông không phạm nước giếng." Linh Chí thấy Thời Vũ không giống như đang nói dối thì nghi hoặc nói: "Ngươi không phải ma quỷ, U Đô lại phái Thổ Bá đến, lẽ nào là vì mấy cái bóng ma quỷ mà ngươi nói sao?"

"Tích là gì, chủ nhân có bao giờ nghe nói đến chưa?"

Linh Chí lắc đầu, hắn không biết nhiều về mấy chuyện của U Đô.

"Có "Bạch Trạch chốn nhân gian" ở đây, sao ngươi không hỏi ta?" Nhung Nhung vừa dụi mắt vừa co chân trên bức bình phong, "Người chết thành ma, ma chết thành tích, chuyện này mà ngươi cũng không biết sao?"

"Ma chết thành tích... Vậy mấy cái bóng đen mà ta thấy chính là do ma chết hóa thành sao?" Thời Vũ lẩm bẩm.

"Ngươi tưởng ma nào chết cũng hóa thành tích à? Chỉ có chân nhân sau khi chết lại bị người khác hủy đi tam hồn, phần

---

[90] Cửu U.

[91] Hầu hạ thần linh.

[92] Cai quản ma quỷ.

oán khí[93] mạnh mẽ còn lại ngưng tụ ở nơi âm khí vô cực thì mới hóa thành quái vật tích. Này, mọi người đừng bảo ta phải giải thích luôn chân nhân là gì nhé."

Dáng vẻ đắc ý này của Nhung Nhung quả thực có hơi nực cười. Cái gọi là "chân nhân", Linh Chí và Thời Vũ đương nhiên biết rõ. Khi Nữ Oa tạo ra con người, những người được bà chính tay dùng bùn vàng nặn thành thì được gọi là "chân nhân", còn những người bị bà dùng dây thừng đập vào bùn văng ra mà thành thì gọi là "người phàm". Sở dĩ "tích" trước nay rất hiếm gặp là vì thế gian thật sự có quá ít chân nhân.

Nhung Nhung nói: "Thời thượng cổ, có một vài chân nhân có thể lên trời xuống đất, cho dù là linh lực hay tuổi thọ cũng đều vượt xa người phàm, giống như một bán thần[94]. Bây giờ ngay cả các thiên thần cũng gặp cảnh điêu linh chứ đừng nói là chân nhân. Lưu Hoàng Tân thị, Bạch Dân quốc, Ba tộc thượng cổ, Liệt Sơn thị, Đề Sơn thị... Tất cả những bộ tộc chân nhân hiển hách này bây giờ đều không còn ai nhớ đến nữa. Thiên địa này giờ đã là thiên địa của người phàm. Bộ tộc chân nhân cuối cùng mà ta biết thì ba ngàn năm trước cũng đã vì mang tội mà bị tru di toàn tộc rồi."

"Chấn Mông thị?" Linh Chí hỏi.

Nhung Nhung còn chưa kịp gật đầu, Thời Vũ đã lôi nàng ta từ trên bức bình phong xuống.

---

93 Nỗi oán hận trong lòng.

94 Con của thần và người phàm, có một nửa huyết thống của thần.

"Xuống đây nói chuyện tử tế đi, ta mỏi cổ lắm rồi." Mặt hắn có vẻ u ám, "Nhung Nhung, vừa rồi ngươi nói chân nhân sau khi chết, oán khí không tan thì mới biến thành tích đúng không?"

"Đúng vậy, chân nhân cũng là người. Con người có tam hồn thất phách, thân xác một khi mất đi thì thất phách cũng tự nhiên tiêu tan, còn tam hồn Thai Quang, Sảng Linh và U Tinh sẽ tụ lại khi luân hồi. Thông thường, chân nhân sau khi chết đi vẫn có thể quay về luân hồi, chỉ có điều một khi chuyển thế thì tam hồn của họ sẽ mất đi linh thức, giáng xuống làm phàm thai. Còn những chân nhân bị hủy đi tam hồn sẽ bị đẩy khỏi lục đạo, thiên địa không nhận, chấp niệm[95] không tan, đó mới chính là tích."

"Thoát khỏi luân hồi của lục đạo không phải rất tốt sao?"

Nhung Nhung cười chê Thời Vũ: "Đồ ngốc, ngươi phải biết tích nhìn nhưng không thấy, nghe nhưng không hiểu, nói nhưng không được, ngũ quan và cơ thể đều đã mất, chỉ còn lại một luồng chấp niệm không tan, ngoại trừ nỗi đau ra thì không còn gì nữa cả, còn bị những người trấn thủ ở U Đô truy sát, hoặc bị các yêu ma khác nuốt chửng, điều này còn thê thảm hơn rất nhiều so với việc luân hồi hoặc hồn xiêu phách tán nữa."

"Chấp niệm gì mà đáng phải lưu giữ đến thế?" Thời Vũ nhớ lại khi nguyên linh của mình tiếp xúc với mấy cái bóng đó thì đã cảm nhận được một nỗi tuyệt vọng u ám, bèn buồn

---

[95] Suy nghĩ cố chấp không thay đổi, có khuynh hướng tẩu hỏa nhập ma.

rầu nói: "Nếu đúng như ngươi nói thì việc bị người khác nuốt chửng, mãi mãi không thể siêu thoát có khi lại là phúc phận của họ."

Nhung Nhung vẫn thấy có điều khó hiểu: "Đám tích đó tìm ngươi để làm gì? Ngươi từ lúc nào lại trở nên vô dụng, để một đám quỷ nhãi nhép mê hoặc như vậy?"

"Ngươi thì biết cái gì? Ta..." Thời Vũ lại nhớ đến cảm giác kỳ lạ khi nguyên linh của mình kết hợp với đám tích đó, đầu óc thật sự vô cùng hỗn loạn, hắn nhất thời không biết phải mở miệng cãi lại như thế nào.

"Được rồi!" Linh Chí nằm xuống, lấy tay gác ngang mắt, "Ta vẫn còn hơi chóng mặt, các ngươi đừng có ồn ào nữa."

Sau khi Linh Chí tỉnh rượu, bọn họ còn ở lại trong động phủ của sơn thần Võng Kỳ những mấy ngày nữa. Võng Kỳ không biết do có việc cần nhờ cậy hay đang áy náy với Thời Vũ mà luôn phục vụ cho họ ăn uống rất chu đáo. Nhung Nhung đã đi tham quan hết một lượt kho báu tầng tầng lớp lớp của Võng Kỳ, cảnh vật trên núi cũng đã đi ngắm hết, ngay cả việc kề cận của mấy tiểu đồng xinh xắn kia cũng đã bắt đầu khiến cho nàng thấy chán. Nàng đã từng nhiều lần bóng gió nhắc nhở rằng đã đến lúc lên đường rồi, thế nhưng Thời Vũ lại hoàn toàn chẳng quan tâm, ngay cả Linh Chí cũng chẳng có vẻ gì là sốt ruột. Hai người bọn họ người thì hóa thành cú ngày ngủ đêm bay, kẻ thì vào rừng ngồi thiền bất động hệt như một lão tăng già, khiến Nhung Nhung cảm thấy chán đến mức muốn phát bệnh.

Cũng may có Võng Kỳ thường dẫn Nhung Nhung đi "thăm" hài cốt mấy vị phu nhân trước đây của hắn. Đám "bạch cốt phu nhân" ấy được Võng Kỳ sắp xếp cho nằm ở các động thất khác nhau, trong động thất trang trí hệt như khi họ còn tại thế. Mỗi lần Võng Kỳ nhớ một vị phu nhân nào đó thì lại ngồi cạnh hài cốt của người đó trò chuyện, ôn lại chuyện xưa.

Mỗi một nữ tử cùng hắn trải qua một đời, hắn đều khắc cốt ghi tâm, đối với người nào cũng đều tình sâu nghĩa nặng.

Nhung Nhung cũng không rõ Võng Kỳ rốt cuộc là si tình hay là lăng nhăng. Nhưng dù sao cũng không có việc gì làm, thế nên nàng thường biến ra nhiều đồ trang sức rồi chải tóc trang điểm cho mấy bộ hài cốt đó, Võng Kỳ rất hài lòng, tặng lại cho nàng rất nhiều bảo bối.

Trong rừng về đêm thật ra còn ồn ào huyên náo hơn cả ban ngày. Ngoài chim chóc muông thú hoạt động, cây rừng xào xạc ra, còn có thuồng luồng hung dữ khuấy động dưới hồ tìm cá ăn, hồ ly tinh cổ đeo vòng xương vái lạy Bắc Đẩu, những chướng khí hóa thành sương đen bắt thú để ăn, đám hoa yêu mới thành hình bay qua bay lại nói cười đùa bỡn và con khỉ núi vác theo vàng bạc châu báu bước một mình trong đêm.

Thời Vũ đậu trên một tảng đá to nằm bên hồ trên núi, làn gió nhẹ thổi qua lay động bộ lông trắng như tuyết của hắn, mang theo cả những âm thanh vạn vật đang tranh đấu và sinh trưởng trong bóng tối. Hắn phát hiện ra làm quen với việc biến thành cú tuyết cũng không phải là tệ, vì khi dùng dáng vẻ này để hòa nhập với núi rừng, hắn mới ý thức rằng mình vốn không phải là một thiếu niên từ nhỏ đã sống trong nhung gấm tại thành Trường An, cũng không phải một tán tiên[96] tiêu dao khắp tứ hải, mà thật ra cũng đã từng giống như những yêu linh dã thú sống trên núi này.

Một con sẻ tinh có vẻ có hứng thú khi trông thấy một con cú tuyết xinh đẹp, thế nên cứ vỗ cánh bay lượn xung quanh hắn. Sẻ tinh này có vẻ chỉ vừa mới mở linh khiếu, toàn thân phát ra màu xanh ngọc ôn hòa, nhưng vẫn còn rất lâu mới có thể luyện thành hình người. Thời Vũ khó chịu vì thấy nó ồn ào, nhưng cũng chẳng muốn phí hơi sức mà xua đuổi, trong lòng nghĩ đợi đến khi nó không biết điều chạm vào lông mình thì xử lý cũng không muộn.

Nghĩ đến đây, Thời Vũ chợt thấy nghi ngờ, thái độ đối xử của Linh Chí đối với hắn có phải cũng là thế này không? Hắn càng nghĩ trong lòng lại càng thấy khó chịu, cũng không nhận ra con sẻ tinh kia không biết từ lúc nào đã không còn động tĩnh, xung quanh yên tĩnh một cách kỳ lạ. Thời Vũ quay đầu, nhìn thấy bên bờ hồ đã có thêm một người, mình mặc áo trắng, tay cầm ô, chính là Linh Chí.

Con sẻ tinh mới một lúc trước còn ríu rít lúc này đang run cầm cập trong bàn tay của Linh Chí.

"Mấy ngày nay linh khí trên núi tăng cao, chắc hẳn là vừa đúng ý của chủ nhân." Thời Vũ hóa lại thành hình người, chầm chậm hành lễ rồi ngồi xếp bằng trên tảng đá.

---

[96] Chỉ các thần tiên chưa được phong chức hoặc những phàm nhân tu tiên không theo bất cứ môn phái, sư phụ nào mà tự học thành tài, không lệ thuộc hoặc gò bó bởi bất cứ phép tắc nào.

Linh Chí nhìn con vật nhỏ bé đang sợ đến phát khiếp trong tay mình, vừa rồi nó muốn tiếp cận Thời Vũ để hút chút linh khí, đột nhiên phát hiện ra một nguồn linh khí mạnh hơn nên liền không biết sống chết mà lao về phía Linh Chí, đến lúc nhận ra nguy hiểm thì đã muộn rồi. Đại đa số yêu quái đều như thế cả, không tốt không xấu, chỉ dựa vào bản năng mà hành động, hoặc sẽ sống, hoặc sẽ chết.

Con sẻ tinh nhìn sang Thời Vũ, cố gắng phát ra một tiếng kêu thảm thiết. Linh Chí thấy hơi thú vị liền nhướng mày hỏi Thời Vũ: "Đây cũng là bằng hữu cũ của ngươi sao?"

"Chủ nhân đừng đùa. Khoan nói đến việc con vật này đột nhiên xuất hiện khiến người ta khó chịu, cho dù nó có giao tình với Thời Vũ, nếu chủ nhân cần dùng đến thì xem như đây là số mệnh của nó rồi." Thời Vũ mỉm cười, mặt đẹp như ngọc, nhưng lòng lạnh như đá.

Vẻ mặt Linh Chí dường như có chút mỉa mai, khẽ phẩy tay một cái rồi thả con sẻ tinh đi. Sẻ tinh toàn thân bủn rủn, rơi xuống bụi cây, phải cố gắng mấy lần mới loạng choạng bay đi được.

"Ta chẳng cần đến mấy thứ tiểu tốt không ra gì này."

Khi nguyên linh của Ngọc Trâm công tử bị Linh Chí đánh tan rồi hút vào trong ô, Thời Vũ đã được tận mắt chứng kiến. Trên đường đi, Thời Vũ cũng từng nhìn thấy Linh Chí hấp thu nguyên linh từ ô Thông Minh. Linh Chí trước nay ít ra tay sát sinh, thế nên số linh khí trong ô hẳn đã được hắn chuẩn bị từ trước khi ra ngoài.

"Thật không tưởng tượng nổi linh khí ở Tiểu Thương Sơn mạnh đến nhường nào, nuôi sống được cả Bạch Ô tộc." Thời Vũ nói lời từ tận đáy lòng, trong sự thẫn thờ có cả vài phần ngưỡng mộ. Hắn vốn không mong Linh Chí sẽ đáp lời, bởi vì ngoại trừ lần say rượu lúc trước, cho dù hắn và Nhung Nhung có dốc bao công sức hỏi dò Linh Chí về chuyện của Bạch Ô tộc, Linh Chí cũng không mảy may phản hồi, nhưng không ngờ, lần này hắn lại nghe Linh Chí bình thản nói: "Chính vì thế nên bọn họ mới bị kẹt ở Tiểu Thương Sơn."

"Vậy tại sao..."

Thời Vũ chưa nói dứt câu đã lập tức im lặng, vì Linh Chí lúc này đã phi thân lên tảng đá mà hắn đang ngồi, vạt áo bị gió thổi phất phơ vỗ vào mái tóc của hắn.

Linh Chí cúi đầu ngắm nhìn mặt hồ bên dưới tảng đá, "Cái gọi là thiên địa linh khí phục hồi chẳng qua chỉ là rất ít ỏi, nhưng cái hồ này thật sự khác với những nơi khác. Đây chính là kết giới hỗn độn đã sinh ra ngươi sao?"

Thời Vũ gật đầu rồi đành đứng dậy theo hắn nói, "Chủ nhân quả là tinh mắt. Năm xưa tôi bước ra từ hỗn độn, đã gặp phải một trận mưa ngay trên tảng đá này."

Tảng đá gồ ghề, trên đó phủ đầy rêu xanh, bờ hồ xanh biếc, chỉ rộng hơn mười trượng. Một làn gió nhẹ thổi qua, khiến mặt nước lăn tăn như một tấm gương mờ, bóng ánh trăng khuyết rọi xuống đó lập tức vỡ nát. Thời Vũ là người giỏi quan sát, thấy thế liền nói: "Chủ nhân có phải đang nghĩ, hồ này thoạt nhìn chẳng có gì đặc biệt đúng không?"

Linh Chí im lặng, hắn đúng là chỉ nhìn ra cái hồ này có linh khí rất mạnh, nhưng ngoài chuyện đó ra thì không thấy có gì bất thường, càng không hiểu vì sao lại bí ẩn như thế.

Thời Vũ khom người: "Vậy xin thứ lỗi cho tôi mạo phạm." Dứt lời, hắn đưa tay cầm lấy bàn tay của Linh Chí, thấy Linh Chí ngạc nhiên cau mày, nhưng không có phản ứng gì mới yên tâm kéo tay hắn xuống nước.

Cái hồ trước mặt Linh Chí lập tức hóa thành một màu đỏ máu. Kích thước của vật màu đỏ máu ấy vừa khít với mặt hồ, tròn như quả trứng, liên tục tụ hợp, sự lưu động linh khí mà Linh Chí cảm nhận được cũng mạnh hơn trước gấp trăm lần. Ở giữa màu đỏ máu ấy có một cái nhân, trông kỳ dị như một xoáy nước rất lớn, tuy không tỏa ra ánh sáng chói chang nhưng lại toát lên sự kỳ bí ớn lạnh khiến cho người ta cảm thấy sợ hãi, cảm giác như vạn vật đều sẽ bị hút vào trong đó.

"Chủ nhân đừng lấy làm lạ. Không chỉ người mà ngay cả Võng Kỳ thân là sơn thần Huyền Lũng cũng chưa từng nhìn thấy hình dạng thật của vật ấy." Giọng của Thời Vũ vang lên bên cạnh, "Không hiểu vì sao, từ lúc tôi rời khỏi kết giới này thì không thể quay trở về được nữa. Cho dù tôi có dùng cách gì thì cũng khó mà đến gần nó được."

Thời Vũ vừa nói vừa như muốn chứng minh cho Linh Chí thấy điều mình nói không hề giả dối, từ từ đưa một tay định chạm vào vật đỏ máu kia. Vật ấy cảm nhận được sự tiếp cận của hắn, lập tức tỏa ra những giọt nước đỏ tươi, chuyển động của hố xoáy bên trong càng mãnh liệt hơn, rõ ràng không phát ra âm thanh gì nhưng lại có cảm giác như có hàng vạn cái miệng đang kêu gào.

Linh Chí đang đứng bên cạnh lặng lẽ quan sát chợt kêu lên thất thanh ngay khoảnh khắc Thời Vũ sắp chạm vào vật kia: "Không được!" Hành động của hắn còn nhanh hơn cả lời nói, kéo mạnh Thời Vũ ra phía sau, vạt áo của Thời Vũ lúc này đã tan mất một nửa.

Linh Chí cố gắng kìm nén cảm giác khí huyết hỗn loạn trong người mình, hất mạnh tay Thời Vũ ra phẫn nộ quát: "Nghiệp chướng, ngươi đúng là không muốn sống nữa rồi. Vật đó có phong ấn của thượng giới, ngươi sao có thể tùy tiện động vào được?"

Thời Vũ nhắm mắt, những giọt mồ hôi to như hạt đậu chảy xuống từ trán hắn, có vẻ hắn đang phải cố nén cơn đau dữ dội, phải qua một lúc sau mới mở miệng nói: "Phong ấn của Côn Luân Khư thì đã sao? Tôi sinh ra từ vật này, vốn là một thể với nó kia mà. Hơn một ngàn năm đã trôi qua rồi, cuối cùng nó cũng đã có động tĩnh, nhưng tôi lại không thể chạm vào nó, chuyện này tôi sao có thể cam tâm?"

"Phong ấn này có lẽ đã tồn tại từ trước cả khi ngươi được sinh ra, ngươi có thể thoát ra được đã là kỳ tích rồi, có gì mà không cam tâm?" Linh Chí giằng tay Thời Vũ ra, vật màu đỏ kia đã biến mất, trước mắt chỉ còn lại mặt hồ phẳng lặng. Nhớ lại nguy hiểm vừa rồi, Linh Chí không thể nghĩ ra được trên thế gian hiện giờ còn ai có thể giữ được phong ấn này, cho dù là những đại thần như Thanh Dương quân hay thần Vũ La thì cũng khó có thể một tay tạo nên điều này.

"Ta từng nghe Võng Kỳ nói, hồ nước này ba ngàn năm trước đột nhiên xuất hiện ở Huyền Lũng Sơn." Linh Chí đã định thần lại, không vội vàng đứng dậy mà ngồi chống một tay ra sau, nhìn Thời Vũ nói.

Thời điểm Thiên Đế dẫn những thiên thần cuối cùng về nơi quy tịch vừa hay cũng là chuyện của ba ngàn năm trước. Điều này có nghĩa là người thống trị ở trên cõi Cửu Thiên cuối cùng cũng phải thừa nhận Thanh Linh khí của thế gian này đã đến hồi cạn kiệt, cho dù ngài ấy có nỗ lực cứu vãn thế nào thì cục diện suy tàn vẫn sẽ là kết cục cuối cùng.

Thời Vũ nhìn Linh Chí, ánh mắt sáng rực, "Chắc tôi cũng không cần nhiều lời nữa, chủ nhân đã hỏi Võng Kỳ, lại biết về Chấn Mông thị, hôm đó ở trước mặt Nhung Nhung người tuy không muốn nói nhiều, nhưng thật ra trong lòng đã hiểu rõ."

"Đám tích đó là do Chấn Mông thị hóa thành. Ba ngàn năm trước, Chấn Mông thị diệt vong, ngươi lại sinh ra ở đây. Ngươi và Chấn Mông thị rốt cuộc có quan hệ gì?"

"Nói ra e chủ nhân sẽ không tin. Đêm đó khi tôi bị đám tích mê hoặc mới biết trên đời này từng có Chấn Mông thị tộc. Khi tôi còn trong kết giới, ngoại trừ hỗn độn ngập máu ra thì thứ duy nhất tôi cảm nhận được chính là những mảnh linh thức của một nữ tử, tất cả những hồi ức suy nghĩ vỡ vụn của bà ấy tôi đều đã chứng kiến tận mắt. Tôi thấy bà ấy đứng bên bờ Xích Thủy ôm bụng mỉm cười, nhìn thấy bà ấy sinh ra một huyết cầu kinh dị, hệt như vật vừa rồi, chỉ là không to đến thế. Bà ấy còn rơi lệ gọi tôi là 'con ơi'... Không hiểu vì sao, tôi biết người mà bà ấy gọi chắc chắn là tôi, còn đám tích kia thì cứ luôn miệng gọi tôi là 'thiếu chủ'!"

"Không lẽ ngươi do nữ nhân của Chấn Mông Thị sinh ra? Chuyện này là không thể! Chấn Mông thị là chân nhân, còn ngươi lại là một tiên linh. Hơn nữa bà ta đã cướp Thiên Đế Huyền Châu, nên đã bị... bị giết rồi!"

Chương 15

Thiên Đế Huyền Châu

Khi Linh Chí còn bé, hắn và Sương Xung đều là học trò của Bạch Ô đại chấp sự[97] Ôn Kỳ, chuyện Thiên Đế đánh mất Huyền Châu là câu chuyện mà Ôn Kỳ từng kể cho họ nghe. Nghe nói trước khi Thiên Đế quy tịch đã muốn đem Huyền Châu mà người yêu quý nhất cùng về cõi Quy Khư. Huyền Châu trước nay luôn được Chấn Mông thị tộc trấn thủ ở bờ sông Xích Thủy, nhưng không hiểu vì sao, Chấn Mông thị lại từ chối giao lại Huyền Châu. Thiên Đế nổi trận lôi đình, lần lượt phái các thiên thần là Ly Châu, Ngật Cấu và Tượng Võng đi lấy về. Cuối cùng Tượng Võng là

---

[97] Một trong những người có trách nhiệm chủ quản trong tộc.

người mang được Huyền Châu về Côn Luân Khư. Thiên Đế ban thưởng cho Tượng Võng rồi giao Huyền Châu cho Tượng Võng tạm thời bảo quản, nhưng không ngờ trước lúc đi, Huyền Châu lại bị mất một lần nữa. Kẻ cướp đi Huyền Châu khi ấy chính là con gái của tộc trưởng Chấn Mông thị. Chấn Mông thị vì chuyện này mà bị Thiên Phạt, cả tộc diệt vong. Chấn Mông Thị Nữ trước khi chết đã nuốt Huyền Châu vào bụng, hóa thành quái vật đầu ngựa mình rồng gọi là Kỳ Tướng rồi chết đi.

Linh Chí vẫn còn nhớ, khi hắn nghe xong câu chuyện này đã cảm thấy thắc mắc mà hỏi Ôn Kỳ rằng, Huyền Châu dù quý đến đâu cũng chỉ là một viên ngọc, có đáng để Chấn Mông thị đánh đổi tính mạng toàn tộc ra không?

Ôn Kỳ khi ấy đã khẽ xoa đầu hắn nói: "Chẳng qua chỉ là nhất niệm sinh, nhất niệm tử[98] mà thôi."

Linh Chí nghe xong càng không hiểu, Sương Xung chợt hỏi: "Đại chấp sự, Bạch Ô liệu sẽ có một ngày như thế không?"

Ôn Kỳ mỉm cười, không nói gì nữa, chỉ nhìn họ bằng ánh mắt đầy ẩn ý. Linh Chí không biết đó là ý gì, chỉ nghĩ có lẽ Sương Xung đã hiểu ra được lời chưa nói của đại chấp sự.

Sương Xung tuy được Ôn Kỳ khen ngợi nhưng lại không hề cảm thấy vui vẻ. Linh Chí cho rằng hắn lo lắng cho vận mệnh của tộc mình, thế nên sau đó từng an ủi hắn rằng Bạch

---

98 Theo quan niệm của nhà Phật, số mệnh của con người thay đổi khôn lường chỉ bởi suy nghĩ, quyết định được đưa ra trong một khoảnh khắc ngắn ngủi, quyết định đúng sẽ mang đến hi vọng, sự sống, quyết định sai sẽ dẫn đến cái chết.

Ô sao có thể giống như Chấn Mông thị, cho dù những thiên thần kia chưa quy tịch thì Bạch Ô vẫn có đủ tư cách giao đấu với thượng giới!

Sương Xung lại ngưỡng mộ nói: "Linh Chí, đại chấp sự chỉ xoa đầu của một mình ngươi thôi."

Linh Chí thật sự không hiểu chuyện này thì có gì mà phải ngưỡng mộ. Còn nhiều điều khác mà hắn không hiểu nữa. Hiện giờ, hắn nghĩ nếu đổi lại là Sương Xung đứng ở đây thì có lẽ đã nhìn thấu câu chuyện giữa Thời Vũ, Chấn Mông thị và Huyền Châu rồi.

"Lẽ nào vật màu đỏ máu ấy... chính là Huyền Châu sao?" Linh Chí chợt sáng tỏ mọi chuyện, vẻ mặt cũng không giấu đi sự bất ngờ. Hắn nhìn xuống mặt hồ rồi lại quan sát Thời Vũ kỹ lưỡng, sau đó chợt nói: "Chấn Mông Thị Nữ sau khi nuốt Huyền Châu vào bụng đã sinh ra vật này. Ngươi là con của bà ấy, lại hấp thu được sức mạnh của Huyền Châu, thảo nào ngươi không hề có tiền kiếp, không có nguyên hình, nhưng lại có cơ thể của tiên linh."

Thời Vũ nói: "Những kí ức mà đám tích đó cố nhét vào trong linh khiếu của tôi, có những chỗ trùng lặp với mảnh linh thức của mẫu... của Chấn Mông Thị Nữ, cũng có vài ký ức mà trước đó tôi chưa thấy bao giờ. Khi lắp ghép hai thứ vào với nhau, tôi mới ngẫm ra được một vài chuyện cũ. Chấn Mông thị là bộ tộc chân nhân cuối cùng còn trụ lại, thiên địa linh khí suy tàn, thượng giới cũng không có ý che chở, thế nên người trong tộc sau khi chết đi thì đều rơi vào luân hồi, còn người sống thì nhiều năm không thể sinh con, cứ tiếp tục như vậy sẽ khiến cho cả tộc không còn hi vọng phát triển nữa, sớm muộn cũng sẽ âm thầm tiêu vong giống như các bộ tộc chân nhân khác. Ba ngàn năm trước, Chấn Mông Thị Nữ lại bất ngờ có thai, người trong tộc ai cũng kỳ vọng bà sẽ thuận lợi sinh con, nhưng không ngờ đúng lúc ấy, Thiên Đế lại đòi lại Huyền Châu."

"Thế nên Chấn Mông thị mới từ chối việc giao lại Huyền Châu?"

"Chủ nhân cũng biết, Huyền Châu chứa trong mình linh khí thuần khiết của Cửu Thiên, chính nhờ sự tồn tại của nó mà Chấn Mông thị mới có thể tồn tại trường cửu hơn các bộ tộc khác. Chấn Mông thị không có ý gì khác, chỉ mong giữ lại Huyền Châu cho đến khi đứa bé ra đời, bởi đó là hy vọng cuối cùng của họ. Nhưng Thiên Đế lại không hề rủ lòng thương, nhất quyết sai thiên thần đến đòi lại. Chấn Mông thị khiếp sợ thiên uy nên đã giao Huyền Châu lại cho Tượng Võng, nhưng ngay đêm đó, thai nhi trong bụng Thần Mông Thị Nữ lập tức rơi vào cảnh nguy hiểm..."

"Với sức của Chấn Mông Thị Nữ mà cũng có thể cướp được Huyền Châu sao?"

"Tượng Võng thường ngao du ở Xích Thủy nên có quen biết với Chấn Mông thị. Chấn Mông Thị Nữ khổ sở cầu xin, nói rằng mình đã sắp sinh, chỉ mong mượn Huyền Châu vài ngày. Tượng Võng thương cho tộc Chấn Mông thị nên đã lén đồng ý. Ai ngờ Huyền Châu vừa rời khỏi Côn Luân Khư thì liền bị Ly

Châu phát hiện rồi bẩm báo với Thiên Đế, chính điều này đã khiến Chấn Mông thị bị tru di toàn tộc."

Linh Chí đứng dậy, lặng lẽ nói: "Chấn Mông thị không những bị diệt tộc mà còn bị ép hủy đi tam hồn, e rằng không đơn giản chỉ vì tội đã cướp Huyền Châu."

"Con thú bị dồn vào đường cùng còn biết phản kháng, huống hồ là con người. Khi thiên thần đem binh đến đánh, toàn tộc chết trong biển máu, Chấn Mông Thị Nữ bèn nuốt Huyền Châu vào bụng, Huyền Châu mới biến thành vật mà chủ nhân nhìn thấy." Gương mặt Thời Vũ lạnh tanh, "Cả gan hỏi chủ nhân, nếu Bạch Ô thị gặp phải kiếp nạn như vậy, lẽ nào người lại không liều chết mà bảo vệ sao?"

Linh Chí cúi mặt, một lúc lâu sau mới khẽ nói: "Người khác ra sao ta không biết, nhưng nếu ta có quyền quyết định thì sẽ không bao giờ giơ tay chịu trói."

"Tiếc là Chấn Mông thị không thể sánh được với Bạch Ô thị. Bạch Ô thị là hậu duệ của thiên thần, sự uy dũng của Bạch Ô khiến cho quỷ thần đều khiếp sợ..."

"Đừng nói nữa!" Linh Chí thở dài, chìa tay ra với Thời Vũ có vẻ đang muốn đứng dậy nhưng không đủ sức rồi mắng: "Có một chiêu mà cũng không chịu nổi, thật uổng cho sức mạnh của Huyền Châu!"

Thời Vũ ngẩn người một lúc mới đưa tay nắm lấy tay Linh Chí mà đứng dậy, sau đó cứ cúi mặt im lặng. Linh Chí đã giải đáp được thắc mắc trong lòng, thế nên cứ ngoảnh mặt mà đi, không quan tâm gì nữa, lúc này chợt nghe thấy tiếng gọi của Thời Vũ vang lên sau lưng: "Chủ nhân..."

Linh Chí quay đầu lại, nhìn thấy trong ánh mắt sáng ngời của Thời Vũ dường như đang rưng rưng nước mắt. Hắn có hơi khó chịu, thầm nghĩ mình vừa rồi không nên nhất thời mềm lòng với loại nghiệp chướng này!

"Ngươi còn dám gọi ta như thế nữa, ta sẽ cho ngươi biết tay!"

Thời Vũ lại ngẩn người, sụt sịt mũi rồi gọi từ tận đáy lòng: "Linh... Linh Chí!"

Gọi xong, mặt hắn lập tức đỏ bừng lên, không dám nhìn vào ánh mắt của người đối diện nữa, thế nên không trông thấy gương mặt của Linh Chí lúc này đang nhăn nhó hệt như vừa ăn phải một con chuột thối hoặc một miếng cá sống vậy.

"Ai cho ngươi gọi thẳng tên ta?"

"Nhưng người không cho tôi gọi là chủ nhân."

"Ý ta là muốn ngươi..." Linh Chí lại trông thấy dáng vẻ rưng rưng muốn khóc đầy uất ức của Thời Vũ thì liền nổi giận đùng đùng. "Không được rơi lệ, không được gọi tên ta, không được nhìn ta như thế, không được hỏi tại sao!"

Linh Chí nói xong một loạt câu ấy mới cảm thấy mình có hơi giận đến mức không kiểm soát được rồi. Hắn vốn biết rõ Thời Vũ và Nhung Nhung luôn âm thầm điều tra về hắn, nhất là Thời Vũ, tuy mang dáng vẻ trẻ con, gương mặt ngây thơ nhưng thật ra bên trong lại là lòng dạ của một lão yêu ngàn năm. Hắn vừa không thèm quan tâm lại cũng không muốn bọn họ dễ dàng nắm thóp hắn, vậy nên luôn nói chuyện thẳng thừng không chút kiêng dè.

"Thôi được rồi. Sau khi từ biệt ở Huyền Lũng Sơn này thì chúng ta sẽ không còn gặp nhau, thế nên ngươi sẽ không cần phải gọi gì nữa." Khi nói ra câu này, vẻ mặt Linh Chí lại trở nên bình thản.

"Chủ... Linh... Chủ nhân sao lại biết ý định của tôi?" Thời Vũ mở to đôi mắt.

Linh Chí nhìn bóng trăng khuyết phản chiếu trên mặt hồ rồi nói: "Nếu ngươi không có ý đó thì tại sao lại phải khổ sở chờ đến ngày đầu tháng?"

Ngày đầu tháng chính là ngày âm khí thịnh nhất trong thiên địa, tích là vật cõi âm, Huyền Châu lại chui ra từ cơ thể nữ nhân, tuy có phong ấn của Côn Luân Khư trấn áp, nhưng nếu có ý định tiếp cận với nó thì ngày đầu tháng chính là thời cơ thích hợp nhất.

"Thiên Đế thấy Huyền Châu biến thành hình dạng này đã rất tức giận, nhưng cũng không có ý muốn thu về nữa, bèn lệnh cho ba vị thần Ly Châu, Ngật Cấu và Tượng Võng phong ấn nó lại ở đây. Tượng Võng biết tôi đang ở bên trong nên đã chừa lại một con đường sống, vậy nên tôi mới có thể sinh trưởng bên trong viên ngọc."

"Ngươi vẫn chưa nói việc ngươi làm thế nào chui ra khỏi viên ngọc."

Thời Vũ cầm nửa vạt áo rách bươm của mình lên dụi mắt, "Ký ức của Chấn Mông Thị Nữ và tích kết thúc vào thời điểm họ chết. Vậy nên việc làm sao ra khỏi đó được... tôi thật sự không biết, chỉ mơ hồ nhớ được mình đã đứng trên tảng đá này. Có khi nào đây cũng là do Tượng Võng đã giúp đỡ không?"

Linh Chí không nghĩ vậy, Tượng Võng đã theo Thiên Đế quy tịch ba ngàn năm rồi, làm sao quản được mấy việc sau này? Có điều hắn cũng không muốn nghĩ nhiều về việc này, chỉ nói: "Ngươi có được như hôm nay thật sự không dễ, làm việc gì cũng nên suy nghĩ kỹ càng."

Thời Vũ hiểu ý, lặng lẽ đáp: "Trước đây tôi từng nhiều lần quay lại nơi này, nhưng chỉ có thể nhìn thấy ánh sáng màu máu dưới hồ, nếu đến gần sẽ bị thương. Chỉ duy nhất lần này đến là nhìn thấy hình dạng thật sự của nó, hơn nữa nó còn thật sự có phản ứng với tôi. Đám tích lần trước khi ở trong linh khiếu của tôi đã liên tục nói 'Thời cơ đã đến, Huyền Châu có thể xuất thế'. Lúc đầu tôi không hiểu là ý gì, nhưng sau đó đã hiểu, chắc chắn do lần này Thanh Linh khí hồi phục, Huyền Châu mới có cảm ứng, đám tích ẩn nấp đã ba ngàn năm qua cũng được đánh thức. Vào ngày mồng một, tôi sẽ liên thủ với đám tích ấy, cộng thêm sức mạnh của Huyền Châu, rất có thể sẽ hóa giải được phong ấn, giúp tôi lấy được Huyền Châu."

"Lấy Huyền Châu mà chỉ dựa vào sức của ngươi sao?" Linh Chí có cảm giác như hắn đang nằm mơ giữa ban ngày.

"Chủ nhân nhìn tảng đá kia đi." Thời Vũ mặt mũi trắng bệch, chỉ về phía tảng đá lớn mà họ vừa mới đứng, "Khi tôi ra khỏi Huyền Châu thì tảng đá này cũng có cảm ứng, lúc đó cũng là lúc nó mở linh khiếu. Bây giờ một ngàn một trăm năm đã trôi qua, năm giác quan của nó đã mở được một nửa, nghe được nhìn được, có cả suy nghĩ, cảm nhận được nhật nguyệt phong sương, thời tiết thay đổi, chỉ là không thể nào cử động di chuyển khỏi nơi hoang dã này được, chủ nhân thử nghĩ xem cảm giác ấy sẽ như thế nào."

Linh Chí liếc nhìn sang thạch quái[99] ấy, bên dưới lớp rêu xanh của thạch quái chợt mở ra một con mắt, sau đó lại từ từ khép lại.

"Tôi biết bản thân mình vô dụng, cho dù có tích hỗ trợ cũng khó giành phần thắng, nhưng tôi và Huyền Châu nương tựa vào nhau đã gần hai ngàn năm, thế nên đối với tôi, vật ấy chẳng khác gì mẫu thân cả! Sau khi ra khỏi Huyền Châu, tôi trông thì có vẻ tiêu dao tự tại, nhưng ngày qua ngày, năm qua năm, tôi trường sinh không có mục đích, không thể quay về chốn cũ, không biết quá khứ của mình, thế thì có khác gì với tảng đá này, có khác gì với một hạt bụi phiêu linh giữa chốn thế gian này đâu?"

"Đừng nói mấy lời nhảm nhí này nữa. Ta hỏi ngươi, ngươi có biết nếu thất bại thì sẽ rơi vào kết cục thế nào không?"

"Cùng lắm thì cả thân xác và linh hồn đều bị tan biến, mãi không được siêu thoát. Nhưng nếu tôi lấy được Huyền

99 Yêu quái đá.

Châu thì chuyện sẽ hoàn toàn khác hẳn. Chấn Mông Thị đã đem máu của toàn tộc ra để đổi lấy sự sống cho tôi, vậy nên tôi nguyện liều mình một phen!" Thời Vũ nói xong phải hít mấy hơi thật sâu mới e dè nói ra được câu hỏi trong lòng: "Nếu... nếu tôi cầu xin chủ nhân, chủ nhân sẽ giúp tôi chứ?"

"Không."

"Vừa rồi tôi còn nghĩ, với tâm tính của chủ nhân thì sẽ từ chối tôi một cách rất quyết liệt, sẽ mắng tôi là 'nằm mơ đi' chứ." Thời Vũ cười cay đắng, "Nhưng tôi vẫn muốn thử, bị từ chối rồi thì mới bỏ cuộc. Quả nhiên chủ nhân thậm chí không thèm nói thêm nửa câu với tôi."

"Kết giới đó không tầm thường đâu." Linh Chí trầm ngâm một lúc rồi lại thản nhiên nói: "Ngươi vẫn không đáng để ta mạo hiểm."

"Đổi lại nếu Nhung Nhung gặp nạn thì chủ nhân có ra tay cứu giúp không?" Thời Vũ nghẹn ngào nói.

"Nhung Nhung chẳng cần ta cứu làm gì!"

"Cũng đúng, không phải ai cũng được may mắn như nàng ta. Tôi và Nhung Nhung nhận chủ nhân cùng lúc, nhưng chủ nhân lại yêu thương nàng ta hơn."

"Nhung Nhung tuy phóng đãng, nhưng lòng dạ lại ngây ngô."

"Lòng dạ ngây ngô?" Thời Vũ lẩm bẩm câu ấy mấy lần rồi bật cười đau khổ.

Hắn có hình dạng của một đứa trẻ, nhưng trước nay thanh cao sạch sẽ. Vừa trải qua một cơn nguy hiểm nên quần áo rách bươm, mặt mũi lấm lem, bây giờ còn bị Linh Chí lạnh lùng từ chối, rõ ràng đang rất thê thảm, nhưng hắn lại càng đứng thẳng người, nghiến răng ngoảnh mặt đi, không để cho Linh Chí trông thấy những giọt nước mắt đang lăn dài trên má của mình, cố tình tỏ vẻ thong dong nói: "Trong tay nải vẫn còn một ít thịt khô, là tôi đã bảo Võng Kỳ chuẩn bị cho người, Nhung Nhung vô tâm, chủ nhân nhớ nhắc nàng ta đừng quên đấy. Chủ nhân thích cẩm y, vậy nên tôi đã mang theo hai bộ từ Trường An, cũng để ở trong..."

"Ngươi muốn chết thì chết đi, sao còn nhiều lời như thế?"

"Vậy... Thời Vũ xin vái lạy từ biệt chủ nhân tại đây!"

Thời Vũ khom người hành đại lễ, nhưng Linh Chí lại quay người tránh đi, không thèm quay đầu nhìn lại.

Chương 16

Lòng dạ ngây ngô

Nhung Nhung không biết tìm đâu ra được một bình rượu bằng đồng rất to, chật vật khiêng vào phòng. Linh Chí còn tưởng nàng ta muốn uống say một bữa, đang suy nghĩ xem có nên ra ngoài lánh mặt không thì không ngờ Nhung Nhung lại tháo giày tháo tất ra ngay trước mặt hắn rồi nhúng cả hai chân vào trong bình rượu.

"Chà, quả nhiên là dễ chịu!" Nhung Nhung lim dim mắt, thở ra một hơi dài đầy thỏa mãn.

Linh Chí vừa mới tắm xong, đang xõa mái tóc đen dài của mình, bâng quơ liếc nhìn một cái. Bình rượu này có lẽ là đồ

Võng Kỳ dùng khi đãi tiệc, trông rất độc đáo, bên trong có chứa rất nhiều rượu màu đỏ ngọc. Nhung Nhung đã thi triển pháp thuật để làm rượu nóng lên, bây giờ cho hai chân vào ngâm trong đó cũng là một cách thư giãn.

"Rượu này rất hay, lấy nó ra ngâm chân sẽ giúp làn da trắng mịn như ngọc." Nhung Nhung lấy chân khuấy rượu, cười hi hi nói với Linh Chí: "Người có muốn thử không?"

Linh Chí đứng quay lưng lại với nàng ta, khoác áo ngoài lên rồi hỏi lại: "Tại sao ngươi lại muốn móng vuốt của mình đẹp hơn?"

Nhung Nhung bĩu môi, sau đó chợt phấn khích nói: "Ồ, hình khắc trang trí trên bình này hình như là mắt của Ly Châu! Người không biết đâu, lúc ta còn ở Côn Luân Khư thì người ta ghét nhất chính là Ly Châu, ỷ mình có nhiều mắt nên cứ đi lo chuyện thiên hạ. Hôm nay cuối cùng cũng bị ta đạp dưới chân rồi, ha ha!"

Linh Chí đã thay một bộ áo gấm có đính ngọc ánh kim, thắt lưng giắt ngọc bội trắng, chính là bộ y phục mà Thời Vũ đã mang theo từ Trường An. Bộ y phục vô cùng vừa vặn, chỉ có điều trong mắt của Linh Chí thì có hơi tầm thường một chút. Hắn vốn định nói với Nhung Nhung, Ly Châu là người canh giữ thượng giới, chỉ làm tròn chức trách của mình mà thôi, nhưng không hiểu vì sao chưa kịp nói ra thì đã không thấy hứng thú nữa, chỉ lặng lẽ chỉnh trang lại đai lưng, mặc cho Nhung Nhung lảm nhảm.

Nhung Nhung sớm biết hắn sẽ lầm lì như vậy, thế nên chợt nhớ đến cái hay của Thời Vũ, bèn vừa vuốt tóc vừa nói: "Không biết cái tên Thời Vũ lại đi đâu rồi, suốt mấy ngày nay không thấy mặt mũi đâu, lẽ nào bị con chim mái nào tha đi mất rồi sao?" Nàng ta nói xong tự cảm thấy quá buồn cười, liền che miệng cười nói: "Đợi khi nào hắn về, ta sẽ bảo hắn thử bình rượu này, hắn chắc chắn sẽ còn biến ra hình dạng thú vị hơn."

"Không cần phải chờ hắn." Linh Chí quay người đi.

"Chà, y phục này của người trông đẹp quá! Mắt nhìn của Thời Vũ đúng là không tệ." Nhung Nhung chớp đôi mắt tròn xoe, sau đó lại hỏi: "Sao lại không chờ Thời Vũ? Hắn lại chọc người nổi giận sao?"

"Không phải. Chỉ là hắn đã chết rồi."

"Chết... Người nói thế là ý gì?" Nụ cười vẫn chưa tắt trên môi Nhung Nhung, rõ ràng nàng ta vẫn chưa hiểu ý câu nói của Linh Chí.

Linh Chí đã chỉnh trang xong y phục trên người, bước lên ngồi trên giường, vừa lau mũi ô Thông Minh vừa nghiêng đầu suy tư nói: "Đêm nay là đầu tháng, linh khí trên núi sẽ nhiều hơn mọi khi, đáng lẽ hắn sẽ vẫn có cơ hội. Nhưng khi trời vừa tối, ta có nhìn thấy Dạ Du thần đi về phía huyết đàm[100] đó, lại còn có cả Thổ Bá nữa, thế nên lần này hắn không còn khả năng sống sót trở về."

---

[100] Hồ nước màu đỏ máu.

"Hắn định làm gì? Người đã biết... Tại sao lại không ngăn hắn lại?" Nhung Nhung giật bắn mình, vô ý đá luôn cả bình rượu, rượu đổ hết ra ngoài, chảy lênh láng dưới đất như máu tươi. "Huyết đàm nào chứ? Thời Vũ rốt cuộc đang ở đâu?"

Linh Chí trầm giọng nói: "Hắn không nói cho ngươi chính là vì không muốn ngươi cùng chết chung."

"Nhưng hắn lại nói với người. Người đã biết rõ hắn gặp chuyện rồi... vậy mà vẫn cứ thản nhiên ngồi ở đây!" Nhung Nhung biết Linh Chí không bao giờ nói đùa, hắn nói Thời Vũ gặp nạn, vậy thì tình cảnh của Thời Vũ chắc chắn đang rất nguy cấp. Bây giờ nghĩ lại, từ sau khi gặp giấc mơ kỳ lạ đó, Thời Vũ như luôn nặng trĩu tâm sự. Thời Vũ là người có chủ kiến, hay có những suy tư thâm trầm khó đoán, Nhung Nhung đã quá quen với việc làm một "phế vật" ở trước mặt hắn, vậy nên chưa từng quan tâm đến những điều khác thường ở hắn. Bây giờ nàng vừa đau lòng vừa hối hận, chỉ còn biết bám vào bùa cứu mạng duy nhất là Linh Chí mà cầu xin: "Hắn rốt cuộc đang ở đâu? Chúng ta mau đi tìm hắn đi. Người lợi hại như vậy, chắc chắn sẽ cứu được hắn thôi!"

"Ta không thể đi được." Linh Chí nói mà không nhìn nàng.

"Không thể hay là không muốn?" Nhung Nhung vừa kinh ngạc vừa đau lòng, khóc lóc tức tưởi, "Không được, không được! Người không đi thì ta sẽ đi. Ta sẽ đi tìm Võng Kỳ." Rồi nàng ta cứ thế chân trần mà chạy ra ngoài, ngoài cửa chỉ còn vọng lại tiếng khóc ai oán: "Hắn dù gì cũng gọi người một tiếng chủ nhân kia mà! Ta... ta sẽ không thích người nữa!"

Linh Chí vẫn không mảy may phản ứng, chỉ khẽ phủi một sợi lông vũ trắng trên gối rồi xé một miếng thịt khô cho vào miệng nhai từ từ, cảm thấy thứ này thật sự chẳng có mùi vị gì. Hắn còn chưa kịp nói, vừa rồi hắn nghe thấy phía xa có tiếng núi lở rất to, Võng Kỳ e cũng khó giữ được tính mạng.

Nhung Nhung mau chóng tìm đến chỗ huyết đàm. Khi nàng vừa chạy ra khỏi động phủ thì phát hiện ra, chẳng cần Võng Kỳ chỉ đường, chỉ cần chạy về phía ánh sáng màu máu sáng rực rỡ, khiến chim thú yêu linh hoảng hốt bỏ chạy ở phía chân trời là được rồi. Thân pháp của nàng rất nhanh nhẹn, nhãn lực cũng tốt, từ cách xa trăm trượng đã có thể trông thấy cảnh tượng kinh người phía trước.

Bầu trời ngày đầu tháng không trăng, nhưng trong rừng lại xuất hiện một vật trông như mặt trăng máu. Vật ấy toát ra âm khí lạnh lẽo, vô cùng kỳ dị, tỏa ra ánh sáng khi tỏ khi mờ, nhìn kỹ mới thấy xung quanh nó có vô vàn cái bóng đang vây kín tầng tầng lớp lớp. Những cái bóng ấy hẳn chính là đám tích. Nhung Nhung còn tưởng Thời Vũ đang bị lũ tích ấy tấn công, nhưng Thời Vũ lúc này lại đang nằm lơ lửng giữa trời, không rõ sống chết, hai bên trái phải của hắn có hai hàng người đang cầm mười sáu cây rìu thi triển pháp thuật, chính là Dạ Du thần Trọng Dã và Du Quang.

Mặt đất bên dưới họ lúc này đã tan hoang, đá vụn lăn lóc khắp nơi, đất cát bị hất văng tung tóe, những rễ cây to lớn cũng bị trốc lên. Võng Kỳ toàn thân đầy máu, thanh Huyền Tinh Đao đã rời tay, đang quỳ một chân dưới đất, hốt hoảng kêu to: "Hai bên vốn không có thâm thù gì, các vị thần quân xin hãy tha cho hắn một lần!"

Thổ Bá uy nghiêm đứng phía sau Võng Kỳ, khinh miệt nói: "Chuyện này không đến lượt một sơn thần nhỏ bé như ngươi nhúng tay vào. Tên linh sùng[101] nhóc con này câu kết với quỷ vật, cả gan muốn hủy đi phong ấn của thượng giới..."

"Đồ xấu xí, ngươi không xứng nhắc đến thượng giới!" Nhung Nhung cao giọng quát mắng. Vừa rồi nàng cuối cùng cũng nhìn rõ, đám tích ấy như hàng trăm con kiến đang vây lấy vật khổng lồ màu đỏ máu kia, đau đớn quằn quại nhưng nhất quyết không rời đi, rõ ràng đang muốn dùng âm khí của mình để ngăn chặn lực phong ấn thượng giới trong đó. Nhung Nhung không nghe được tiếng của đám tích, nhưng nàng hiểu rõ phong ấn thượng giới đối với bọn họ mà nói còn đáng sợ hơn gấp trăm lần so với hình phạt hỏa thiêu của chốn nhân gian. Thời Vũ không hiểu vì sao lại liên kết linh thức với đám tích ấy, rồi bị Dạ Du thần thi triển pháp thuật treo lơ lửng giữa trời, còn Thổ Bá đứng phía sau, thong dong hút đám tích ấy vào trong miệng của mình. Thời Vũ không thoát ra được liên kết với đám tích, có nghĩa cho dù là nỗi đau bị thiêu đốt do phong ấn gây ra hay nỗi đau bị nghiền nát do Thổ Bá gây ra cho đám tích, Thời Vũ đều cảm nhận được.

---

[101] Sinh vật thành hình từ linh khí nhưng sa đọa thành ma.

"Thật hổ danh là địa thần, hạ thủ độc ác như vậy, đến ma quỷ cũng phải vái làm sư phụ." Nhung Nhung ngoài mặt mắng chửi Thổ Bá nhưng thân hình lại thoăn thoắt lao về phía Trọng Dã. Nàng ra tay cực nhanh, muốn quấy nhiễu sự khống chế của Dạ Du thần với Thời Vũ, Trọng Dã không kịp trở tay, nhận ngay một vuốt của nàng, nhưng cũng chỉ hơi lảo đảo một chút rồi mau chóng đứng vững lại, hai trong tám cơ thể gần Nhung Nhung nhất vung rìu về phía nàng, Nhung Nhung biết mình khó mà đỡ đòn trực diện, lập tức phi thân né tránh.

"Chút năng lực của ngươi thì đừng có đem ra làm trò cười!" Giọng nói yếu ớt của Thời Vũ vang lên bên tai Nhung Nhung. Hai người bọn họ thường dùng thuật truyền thanh này để nói xấu người khác, Nhung Nhung lúc này tuy bị hắn châm chọc nhưng hai mắt lại đỏ hoe, "Ngươi còn mạnh miệng nữa, sau này không còn cơ hội chê cười ta nữa đâu."

"Tiện nữ, ngươi mau đền mạng cho Ngọc Trâm!" Du Quang triệu hồi sấm sét đánh về phía Nhung Nhung, Nhung Nhung không đánh trả được, chỉ có thể dựa vào chiêu thức nhanh nhẹn mà lách mình né tránh, miệng vẫn liên tục nói: "Ngọc Trâm là nhân tình của ngươi à? Với gương mặt trát phấn, toàn thân hôi thối của hắn thì đúng là chỉ có hai huynh đệ nhà ngươi ăn mới thấy vừa miệng thôi!"

"Hỗn xược, ngươi ăn nói xằng bậy!"

Thổ Bá không biết Nhung Nhung là thần thánh phương nào, nhưng thấy nàng ta đi chân trần, bay nhảy thoăn thoắt, toàn thân toát ra linh khí của Cửu Thiên, mở miệng ra là mắng chửi liên tục thì nhất thời không biết có nên ra tay không.

Thật ra mấy đòn sấm sét vừa rồi của Du Quang chỉ là có ý thăm dò mà thôi, hắn vốn hoàn toàn không xem Nhung Nhung ra gì, chẳng qua là e dè chủ cũ của Nhung Nhung, vậy nên muốn đánh chó cũng phải nể mặt chủ. Song lúc này, thấy Nhung Nhung mấy lần lâm vào tình cảnh nguy hiểm mà Thanh Dương quân vẫn chưa hiện thân, Du Quang và Trọng Dã lập tức trao đổi ánh mắt, trong lòng hạ quyết tâm, cho dù sau này có bị thượng thần hỏi tội thì vẫn có thể vin vào cớ Nhung Nhung chết vì vi phạm luật trời.

Thời Vũ đã không còn sức lực lên tiếng xua đuổi Nhung Nhung nữa, còn Nhung Nhung thì vẫn cứ vừa né tránh vừa quát mắng: "Có phải các ngươi đã luôn có ý với Ngọc Trâm, khó khăn lắm mới đợi được đến lúc chủ nhân của hắn quy tịch, định biến hắn thành vật sở hữu của cả hai đúng không?"

"Khốn kiếp!"

"Thương cho Ngọc Trâm chỉ có ba đầu một thân, làm sao chịu nổi sự giày vò của hai kẻ có mười sáu cơ thể như các ngươi? Thảo nào hắn cứ một lòng muốn chết. Nếu chủ nhân của hắn vẫn còn thì chắc chắn sẽ không tha cho loại dâm..."

Nhung Nhung đang mắng rất sướng miệng thì chợt có hàng loạt tia sét từ trên trời giáng xuống, chặn hết mọi đường lui của nàng. Nhung Nhung sợ sấm sét, vốn đã nghĩ mình sẽ chết chắc, chỉ là không ngờ mình sẽ chết nhanh hơn cả Thời Vũ, nhưng trong lúc đang hoảng loạn thì cảm thấy cả cơ thể mình chợt bị kéo ra rồi rơi xuống một cành cây ở cách đó rất xa.

Nhung Nhung bị ngã rất mạnh, toàn thân thương tích đau điếng, nhưng cũng may vẫn toàn vẹn.

Tình cảnh vừa thê thảm lại vừa may mắn này hết sức quen thuộc. Nàng vui mừng khôn xiết, đưa tay vén mái tóc bù xù đang che xõa trước mặt ra, quả nhiên nhìn thấy có một người xuất hiện ở nơi nàng suýt bị sét đánh vừa rồi.

Linh Chí đã chịu cú sét đó thay cho Nhung Nhung, nhìn nét mặt có vẻ hơi khó chịu: "Ta chưa từng thấy một trận đấu nào ồn ào thế này cả!"

Trọng Dã và Du Quang từ đầu đã có phòng bị với Linh Chí, sở dĩ lúc trước chần chừ chưa ra tay với Thời Vũ và Nhung Nhung, ngoài nguyên nhân vì e sợ Thanh Dương quân trên Cửu Thiên ra còn là vì ngần ngại tên Bạch Ô Nhân này. Nhưng hiện giờ đã có được lý do chính đáng, lại có cả Thổ Bá của U Đô tương trợ, vậy nên việc đối phó với một tên nhóc Bạch Ô chưa tròn ba trăm tuổi này hẳn là không thành vấn đề.

"Ngươi thật sự muốn nhúng tay vào sao?" Trọng Dã hỏi. Hắn là người đa mưu suy tính hơn Du Quang. Việc Linh Chí đến tận lúc này mới ra tay có nghĩa là chưa hẳn hắn đã muốn liều chết với bọn họ.

Quả nhiên không ngoài dự đoán của hắn, Linh Chí không trả lời, chỉ ngẩng đầu nhìn Thời Vũ đang lơ lửng trên không trung, vẻ mặt phức tạp.

Thổ Bá cũng thấy hơi kinh ngạc, cất giọng vang rền hỏi: "Bạch Ô Nhân, tại sao ngươi không ở Tiểu Thương Sơn? Đại chưởng chúc[102] của các ngươi có biết việc ngươi ra ngoài thế này không?"

"Chuyện của Bạch Ô liên quan gì đến U Đô các ngươi?" Linh Chí quay lại hỏi Thổ Bá.

"Sao ngươi dám vô lễ. Cho dù Liên Phách ở đây cũng phải hành lễ hậu bối với ta đấy!" U Đô và tổ tiên của Bạch Ô thị từng có giao thiệp, tuy nhiều năm nay không còn qua lại nữa nhưng hai bên vẫn luôn làm tròn chức trách, không xâm phạm nhau. Thổ Bá là tiền bối tại U Đô, ở trước mặt Linh Chí thể hiện phong thái trưởng bối cũng là điều hợp lý.

Linh Chí sa sầm nét mặt, nhưng không tranh cãi, một lúc lâu sau mới nói: "Giết thì cứ giết, việc gì phải giày vò hắn?"

"Ngươi có quen biết con linh sùng phá hoại phong ấn thượng giới này sao?"

"Đâu chỉ quen biết. Chính hắn đã liên kết với hai tên yêu ma Thời Vũ và Nhung Nhung cướp đoạt ngọc Lang Can, không những hút cạn nguyên linh của bằng hữu ta mà còn hủy đi cả thân xác của hắn, đúng là tàn nhẫn mà!" Du Quang phẫn nộ kể tội hắn.

"Tình nhân của ngươi vừa xấu vừa thối, gian xảo hại người, giết hắn còn làm bẩn tay chúng ta đấy!" Giọng nói cao vút the thé của Nhung Nhung vẳng lại từ phía xa khu rừng.

---

[102] Người đứng đầu trong tộc, chủ trì việc tế khấn,...

"Tiện nữ, cẩn thận ta xé rách miệng, lột toạc da của ngươi ra đấy..."

Linh Chí càng nghe càng khó chịu, chỉ mong mau chóng giải quyết. "Các ngươi tha mạng cho hắn thì ta sẽ đi."

Cả tám cái đầu của Trọng Dã và Du Quang đều bật cười khanh khách, tiếng cười vang vọng điếc tai. "Chết đến nơi rồi mà còn ngông cuồng như thế, cứ làm như huynh đệ ta sợ ngươi lắm không bằng."

"Hắn vi phạm luật trời thì đương nhiên phải chịu tội." Thổ Bá nói với Linh Chí: "Nếu ngươi nhúng tay vào đồng nghĩa với việc ngươi không xem quy tắc thượng giới ra gì. Ta khuyên ngươi đừng nên làm Bạch Ô thị mất mặt."

Linh Chí trầm mặc. Thổ Bá thấy hắn không có ý muốn rút lui liền nghi hoặc hỏi: "Ngươi cứ kiên quyết muốn bảo vệ hắn, có phải thật sự đồng mưu với hắn không?"

"Hắn chẳng qua chỉ là một con thú nuôi của ta, chết không đáng tiếc. Nhưng thủ đoạn của các ngươi thật sự quá bỉ ổi."

Thổ Bá ban đầu vốn cũng không có ý muốn giày vò Thời Vũ, hắn chỉ đến đây vì đám tích, đêm nay tất cả tích của Chấn Mông Thị đều xuất hiện cả, hắn chỉ cần thu dọn sạch sẽ là có thể về U Đô bẩm báo tình hình. Trọng Dã và Du Quang vốn có thù với Thời Vũ, thế nên hắn cứ mặc kệ cho họ hạ thủ thôi, dù sao đó cũng chỉ là một con linh sùng và một đám quái vật, không cần phải quan tâm. Nhưng hiện giờ, Linh Chí không những bỏ ngoài tai lời cảnh cáo của hắn mà còn buông lời bất kính vô lễ với hắn,Thổ Bá không khỏi thẹn quá hóa giận.

Bạch Ô thị cậy vào việc nhậm chức tư thần nên mấy đời đại chưởng chúc đều vô cùng kiêu ngạo khinh người, ngoài Thiên Đế ra thì không xem ai ra gì, đối với những người giữ nhiệm vụ chưởng quỷ như U Đô thì lại càng tỏ ý xem thường.

Thổ Bá không thể nuốt trôi cục tức này, liền bước lên phía trước nói: "Ngươi đã to gan ngông cuồng như vậy thì ta sẽ thay mặt Liên Phách giáo huấn ngươi một trận."

Chương 17

Thiên địa bất nhân

Linh Chí lùi về sau hai bước, rút ô Thông Minh ra, vẻ mặt khó chịu: "Hôm nay ta mới thay y phục mới, vốn không muốn ra tay."

Hắn không có sở thích gì, chỉ duy nhất có hứng thú với những bộ y phục sặc sỡ lấp lánh. Hắn tiếc nhất là bộ y phục cẩm bào ngũ sắc lần trước bị hủy mất khi giết Ngọc Trâm, nghĩ đến việc sau khi quay về Tiểu Thương Sơn phải đối diện với cảnh tượng ảm đạm ở đó, hắn lại càng trân trọng những bộ y phục đang mặc hơn.

Linh Chí thật sự không hiểu, tại sao cứ mỗi lần thay y phục mới là lại phải giết chóc một phen.

Thổ Bá lại tưởng lời nói ấy của hắn là một sự khinh miệt, liền thật sự nổi giận quát lớn: "Bạch Ô thị hiện giờ chỉ là nô lệ của tháp Phủ Sinh. Liên Phách thì năng lực tầm thường lại tự phụ kiêu căng, còn Ôn Kỳ thì chỉ biết khúm núm, luồn cúi. Trong tộc các ngươi còn có kẻ nào đủ sức cầm được Lôi Việt nữa, thế mà lại có một kẻ hỗn xược như nhà ngươi!"

Linh Chí nắm chặt cán ô trong tay, chưa kịp cử động thì chợt thấy có một giọt nước đỏ tươi rơi xuống mu bàn tay hắn. Thời Vũ đang lơ lửng phía trên cao, chỉ còn lại một tia nguyên linh đang hấp hối chống cự, tu vi ba ngàn năm sắp sửa tiêu tan.

Linh Chí từ từ đưa bàn tay lên môi, khẽ liếm nhẹ, cảm nhận được ở đầu lưỡi có vị tanh của máu, vị mặn của nước mắt và cả một chút ấm áp kỳ lạ nữa.

Hắn nhớ lại hôm tạ từ ở huyết đàm, Thời Vũ cuối cùng đã nói với hắn một câu: "Tiếc là tôi không có kiếp sau, nếu không sẽ lại quay về bên cạnh chủ nhân với một lòng dạ thật ngây ngô."

"Hai huynh đệ ta đã nói rồi mà, đám Bạch Ô thị ỷ vào vinh quang xưa kia mà hành hung khắp nơi, Thổ Bá, bây giờ đã tin chưa?" Du Quang muốn đổ thêm dầu vào lửa nên cao giọng nói.

Thổ Bá há to cái miệng đầy máu, lại có thêm rất nhiều tích nữa bị hắn hút ra khỏi Huyền Châu, hắn trừng mắt nhìn thẳng vào Linh Chí rồi cố tình nhai nuốt thật chậm, phát ra những tiếng rộp rộp. Sau sự giày vò dai dẳng, chỉ còn mấy ngón tay đang buông thõng của Thời Vũ là còn phản ứng lại với đau đớn, chốc chốc lại run lên.

Võng Kỳ không thể nhìn nổi cảnh ấy nữa, quay sang đau khổ nói với Linh Chí: "Ngươi để cho hắn được chết dứt khoát đi!"

Linh Chí chợt rút ra một thanh kiếm từ chiếc ô, ánh kiếm lao về phía Thời Vũ, lướt qua mặt hắn mà nhằm về phía Du Quang đang đứng phía sau. Mười sáu chiếc rìu của Du Quang liền tụ lại một chỗ xoay vòng tạo thành một chiếc khiên kín bưng, song chiếc khiên ấy lập tức vỡ tan ngay khi chạm vào kiếm quang. Thanh kiếm sau đó tiếp tục nhằm thẳng vào thiên linh cái của Du Quang, Du Quang vì phải né tránh nên không còn khống chế được Thời Vũ nữa, Thời Vũ đang nằm giữa không trung bắt đầu hơi lảo đảo rơi xuống, Linh Chí đang định nhảy lên đỡ lấy hắn thì chợt cảm thấy một luồng gió buốt phía sau gáy, Thổ Bá gầm lên một tiếng rồi vung hai bàn tay khổng lồ đầy máu về phía hắn.

Thổ Bá là người trấn giữ ở U Đô, lại từng là thần dưới trướng của Hậu Thổ[103], sức mạnh vượt xa các Dạ Du thần. Hắn chộp cả hai bàn tay lại nhưng không kịp tóm lấy Linh Chí, bèn tiếp tục chĩa cái sừng sắc bén của mình về phía hắn.

Võng Kỳ đã từng chứng kiến uy lực chiếc sừng của Thổ Bá, không những có thể phá tan đá núi mà còn chống lại được cả các binh khí thần kì.

103 Thần cai quản U Đô.

"Cẩn thận, đừng đối đầu trực diện với hắn!" Võng Kỳ hét to.

Nghe vậy, mũi kiếm của Linh Chí vừa chạm vào đầu sừng của Võng Kỳ liền lập tức mượn lực rút về phía sau. Thanh kiếm trong tay hắn ban đầu chỉ tỏa lờ mờ một tia sáng xanh lam, sau khi ánh sáng tắt đi rồi mới thấy rõ đó là một thanh trường kiếm, lưỡi kiếm rất mảnh, hai bên có rãnh dài và hoa văn hình con chim. Chuôi kiếm chính là phần cán ô, được làm từ xương thú trắng, phía trên còn có cả gân xám.

Chiếc sừng của Thổ Bá không bị suy suyển gì, nhưng nguyên linh hắn lại bị chấn động mạnh. Hắn ban đầu còn tưởng có thể nhân cơ hội này dạy cho tên tiểu Bạch Ô này một bài học nhớ đời, từ đó giảm được uy phong của Bạch Ô thị, nhưng ai ngờ đối phương không những không hề sợ sệt mà còn rất dũng mãnh, mau chóng phản công, hắn rõ ràng là không thể chiếm thế thượng phong trong cuộc đối đầu với đối thủ này.

Bạch Ô thị năm xưa tuy vang danh thượng giới nhờ vào sức chiến đấu của mình, nhưng thân pháp và thanh kiếm của tên tiểu tử này rõ ràng không phải con cháu Bạch Ô bình thường. Thổ Bá rất hối hận vì đã khinh địch, nhưng sự việc đã đến nước này thì không thể dễ dàng kết thúc được, nếu bây giờ hắn bại dưới tay một tiểu Bạch Ô chưa trưởng thành trước mặt mọi người thì danh tiếng vạn năm sẽ mất hết, thể diện của U Đô cũng sẽ bị hắn hủy hoại. Nghĩ đến đây, Thổ Bá hạ quyết tâm phải liều mạng đến cùng, dốc hết sức lực ra hòng giết chết Linh Chí.

Hắn có thân hình to lớn, nhưng các động tác bay nhảy đều hết sức nhanh nhẹn, cộng thêm có uy lực của chiếc sừng và móng vuốt khổng lồ, trông khí thế của hắn trái ngược hoàn toàn với thân hình mỏng manh như thuyền trước gió của Linh Chí.

Võng Kỳ không dám nhìn tiếp nữa, vừa giật bộ râu của mình vừa lẩm bẩm: "Trời ơi, trời ơi, bây giờ phải làm sao đây? Tình nhân của Thời Vũ rốt cuộc có lai lịch thế nào, lại dám đối đầu với cả Thổ Bá ..."

Nhung Nhung tai thính, câu nói của Võng Kỳ gợi cho nàng những suy đoán vô cùng mới lạ, chỉ tiếc là bây giờ nàng không có hơi sức đâu mà chuyện phiếm với hắn, bởi nàng tuy đã biết rõ bản lĩnh của Linh Chí nhưng lúc này cũng không khỏi toát mồ hôi lạnh.

Chỉ có Thổ Bá là không hề lo lắng mà lao đến, chiêu thức của Linh Chí không hề hoa lệ, ra tay gọn gàng chuẩn xác. Lại một lần đánh hụt, ánh kiếm liền nhằm thẳng vào con mắt chính giữa của hắn, chính vì thế mà hắn trông thấy được hình dạng thật của thanh kiếm ấy.

Cả ba con mắt của Thổ Bá đều mở to ra: "Liên Phách và Ôn Kỳ là gì của ngươi?"

"Ngươi không xứng nhắc đến họ."

Thanh kiếm trong chiếc ô này rất cứng rắn, dễ gãy nên rất khó chế ngự, uy lực lớn nhất của nó chính là vết thương mà nó tạo ra sẽ không thể được trị lành bằng pháp thuật. Thổ Bá biết rõ sự lợi hại của thanh kiếm này, lập tức lùi về sau gầm lên:

"Nếu ngươi dám sát thương ta thì từ nay về sau U Đô sẽ là kẻ thù của Bạch Ô!"

Ánh kiếm lướt nhẹ như chuồn chuồn đạp nước, Thổ Bá lập tức cảm thấy mũi đau nhói.

"Tha mạng cho hắn thì ta sẽ đi." Linh Chí lặp lại câu nói trước đó.

"Vậy ngươi phải hỏi xem hai huynh đệ Dạ Du thần kia có đồng ý không đã!" Thổ Bá ngoài miệng nói như vậy nhưng thân hình to lớn lại bật lên lao đến lần nữa. Chỉ có điều hắn đã nếm mùi lợi hại một lần nên quyết tâm tập trung cao độ, ngoại trừ chiếc sừng trên đầu ra thì không dám khinh suất va chạm với thanh kiếm của Linh Chí nữa.

Tấm khiên rìu của Du Quang bị Linh Chí phá vỡ, xem ra đã bị thương, nhất thời không kịp quay về vị trí. Võng Kỳ liền nhân cơ hội này nhặt lấy Huyền Tinh Đao cạnh đó chém về phía Du Quang, muốn giúp Thời Vũ thoát thân, nhưng lại bị sấm sét của Trọng Dã đánh trúng. Nhung Nhung len lén dìu Võng Kỳ lùi về sau, Võng Kỳ lúc này bị đánh cho mặt mũi đen sì, râu ria tóc tai dựng ngược, khiến nàng không dám nhìn thẳng vào hắn.

Trọng Dã và Du Quang thấy Thổ Bá không thể chiếm thế thượng phong, sợ đêm dài lắm mộng nên không còn tâm trạng mà từ từ giày vò Thời Vũ nữa. Họ ném rìu xoay vòng giữa không trung, mây đen lập tức kéo đến đầy trời, mưa gió nổi lên, một luồng sét khổng lồ ngưng đọng phía trên đầu Thời Vũ rồi dần dần tích tụ, dường như muốn đánh cho cả thân xác và tinh thần Thời Vũ đều vỡ tan.

"Bằng hữu Ngọc Trâm, chúng ta đem tên tiểu tặc này đến đền mạng cho ngươi đây!" Du Quang biết rõ Linh Chí nhất thời không thể thoát khỏi vòng vây của Thổ Bá được nên không còn lo lắng gì. Bây giờ chỉ việc giải quyết xong tên Thời Vũ này thì hai người bọn họ sẽ có thể liên thủ lại xử lý tên tiểu Bạch Ô kia.

Nhung Nhung chỉ hận mình đã lơ là tu luyện, đến mức phải giương mắt nhìn bằng hữu sắp mất mạng mà không làm được gì. Ngay khoảnh khắc luồng sét đánh xuống, nàng đau đớn nhắm chặt mắt lại, lệ rơi thành hàng.

Nhưng đúng lúc ấy, Linh Chí hớt hải quay người rồi ném mạnh thanh trường kiếm trong tay lên không trung, thanh kiếm xuyên qua hai lớp khiên bằng rìu, tách tám cái thân mình nối với nhau của Du Quang ra, máu thịt tung tóe khắp nơi, nguyên linh phân tán rồi lần lượt bị hút vào trong ánh kiếm, không thể tụ lại được nữa.

Thời Vũ vẫn đang lơ lửng giữa trời, ô Thông Minh xòe ra ngay phía trên hắn, đỡ hết tất cả mọi đòn sấm sét cho hắn.

Nhung Nhung còn chưa kịp thở phào nhẹ nhõm, quay sang đã thấy Thổ Bá giơ vuốt sắc nhọn lên đâm thẳng vào giữa ngực Linh Chí.

Thổ Bá thừa cơ lúc Linh Chí phân tâm mà tấn công thành công, thầm than vừa rồi đã khinh địch, e là sau này xong việc phải đích thân đến Tiểu Thương Sơn để tạ tội một phen. Đang trong lúc suy nghĩ xem có nên giữ lại toàn thây cho tên tiểu Bạch Ô này không thì chợt cảm thấy móng vuốt đầy máu của mình như bị kẹt lại trong cơ thể của Linh Chí, cho dù hắn có nhảy lên nhảy xuống, vung tay mạnh đến đâu thì cũng vô ích, không những không rút ra được mà ngược lại còn khiến cho nguyên linh của hắn chảy vào người Linh Chí nhanh hơn nữa.

"Để ta xem ngươi còn cầm cự được bao lâu!" Thổ Bá không ngờ tên tiểu Bạch Ô này lại quyết tâm lôi hắn chết chung, liền phẫn nộ muốn xé toạc cơ thể của Linh Chí ra để thoát thân. Linh Chí cố gắng vươn tay thu thanh kiếm về, sau đó vung tay một cái, chiếc ô bật ra, Thổ Bá lập tức gầm lên đau đớn, cánh tay móng vuốt khổng lồ bị chém đứt, vô số mảnh nguyên linh như những con đom đóm màu đen ngưng tụ ở chỗ vết thương.

Còn ở chỗ Huyền Châu lúc này cũng có biến. Trọng Dã và Du Quang vốn là huynh đệ tình thâm, thấy huynh đệ chết thảm như vậy, Trọng Dã gào lên một tiếng ai oán rồi lao về phía Thời Vũ như một con mãnh thú. Không ai thấy rõ chuyện gì đã xảy ra, chỉ biết mấy tia sét đang lóe lên chợt vụt tắt, Trọng Dã cùng Thời Vũ và mấy mảnh thân xác của Du Quang đều bị hút vào trong lốc xoáy của Huyền Châu. Những con tích vây xung quanh Huyền Châu cũng biến mất, Huyền Châu phát ra ánh sáng đỏ máu rực rỡ, tỏa ra một màn sương đỏ khắp nơi, khiến tất cả những người có mặt đều không thể chống đỡ được. Cả khu rừng bị nhuốm một màu đỏ máu rồi mau chóng trở nên im bặt.

Linh Chí từ từ tỉnh lại, thấy mình đã về lại Tiểu Thương Sơn. Hắn lại một lần nữa bại dưới tay Sương Xung, ngã trên Đồi Gương, mặt đất bằng gương phản chiếu rất rõ dáng vẻ thê thảm của hắn. Sương Xung không đành lòng, định bước lên dìu hắn dậy, song lại chùn bước trước ánh nhìn nghiêm nghị sắc bén của một người.

"Ngươi dù gì cũng không phải sinh ra từ Thiên Hựu." Đại chưởng chúc Liên Phách bình thản nói.

Đúng vậy, hắn không phải sinh ra từ Thiên Hựu, câu này hắn đã nghe rất nhiều lần rồi. Linh Chí đưa tay bịt miệng vết thương, nén đau nói: "Con chưa bao giờ muốn làm đại chưởng chúc, nhưng sau này con có thể cầm Lôi Việt bảo vệ cho tộc Bạch Ô."

"Bạch Ô đã không còn cần ngươi cầm Lôi Việt nữa, mà hơn nữa ngươi cũng không thể cầm được nó."

Đại chưởng chúc phẩy tay áo bước đi. Linh Chí nhìn sang Ôn Kỳ, thấy Ôn Kỳ cũng lắc đầu với hắn rồi bước theo đại chưởng chúc.

Linh Chí không tin Bạch Ô thị đã không còn người cầm Lôi Việt nữa, bởi Lôi Việt từng là biểu tượng cho linh hồn của Bạch Ô, bên tai hắn có một giọng nói cứ văng vẳng: "Chưa thử thì làm sao biết là không thể?"

Hắn chầm chậm bước về phía Lôi Việt. Lôi Việt tuy là bảo vật của Bạch Ô, nhưng trước nay chưa bao giờ được cất giữ chốn lầu cao mà luôn được treo ở phía cuối của Đồi Gương, ai cầm được thì là của người ấy, kể cả trẻ con cũng có thể chạy nhảy đùa giỡn bên cạnh nó.

Đã ba ngàn năm rồi, chưa từng có ai có thể dịch chuyển được nó.

Linh Chí đặt tay lên Lôi Việt, lập tức thấy một ánh sáng đỏ chói chang, Bất Tận Thiên Hỏa bùng lên xung quanh thân hắn, nhưng hắn lại cảm thấy ngực mình đau nhói.

Sương Xung chắc chắn sẽ không làm hắn bị thương nặng như vậy.

Móng vuốt xuyên ngực... Thổ Bá... Ánh sáng đỏ... Huyền Châu! Hắn bắt đầu nhớ lại mọi thứ. Lôi Việt ở Đồi Gương, người thân từ biệt đã lâu, Bất Tận Thiên Hỏa, tất cả đều chỉ là ảo giác mà thôi. Tiểu Thương Sơn ở ngàn dặm xa xôi, có một khoảnh khắc hắn còn tưởng mình sẽ không bao giờ quay lại được nữa.

Linh Chí định tập trung tinh thần để trục xuất ảo giác trong tâm mình, nhưng cơn đau giữa ngực làm tinh thần hắn chao đảo. Một bóng người bé nhỏ chợt bước ra từ Thiên Hỏa, dung mạo đẹp đẽ, ánh mắt sáng ngời. Người đó càng bước đến gần thì ánh lửa càng bừng lên rực rỡ, nỗi đau đớn vì nguyên linh bị thiêu đốt còn vượt qua cả nỗi đau thân xác.

"Cũng nên để cho đám đạo phủ các ngươi nếm trải mùi vị của Thiên Hỏa chứ." Thời Vũ cúi người, đưa ngón tay vuốt giọt mồ hôi lạnh bên cạnh tai Linh Chí rồi khẽ nói: "Có phải rất đau không?"

Linh Chí im lặng. Ngoài sự lạnh lùng thường nhật ra, Thời Vũ chỉ cảm nhận được một sự khinh ghét nơi Linh Chí khi hắn khẽ quay mặt đi nơi khác.

Chỉ là khinh ghét chứ không còn gì khác, ngay cả hận cũng chẳng thèm.

Thời Vũ biết trong lòng Linh Chí, hắn không đủ tư cách để Linh Chí hận.

Hắn chợt mỉm cười, khẽ đập nhẹ chiếc ô Thông Minh trong tay.

Linh Chỉ vẫy tay triệu hồi ô Thông Minh, song chiếc ô vẫn nằm yên trong tay Thời Vũ không nhúc nhích. Thời Vũ cầm ô, từ từ hành lễ rồi dõng dạc nói: "Đa tạ chủ nhân đã hoàn thành tâm nguyện của tôi!"

Linh Chí vẫn còn cầm thanh kiếm trong tay, song không còn chút sức lực chống trả. Hắn chống thanh kiếm xuống đất, cố gượng người ngồi dậy, mỉa mai: "Ta biết ngay ngươi là tên tiểu súc sinh vong ân phụ nghĩa."

"Vậy ngươi cũng nên biết, năm xưa kẻ đã diệt cả tộc Chấn Mông thị chính là Bạch Ô nhân các ngươi!"

"Bạch Ô chỉ là phụng thiên mệnh hành sự."

"Ta mặc kệ! Ta chỉ biết mẫu thân ta đã chết bởi Lôi Việt. Toàn tộc hơn một ngàn ba trăm người đã bị các ngươi chém giết sạch sẽ, còn hủy đi tam hồn của họ, khiến họ mãi không được siêu thoát!"

Vô số tích bay ra từ Thiên Hỏa, vây lấy cơ thể của Linh Chí. Vừa chịu nỗi đau thiêu đốt, vừa thấy lạnh buốt vào trong xương, bàn tay cầm kiếm của Linh Chí đã không còn vững nữa, cả thân hình đang khuỵu một chân lảo đảo tựa hồ sắp ngã đến nơi, hắn nghe rõ cả tiếng răng mình đang va vào nhau cầm cập.

Linh Chí từ khi còn rất bé đã biết, việc phụng mệnh tiêu diệt cả tộc Chấn Mông thị chính là lần cuối cùng Bạch Ô thực thi hình phạt cho Thiên Đế. Từ đó về sau, Lôi Việt bị cất trên lầu cao, đại chưởng chúc tiền nhiệm Lễ Phong ra lệnh bãi bỏ người nắm giữ Lôi Việt, yêu cầu toàn tộc toàn tâm toàn ý trấn thủ tháp Phủ Sinh.

"Hồn của mẫu thân ta có phải đang chịu nỗi đau Thiên Hỏa trong tháp ấy không?" Thời Vũ rưng rưng nước mắt hỏi.

Linh Chí lạnh lùng đáp: "Không, bà ta không có tư cách đó. Linh hồn của bà ta vốn đã tế Thiên Hỏa, hóa thành tro bụi dưới chân tháp rồi."

Đây là sự thật, Chấn Mông Thị Nữ tuy là anh kiệt hiếm có trong số những chân nhân, nhưng cùng lắm cũng chỉ là bán thần, không thể vào tháp Phủ Sinh được. Nhưng Linh Chí không nói cho Thời Vũ biết, ngoại trừ Hạo Anh ra thì những Bạch Ô nhân bị tháp Phủ Sinh tiêu hao hết nguyên linh cũng đã hóa thành tro bụi. Lễ Phong tiền bối đã đi rồi, Liên Phách, Ôn Kỳ, Sương Xung... và cả hắn sớm muộn gì cũng sẽ có kết cục như thế. Cả tộc Bạch Ô rồi sẽ hy sinh cho tháp Phủ Sinh, ai sẽ giúp họ đòi lại công bằng?

"Nỗi nhục trước kia ta sẽ bắt ngươi phải trả lại trăm lần!"

Đôi mắt Thời Vũ ánh lên màu đỏ máu, hệt như đã bị Huyền Châu nhập vào. Bên ngoài ánh lửa, có thể nhìn thấy nơi trước đây vốn từng là cái hồ bây giờ đã tan hoang sau hàng loạt trận cuồng phong bão lửa, không còn chút sinh khí nào. Cơ thể của Nhung Nhung và Võng Kỳ lấp ló sau đống đất đá vụn, Thổ Bá không biết đã đi đâu, còn xác của Trọng Dã và Du Quang cùng với mớ rìu của họ nằm tứ tán khắp nơi... Huyền Châu và kết giới thì đều đã biến mất.

Linh Chí lờ mờ đoán được chuyện gì đã xảy ra. Từ đầu hắn đã biết có chuyện gì đó không ổn, vậy mà vẫn cứ manh động ra tay, bây giờ rơi vào kết cục này không thể trách ai khác được.

Huyền Châu chợt xuất hiện từ trong miệng của Thời Vũ, mặt ngoài lấp lánh màu đỏ, ở giữa có nhân đen, hệt như một con mắt màu máu đang nhìn hắn. Linh Chí liều mạng, dùng sự tỉnh táo cuối cùng của mình rút mạnh móng vuốt của Thổ Bá từ trong ngực ra, linh thức lập tức trở nên mơ hồ.

"Tại sao lại cứu ta?" Trong lúc thoi thóp, hắn cảm nhận được như có mấy hạt mưa lạnh buốt rơi xuống mặt mình, có kẻ gằn giọng nói với hắn,"Ngươi thà mất mạng cũng không chịu nhún nhường với ta dù chỉ một lần sao?"

Thiên Hỏa tắt lụi, đám tích cũng tản ra, một làn gió nhẹ thổi qua, Linh Chí hai mắt mơ màng, nhìn thấy phía trước có một người đang đứng quay lưng lại với hắn bên bờ hồ, mình mặc áo gấm, mái tóc thắt lại, trên vai có đậu một con cú tuyết rất lớn. Người ấy đưa tay khẽ vuốt lên bộ lông cú, cứ đứng đó không quay người lại.

Cảnh tượng bình yên ấy chỉ kéo dài một chút rồi lại tan đi trong ánh sáng đỏ máu. Huyền Châu âm u hơi quỷ, đám tích đau đớn giãy giụa trong đó, có một giọng nói kêu gào thê thiết truyền ra: "Chấn Mông thị trấn giữ Huyền Châu đã mấy ngàn năm, dù không làm ra công trạng gì nhưng cũng đã tận lực. Thiên địa bất nhân, các thần phủi tay quy tịch chốn Quy Khư, không để cho chúng ta một tia hy vọng nào, lại còn giáng xuống hình phạt tàn khốc như vậy... Chấn Mông thị chính là vết xe đổ của Bạch Ô, các ngươi sớm muộn rồi cũng sẽ gặp báo ứng!"

"Chủ nhân... Linh Chí, Linh Chí! Cho dù tôi chỉ là một con cú tuyết đậu trên vai của người, nhưng người vẫn không nỡ nhẫn tâm nhìn tôi lao vào chỗ chết đúng không?"

Thời Vũ nội tâm giằng xé, ảo ảnh xung quanh cũng liên tục biến đổi theo sự thay đổi cảm xúc của hắn, mơ hồ khó hiểu.

Linh Chí nổi giận đùng đùng, chỉ mong mình mau chóng chết đi.

Nghiệp chướng, ngay cả việc ra tay giết người mà cũng lôi thôi như vậy!

Chương 18

Nay đã khác xưa

"Hôm qua ngươi đã tự tay thay y phục cho hắn, ha ha, vậy rốt cuộc... đã nhìn thấy gì rồi? Thời Vũ ngoan, mau nói cho ta biết đi."

"Lúc đó trong lòng ta đang rất bấn loạn, làm gì để ý đến chuyện đó?"

"Nói dối, ta không tin đâu."

"Thế thì ngươi tự vào mà xem... Khoan đã, hắn bị thương không nhẹ, không được vào làm phiền!"

"Ta cứ muốn đích thân tắm rửa cho hắn đấy."

"Ngươi dám! Có tin ta cắt hết móng của ngươi không?"

...

Linh Chí khẽ cử động tay, khổ sở quay mặt sang một bên. Dù hắn sống hay chết, mơ hay tỉnh thì vẫn không thể tránh khỏi việc nghe thấy mấy lời xì xào này.

Cơn đau ở ngực vẫn quặn thắt, chứng tỏ hắn chưa chết, vậy mà hai tên kia lại dám nói xấu hắn mà không dùng kết giới cách âm.

Sau một lúc chật vật, hắn cuối cùng cũng chống tay từ từ ngồi dậy được. Hai người đang cãi nhau chí chóe bên ngoài bức bình phong nghe thấy bên trong có tiếng động thì đều đồng loạt kêu lên rồi hốt hoảng chạy vào.

"Linh... Chủ nhân, người tỉnh rồi!"

"Linh Chí, người không sao chứ?"

Linh Chí trước nay không bao giờ quan tâm đến mấy câu hỏi vớ vẩn này. Sau khi mở mắt ra, hắn biết mình đã quay về động phủ sơn thần, thì ra tên nghiệp chướng Thời Vũ sau khi lải nhải cả buổi trời cuối cùng lại không hạ thủ với hắn.

Hắn ngồi vững lại rồi lấy một tay đặt lên vết thương, cố chịu đau cúi đầu quan sát.

"Chủ nhân mau nằm xuống đi! Vết thương của người không còn nguy hiểm nữa, nhưng vẫn cần phải tịnh dưỡng, không được cử động mạnh!" Thời Vũ cuống quýt nói.

"La hét làm gì?" Linh Chí phát bực với giọng nói rối rít tít mù của Thời Vũ, nguồn linh lực hỗn loạn quanh người hắn có hơi xao động, hắn suýt chút nữa thì ngất lịm đi. Hắn biết vết thương của mình sẽ mau chóng lành lại, nhưng phần nguyên linh bị hao tổn thì e rằng phải một khoảng thời gian dài mới khôi phục lại được.

"Sao không thấy áo khoác của ta đâu?"

"Tôi... tôi thấy chủ nhân bị thương nặng, thế nên mới cởi..." Thời Vũ ấp a ấp úng giải thích, rồi chợt nhớ ra, Linh Chí sau khi tỉnh lại cũng không quan tâm lắm đến việc y phục sát người hiện giờ đều được nới ra, thế nên có lẽ không phải đang muốn truy cứu việc hắn đã vô lễ mà chỉ muốn hỏi về chiếc áo, bèn thận trọng thăm dò đối phương: "Chủ nhân muốn hỏi đến chiếc áo bào ánh kim ấy à? Áo đó đã có vài chỗ bị rách, lại còn dính máu của chủ nhân và Thổ Bá, thế nên tôi mới bảo người hầu đem đi rồi."

Linh Chí nhắm mắt không nói gì, vẻ mặt tuy không thể hiện cảm xúc, nhưng Thời Vũ biết mình đã đoán đúng tâm tư của hắn, hiện giờ chắc trong lòng hắn đang rất bực mình đây.

"Thổ Bá sao rồi?" Linh Chí một lúc lâu sau mới hỏi.

Nhung Nhung không kìm được mà phì cười một cái. Linh Chí bây giờ truy hỏi Thổ Bá, lẽ nào là vì để bụng chuyện Thổ Bá đã làm hỏng bộ áo mới của hắn sao?

"Tôi thả hắn đi rồi." Thời Vũ hạ giọng nói: "Hắn đã bị đứt một tay. Tôi cũng biết chủ nhân không muốn đuổi cùng giết tận."

Lời hắn nói không sai. Linh Chí nếu thật sự muốn lấy mạng của Thổ Bá thì nhát kiếm cuối cùng đã không chỉ chặt đứt cánh tay của hắn. Bạch Ô và U Đô trước nay chưa từng kết oán, giờ hắn gây ra cái họa này, còn chưa biết đại chưởng chúc sẽ trách phạt thế nào đây, làm sao dám gây thêm nợ máu cho Bạch Ô? Cho dù thật ra Bạch Ô thị đã mang trên mình rất nhiều món nợ máu rồi.

Lần xuất hành này, Linh Chí mới biết thế giới bên ngoài vẫn còn nhớ đến Bạch Ô, và đa phần đều chỉ sợ hãi hoặc căm hận người trong tộc hắn. Nực cười thay Bạch Ô thị tự cho rằng mình thay trời hành đạo, làm tròn chức trách, song trong mắt của mọi người thì chẳng qua chỉ là "những tên đao phủ" mà thôi. Nghĩ đến đây, hắn chợt nhìn sang Thời Vũ đầy ẩn ý. Ánh mắt của Thời Vũ vốn đang lo lắng quan sát cơ thể hắn, khi chạm phải ánh mắt của hắn thì lập tức hốt hoảng né tránh.

Nhung Nhung lại không quan tâm mấy chuyện này, chỉ biết hôm ấy cả mình và Võng Kỳ đều bị ngất đi dưới ánh sáng màu đỏ chói mắt của Huyền Châu, sau khi tỉnh lại mới biết Trọng Dã và Du Quang đều đã chết, Thổ Bá sau khi mất một cánh tay đã bỏ chạy, Linh Chí bị thương nặng, còn Thời Vũ thì may mắn sống sót. Trận chiến ấy quả thực là vô cùng nguy hiểm, lần đầu tiên nàng trông thấy Linh Chí rút kiếm trong chiếc ô ra.

Nhớ lại cảnh tượng Linh Chí giết Du Quang, cứu Thời Vũ, đánh Thổ Bá, Nhung Nhung trong lòng ngưỡng mộ vô cùng, cảm thấy trên thế gian này ngoại trừ vị thần đang ở Côn Luân Khư kia ra thì chẳng còn ai bì được với Linh Chí nữa. Nàng ta vừa nắm chặt vạt áo vừa hỏi: "Người thật sự không muốn song tu với ta sao? Ta sẽ chăm sóc người thật tốt, làm cho người thoải mái..."

"Kiếm của ta đâu?" Linh Chí không đáp mà hỏi lại.

Nhung Nhung không hiểu hắn hỏi thế là có ý gì, giật mình không dám tiếp lời. Thời Vũ đứng bên cạnh liền nói: "Chủ nhân, ô và kiếm đều ở đây cả." Rồi hắn mặc kệ sự lo lắng của Nhung Nhung, cúi người tiến lên một bước dâng thứ đang cầm trong tay ra.

Thanh kiếm đã được tra lại vào trong ô, Linh Chí cố gắng điều hòa hơi thở rồi rút kiếm ra. Nhung Nhung tưởng mình đã nói sai gì đó, sợ sẽ bị Linh Chí xử lý nên rón rén lùi về sau mấy bước. Linh Chí thì lại đang nghĩ, Thời Vũ có thể tra thanh kiếm này trở lại mà không bị ảnh hưởng bởi uy lực của nó, đồng thời hôm đó, hắn đã thử triệu hồi ô Thông Minh lại, nhưng chiếc ô vẫn cứ nằm yên không động đậy trong tay Thời Vũ, tuy rằng lúc đó hắn bị thương nặng nhưng sức mạnh của Huyền Châu cũng rất đáng gờm.

Thật không ngờ Thời Vũ lại thật sự thu hồi được Thiên Đế Huyền Châu!

"Thì ra bên trong chiếc ô còn có giấu một thanh kiếm lợi hại như vậy, có phải nó là Liệt Vũ mà Vũ La đã nói không?" Nhung Nhung muốn quan sát kỹ thanh kiếm ấy, nhưng vẫn có chút sợ sệt.

"Ta trước đây không biết thanh kiếm này có tên, chỉ biết nó từng là vật sở hữu của tiên tổ Hạo Anh."

"Hạo Anh đại thần không phải chuyên sử dụng Lôi Việt sao?"

Linh Chí nhớ lại: "Trong tộc những người từng được thấy Hạo Anh tiên tổ ra tay đều đã qua đời rồi. Lôi Việt từ lâu đã bị cất trên lầu cao, nhưng thanh kiếm gãy này thì lại luôn ở bên cạnh của bà. Chỉ đến sau khi bà ra đi rồi nó mới được truyền lại cho các đời sau."

Thời Vũ nói: "Tôi đoán người đúc thanh kiếm này vào trong ô hẳn chính là ân sư của chủ nhân."

"Đúng vậy." Linh Chí gật đầu, "Ân sư của ta tên là Ôn Kỳ, là đại chấp sự hiện giờ của Bạch Ô thị, quản lý các sự vụ thường nhật trong tộc. Người là chủ nhân đời trước của thanh kiếm này, cái tên Thông Minh cũng là do người đặt cho nó."

Ánh kiếm lụi dần, lúc này mới thấy trên lưỡi kiếm có mấy vết máu khô.

Linh Chí bình thường rất trân trọng Thông Minh, chắc chắn sẽ không chịu được việc thanh kiếm bị dính bẩn thế này. Thời Vũ thấy thế thì thầm trách bản thân đã bất cẩn, "Lúc đó chủ nhân bị thương nặng, thế nên tôi đã không kịp lau chùi..."

Nhung Nhung mau chóng rút ra một chiếc khăn màu ngọc bích tùy thân trong người, vừa e thẹn vừa sợ sệt nói: "Cái này người lấy mà dùng."

Linh Chí cầm lấy chiếc khăn, đang định lau kiếm thì chợt thấy trên đó có dùng chỉ vàng thêu hình một con bướm đùa bỡn bên hoa, vô cùng tinh xảo, thế nên nhất thời không nỡ dùng nữa, vứt trả lại cho Nhung Nhung. Hắn do dự phân vân chiếc áo đang mặc trên người, chiếc chăn gấm đệm thêu trên giường và bức màn tím trân châu, liếc mắt thấy Thời Vũ, liền thong dong nói: "Ngươi qua đây."

Thời Vũ ngoan ngoãn bước lên, Linh Chí liền thuận tay đưa thanh kiếm chùi vào vạt áo của hắn, cũng may Thời Vũ mặc áo đỏ nên không nhìn thấy rõ vết máu lắm.

Nhung Nhung khẽ chớp mắt, dịu dàng hỏi Linh Chí: "Không biết tại sao thân pháp của người lại lợi hại như vậy?"

Linh Chí hài lòng nhìn thanh kiếm đã được lau sạch sẽ rồi nghiêm túc nói: "Chỉ có nhờ vào khổ luyện thôi!"

"Không đúng. Nếu không phải do thân pháp của người vốn đã lợi hại thì người đã chết vô số lần rồi." Nhung Nhung vừa nói vừa nhìn Thời Vũ đầy thương xót. Thời Vũ bình thường thích sạch sẽ, thế nên hành động vừa rồi của Linh Chí chẳng khác nào nhổ nước bọt vào mặt hắn. Nhưng điều khiến nàng ta không thể hiểu được chính là, Thời Vũ chỉ hơi cúi đầu, còn sắc mặt lại rất ôn hòa. Theo hiểu biết của Nhung Nhung thì dáng vẻ này của Thời Vũ giống như... đang vui mừng vì được sai bảo vậy.

Nhung Nhung che miệng cười, cặp mắt long lanh đảo nhẹ một chút rồi chợt hỏi: "À, Linh Chí, người không nhận ra

Thời Vũ hôm nay có hơi khác sao? Ta đang nói đến vẻ ngoài của hắn ấy, người thật sự không để tâm sao?"

Linh Chí liếc mắt nhìn Thời Vũ một cái.

Thời Vũ bực mình vì Nhung Nhung nhiều chuyện, căm hận trừng mắt với nàng ta, song vẫn đứng thẳng người lên, sắc mặt tuy vẫn rất bình tĩnh nghiêm túc nhưng hai tai lại từ từ trở nên đỏ bừng.

Vì Nhung Nhung đã cố tình nhấn mạnh vào "vẻ ngoài" nên Linh Chí đương nhiên hiểu ý nàng ta muốn nói gì. Thật ra ngay từ lúc mới vừa tỉnh lại, hắn đã phát hiện ra thân hình và vẻ mặt của Thời Vũ đều đã từ hình dạng một tiểu đồng chuyển sang dáng vẻ của một thiếu niên rồi.

"Hắn giỏi biến hóa, chuyện này có gì lạ?" Linh Chí tra kiếm lại vào ô.

Nhung Nhung cạn lời. Mới cách đây không lâu, nàng còn thấy giận cái vẻ "miệng nam mô bụng bồ dao găm" của Thời Vũ, nhưng lúc này lại cảm thấy bất bình thay cho Thời Vũ vì đã luôn thấp thỏm trước khi Linh Chí tỉnh lại. Thời Vũ trước nay không thích người khác đề cập đến ngoại hình của mình, chẳng bao giờ thèm để tâm đến vẻ ngoài, nhưng vừa rồi thì lại liên tục hỏi Nhung Nhung xem mình thế này có gì không ổn không. Nhung Nhung luôn khổ tâm về việc Thanh Dương quân lúc giúp nàng ta hóa hình đã không biến nàng ta thành một tuyệt sắc giai nhân, vậy nên đã cố ý không trả lời Thời Vũ. Vậy mà lúc này trong mắt của Linh Chí diện mạo mới này của Thời Vũ lại còn không đẹp bằng lúc hóa thành cú tuyết, Nhung Nhung sao có thể để mặc Linh Chí có mắt không tròng mãi như vậy được.

"Người không cảm thấy Thời Vũ của chúng ta trông rất đẹp sao?"

Trên bảng xếp hạng mỹ nhân trong lòng Nhung Nhung, Thời Vũ do luôn là người không hiểu chuyện phong tình nên chỉ được xếp thứ ba, chứ thật ra nói hắn có sắc đẹp Quần Ngọc Dao Đài[104], có khí chất thanh sương thu lộ[105] cũng không có gì là quá đáng. Vì nể vẻ đẹp của hắn nên dù sáu trăm năm qua, tính khí của hắn có khó chịu đến đâu, Nhung Nhung cũng vẫn nhịn được. Bây giờ hắn cuối cùng cũng chịu trưởng thành, tuy vẫn còn hơi non nớt nhưng cũng vẫn đúng như những gì nàng từng tưởng tượng, điều này khiến Nhung Nhung cảm thấy rất hài lòng.

Linh Chí lại chẳng quan tâm: "Chỉ là một nam nhi, có gì mà đẹp với không đẹp?"

"Nếu hắn là nữ tử thì sao?" Nhung Nhung tinh nghịch, định nắm lấy tóc của Thời Vũ, nhưng không hiểu vì sao, Thời Vũ chỉ vừa nhìn một cái, nàng ta đã liền không dám động tay động chân nữa, đành phải nói tiếp: "Ta nói thật, nếu Thời Vũ

---

[104] Từ ngữ dùng để miêu tả sắc đẹp mỹ nhân thời cổ, bắt nguồn từ câu thơ tả nỗi nhớ nhung mỹ nhân: "Nhược phi Quần Ngọc sơn đầu kiến, hội hướng Dao Đài nguyệt hạ phùng" (Nếu không thể gặp ở núi Quần Ngọc, chỉ mong tương phùng dưới ánh trăng Dao Đài).

[105] Từ ngữ dùng để miêu tả sắc đẹp mỹ nhân thời cổ, bắt nguồn từ câu thơ tả hoa cúc: "Chất ngạo thanh sương sắc, hương hàm thu lộ hoa" (Khí chất cao ngạo như sắc sương mai, mùi hương như ẩn chứa tinh hoa mùa thu).

mà là thân nữ nhi thì Thường Nga[106] hay Xạ Cô[107] cũng không sánh được với hắn!"

Linh Chí không nói gì, dù sao hắn cũng chẳng biết Thường Nga và Xạ Cô trông như thế nào.

"Sao chủ nhân cứ né tránh không trả lời?" Thời Vũ chợt cất tiếng.

"Hả?" Linh Chí không để tâm nên nhất thời không hiểu Thời Vũ đang nói gì.

"Chủ nhân vẫn chưa trả lời câu hỏi của Nhung Nhung." Thời Vũ cứng nhắc nhắc lại: "Nếu tôi là nữ tử thì chủ nhân nghĩ sao?"

Hắn biết rõ làm thế này là tự sỉ nhục mình, nhưng thật sự là do trong lòng không phục! Chẳng lẽ dáng vẻ này từ trên xuống dưới không có nét nào lọt được vào mắt Linh Chí sao?

"Sao ngươi lại muốn làm nữ tử?" Linh Chí cảm thấy có hơi nực cười. Hắn không hiểu được bọn họ tại sao lại cứ quan tâm đến mấy chuyện vô ích này, thảo nào đã tu luyện bao nhiêu năm mà vẫn không có tăng tiến.

"Thời Vũ còn một việc nữa muốn thỉnh giáo, đó là trong mắt chủ nhân, thế nào gọi là đẹp?"

---

106 Con gái của một trong Tam Hoàng Ngũ Đế thời thượng cổ là Đế Khốc, vợ của Hậu Nghệ, có dung mạo phi phàm, vốn tên Hằng Nga, nhưng vào thời Tây Hán vì tránh kỵ húy của Hán Văn Đế Lưu Hằng nên dân gian đổi lại gọi thành Thường Nga.

107 Ban đầu dùng để gọi những người đắc đạo ở núi Xạ Cô, vì những người đắc đạo ở đây đều xinh đẹp nên từ này sau đó được dùng để gọi những mỹ nhân.

"Ta không quan tâm vẻ ngoài."

"Vậy xin hỏi Bạch Ô Nhân có thất tình lục dục không?"

"... Không phải là gỗ đá, đương nhiên có vui buồn."

"Chủ nhân vì ai mà vui, vì ai mà buồn, có từng động lòng chưa?"

"Thời Vũ, Thời Vũ, ngươi từ từ đã." Nhung Nhung thấy sắc mặt Linh Chí dần sa sầm lại trước sự tra hỏi của Thời Vũ liền hắng giọng giải thích: "Ý của Thời Vũ tức là, người đã từng vì ai mà..."

"Chuyện này không liên quan gì đến các ngươi!"

Lần này Nhung Nhung không nói gì nữa. Linh Chí trước nay luôn mơ hồ về chuyện nam nữ, thế nên Nhung Nhung lúc đầu còn tưởng hắn không hiểu ý của Thời Vũ, nhưng xem ra nàng đã lầm rồi, Linh Chí có thể không biết về chuyện giao phối âm dương phàm tục, nhưng động lòng là gì chắc chắn hắn hiểu rất rõ.

"Có phải người... đã có ý trung nhân trong tộc rồi không?" Nhung Nhung thăm dò.

Linh Chí đang muốn được yên tĩnh để điều hòa hơi thở, vậy mà lại bị hai kẻ này liên tục hỏi han, trên vết thương sắp lành ở ngực là luồng linh khí hỗn loạn không yên, thật sự khó mà tiếp tục, thế nên đành phải từ từ nằm xuống giường. Thời Vũ chần chừ một lúc, sau đó vẫn đưa tay ra cẩn thận đỡ Linh Chí, Linh Chí không hề cự tuyệt.

Sau khi Linh Chí nhắm mắt nằm xuống rồi, hai người bọn họ vẫn cứ một đứng một ngồi bên giường. Hắn cảm thấy bất lực với họ, đành thở dài một tiếng rồi nói: "Trong tộc đã có sẵn người hôn phối sau này của ta."

"Chính là người giỏi dùng cung tên mà chủ nhân muốn đem vảy Quy Sơn Phi Ngư tặng cho ấy đúng không?"

"Đúng vậy. Bây giờ các ngươi đi được rồi."

Đêm dần buông xuống, trăng non nhú lên. Thời Vũ ngồi trên một cành cây bên hồ, từ mớ đất đá hỗn độn bên dưới chân hắn chợt nhú lên mấy mầm xanh, chẳng mấy chốc đã hóa thành một bãi cỏ. Cây khô hồi sinh, đá vỡ liền lại, mặt hồ xanh biếc, huyết đàm thê lương lúc trước lại dần lấy lại sinh khí.

"Có tái tạo lại thì cũng chỉ là ảo giác mà thôi, sao phải tốn tâm tư như vậy?" Nhung Nhung không biết từ lúc nào đã ngồi bên cạnh hắn.

"Ngươi nhìn thấy được chân tướng sao?" Thời Vũ hỏi.

"Thật sự là không thể." Nhung Nhung thành thật trả lời. Nàng hiện giờ ngửi thấy rõ ràng mùi cỏ cây thơm mát, nghe thấy tiếng cá quẫy đuôi dưới hồ. Thời Vũ từ sau trận chiến lần trước thì pháp thuật đã tăng tiến đáng kể, nhưng Nhung Nhung không cảm thấy bất an, cũng không muốn truy hỏi chuyện này. Dù sao Thời Vũ sẽ không bao giờ là kẻ địch của nàng, thế nên việc có thêm một bằng hữu tài năng là một chuyện tốt.

"Nếu đã không nhìn thấy được thì với ngươi mà nói ảo ảnh này là thật."

Nhung Nhung chăm chú nhìn Thời Vũ. Trong sáu trăm năm qua, nàng thường hay tưởng tượng Thời Vũ nếu trưởng thành thì trông sẽ như thế nào. Dáng vẻ của hắn trong tưởng tượng ấy của nàng sẽ là một người dịu dàng gần gũi hơn. Thời Vũ của bây giờ dung mạo xuất chúng như ngôi sao sáng nhất trên bầu trời, thậm chí có nét giống với vị thần trên Côn Luân Khư kia.

Nhưng Thanh Dương quân chắc chắn sẽ không bao giờ ngoài mặt lạnh lùng, trong ánh mắt lại ẩn chứa một chút uất ức thế này. Nhung Nhung thấy vậy bèn tốt bụng nhắc nhở: "Ngươi bây giờ đã trưởng thành rồi, lúc buồn bã mà cứ làm vẻ mặt này thì không ổn đâu, sẽ dễ khiến người ta..."

"Làm sao?" Thời Vũ vội cử động hai má, suýt nữa thì ngã từ trên cây xuống.

Nhung Nhung bật cười, áp má lên vai Thời Vũ rồi dịu dàng nói: "... Sẽ dễ khiến người ta không kìm lòng được."

"Tránh xa ta ra." Thời Vũ chán ghét đẩy Nhung Nhung ra, "Không phải ngươi muốn song tu với Linh Chí sao?"

"Ta không phải kẻ có mới nới cũ, ta song tu với ngươi cũng được mà." Nhung Nhung chợt nảy ra một ý, vỗ tay nói: "Còn một cách hay, đó là hai ta cùng hầu hạ một người, như vậy cả hai sẽ không bao giờ chia xa!"

"Ngươi nằm mơ đi!" Thời Vũ khó chịu buồn nôn, chỉ sợ nàng ta lại tiếp tục liên tưởng bậy bạ bèn giận dữ nói: "Muốn ta phải nói bao nhiêu lần nữa? Ta không thích trò đó! Lẽ nào ngươi xem ta cũng giống như những kẻ nam nữ bất phân, dễ dàng khuất phục người khác sao?"

"Ngươi thì không giống, nhưng hắn ta lại càng không giống hơn."

"Nhắc đến hắn làm gì?"

"Hắn nào chứ? Ta không hiểu sao ngươi lại nổi giận như vậy nữa." Nhung Nhung thấy Thời Vũ không nói gì nữa bèn cười gian xảo: "Ta sẽ chỉ ngươi một cách. Dù sao ngươi cũng có thể biến hình tùy ý, chỉ cần có thể đạt được tâm nguyện thì chịu uất ức hóa thành nữ tử cũng đã sao? Hai ta có thể làm tỷ muội mà."

Thời Vũ giật mình kinh hãi, "Mao Nhung Nhi, ngươi nên biết cho dù là trước đây hay bây giờ thì việc ta giết ngươi cũng vẫn dễ như trở bàn tay!"

"Chà, cách nói chuyện của ngươi cũng càng lúc càng giống hắn rồi đấy." Nhung Nhung nhân lúc Thời Vũ đang nổi nóng không đề phòng bèn lén véo vào má của hắn một cái, vẫn là cái dáng vẻ đáng yêu mềm mại như trước. "Ngươi muốn giết ta để độc chiếm Linh Chí chứ gì?"

Thời Vũ thật sự không chịu nổi nữa, vội nhảy sang nơi khác. Nhưng hắn đã ngồi lên một cành cây cách đó rất xa rồi mà Nhung Nhung vẫn không chịu buông tha, tiếp tục nói vọng sang một câu: "Hắn chỉ nói là có người hôn phối sau này chứ không nói là có ý trung nhân. Giữa ta và ngươi vẫn còn chưa phân rõ thắng thua đâu!"

Nhung Nhung vừa dứt lời thì chợt thấy toàn thân bị trói chặt rồi bị kéo lên lơ lửng giữa không trung, một giọng nói giận dữ vang lên trên đầu nàng: "Thật to gan!"

Ly Châu đang giang cánh dưới ánh trăng, tay cầm Khổn Tiên Tác.

"Ly Châu đại thần! Chủ nhân cứu ta... Thời Vũ ngoan, ta không nói gì nữa đâu, ngươi mau làm cho Ly Châu biến mất đi, mau thả ta xuống đi, hu hu!"

Chương 19

Móc hết tim gan

Thời Vũ biết Nhung Nhung trong thời gian ngắn sẽ khó mà thoát thân được, bèn mau chóng quay về động phủ trong núi, muốn được yên ổn một chút, ai ngờ Võng Kỳ vừa trông thấy hắn thì đã nói ngay: "Linh Chí vừa rồi đã ra ngoài một mình, ta có ngăn nhưng không ngăn được."

"Huynh còn nói!" Thời Vũ nổi trận lôi đình.

Võng Kỳ vuốt bộ râu cháy xém của mình, dõi mắt nhìn Thời Vũ hớt hải chạy vào phòng rồi lại mau chóng biến mất như một cơn gió. Từ sau khi bị Dạ Du thần giáng sấm sét xuống đầu, hắn cứ luôn cảm thấy dường như mình chưa hồi phục hoàn toàn, cứ hay quên chuyện này chuyện nọ.

"Ta đã nói sai gì sao?" Võng Kỳ áy náy hỏi người hầu đứng bên cạnh.

Người hầu đương nhiên chẳng hiểu gì cả.

Từ xa trông thấy Linh Chí đang ngồi lặng yên trong rừng cây, Thời Vũ bất giác đi chậm lại. Linh Chí ngồi xếp bằng dưới đất, dùng ô Thông Minh làm gậy chống, xung quanh hắn có những ánh sáng lập lòe nhiều màu, chúng tụ lại giữa trán hắn rồi biến mất. Thời Vũ đưa mắt quan sát, thấy có rất nhiều mộc mị hoa tinh vốn đã tu luyện thành hình được một nửa rồi nhưng lại lập tức hiện nguyên hình, có một con nai trắng có chân sau đã biến thành chân người nhưng lúc này cũng biến trở lại thành con thú.

Một cái bóng chợt lao đến, Thời Vũ đưa tay chộp lấy, phát hiện ra đó là một cành cây khô, trên đó có mấy đóa hoa mai đang nở đỏ rực, tỏa hương nhè nhẹ, bàn tay cầm hoa của hắn trắng trẻo như ngọc, thon dài mảnh khảnh.

"Đa tạ chủ nhân đã tặng." Thời Vũ bước lên, đặt cành hoa mai xuống bên cạnh Linh Chí, sau đó khẽ run run khoác áo cho hắn, "Đêm khuya sương lạnh, chủ nhân bị thương nặng chưa khỏi, cần phải giữ gìn sức khỏe."

Linh Chí lần lượt hấp thu những tia sáng ấy vào cơ thể rồi mới mở mắt nói: "Ngươi nay đã khác xưa, việc gì cứ phải làm bộ giả tạo như vậy? Ta không phải chủ nhân của ngươi."

Đối với những căm hận và nghi hoặc diễn ra trong ảo ảnh vào đêm ấy, suốt mấy ngày nay Linh Chí không nhắc đến, Thời Vũ cũng không dám chủ động nói gì. Ở trước mặt Nhung Nhung và Võng Kỳ, hai người họ đều tỏ vẻ như chưa từng có chuyện gì xảy ra. Thời Vũ cứ tự lừa gạt bản thân rằng việc ấy đã trôi qua rồi, song rốt cuộc vẫn không né tránh được.

Hắn quỳ một chân xuống bên cạnh Linh Chí, ánh mắt ngang bằng với hắn, cười nhăn nhó nói: "Chủ nhân không chịu tha thứ cho tôi sao?"

Linh Chí nhất thời không thể đứng dậy được, khi Thời Vũ đến gần, hắn mới nhận ra bóng của hai người dưới ánh trăng bây giờ trông đã dài bằng nhau. Hắn bèn ngồi xếp bằng xuống đất, khẽ lắc đầu: "Ta và ngươi bây giờ đã không ai nợ ai nữa."

"Chủ nhân sao lại nói vậy?" Khi Thời Vũ cúi mặt, nhận thấy dưới đất có hai cái bóng đang cùng run rẩy.

Linh Chí nói: "Ngươi nhớ cho rõ, ta sẽ không bao giờ vì chuyện Bạch Ô đã diệt cả tộc Chấn Mông thị mà áy náy với ngươi đâu. Hôm đó ta ra tay đối phó Thổ Bá chỉ là do hắn đã buông lời bất kính với trưởng bối của ta, chứ không phải là vì ngươi. Nếu trong lòng ngươi vẫn còn hận thì cứ hẹn ngày giao đấu, hai bên không cần e ngại."

"Chủ nhân thật sự xem tôi là hạng lòng lang dạ sói như vậy sao?" Thời Vũ cay đắng nói: "Cô độc mấy ngàn năm trong Huyền Châu, không hề có chỗ dựa giữa đất trời, làm việc gì cũng đều suy tính lập mưu, thế nên tôi biết mình không thể có được lòng dạ ngây ngô như Nhung Nhung, nhưng cho dù là lang sói thì cũng biết nhận chủ, cho dù chủ nhân có ý muốn cứu giúp hay không, nhưng nếu không có chủ nhân thì trên thế gian này đã không còn Thời Vũ nữa. Khi chủ nhân bị trọng thương ngất đi, tôi đã nhất thời hồ đồ, sau đó nghĩ lại cảm thấy xấu hổ vô cùng. Khi Bạch Ô sát hại Chấn Mông thị thì cả tôi và người đều chưa ra đời, bây giờ nghĩ lại, có gì mà không buông bỏ được chứ? Trước đây tôi sống là vì Huyền Châu, nhưng sau này trong lòng chỉ có chủ nhân thôi!"

Linh Chí thẫn thờ. Trước đây Sương Xung luôn nói trái tim hắn trống trải, không hiểu tình cảm, hắn nghe xong chỉ cười. Bây giờ hắn mới biết lời Sương Xung nói không hề sai, hắn thật sự không hiểu hận từ đâu mà đến, yêu từ đâu mà ra.

"Ngươi rốt cuộc... đang có âm mưu gì với ta?"

Thời Vũ không biết trả lời thế nào, đành hỏi: "Chủ nhân vừa rồi đã hút linh khí trên núi để trị thương sao?"

"Thế thì đã sao? Bạch Ô nhân vừa ra đời đã như vậy." Linh Chí tưởng Thời Vũ lại muốn mắng mình là tên đao phủ, nhưng chợt thấy hắn nhả Huyền Châu từ trong miệng ra. Thời Vũ thầm niệm chú trong đầu, một luồng linh khí màu đỏ máu chợt chảy ra từ Huyền Châu rồi bay về phía Linh Chí. Linh Chí còn chưa kịp bung ô Thông Minh ra chặn lại thì chợt cảm thấy cơn đau ở chỗ vết thương thuyên giảm đi hẳn.

Huyền Châu này đã hòa làm một thể với nguyên linh của Thời Vũ. Đối với người tu luyện thì nguyên linh chính là cốt lõi, nhất là đối với kẻ có cơ thể tiên linh như Thời Vũ, bây giờ hắn làm thế này có vẻ chính là đang trị liệu cho Linh Chí.

"Người phàm có câu nói 'móc hết tim gan' ra để chứng minh lòng mình. Thời Vũ không có tim cũng chẳng cả gan, chỉ có viên ngọc này, khẩn nài chủ nhân đừng chê bai, ghét bỏ."

Linh Chí càng kinh ngạc khó hiểu hơn. Tên nghiệp chướng này mới cách đây không lâu còn muốn giết chết hắn, bây giờ lại nói cái gì mà "móc hết tim gan" ra, thậm chí ngay cả tu vi của bản thân cũng không tiếc. Sau này về Tiểu Thương Sơn, hắn nhất định phải thỉnh giáo Sương Xung về chuyện này mới được.

Đến khi luồng khí của Huyền Châu đã biến thành màu đỏ nhạt thì Thời Vũ mới hút nó lại vào trong miệng. Sắc mặt của hắn lúc này trở nên xanh xao hơn nhiều, sau một lúc tĩnh tâm hít thở, đôi môi run run tái nhợt mới miễn cưỡng cười được một cái, "Thời Vũ vẫn còn muốn được hầu hạ chủ nhân thật lâu, thế nên không thể hoàn toàn từ bỏ thân này được. Ngày mai tôi sẽ lại tiếp tục trị thương cho chủ nhân."

"Tại sao ngươi phải làm như vậy?" Sương Xung giờ đang ở mãi tận Tiểu Thương Sơn, còn nghi hoặc của Linh Chí thì lại ở ngay trước mắt.

Sắc mặt Thời Vũ thay đổi liên tục, vừa rồi còn rất kiên quyết, nhưng lúc sau lại e dè né tránh. Hắn biết rõ nếu không đưa ra câu trả lời thỏa đáng thì Linh Chí chắc chắn sẽ không chấp nhận tấm lòng của hắn, thế nên sau khi ngập ngừng một lúc, hắn bèn thở dài rồi bái lạy, trán khẽ chạm vào đầu gối của Linh Chí, run rẩy nói: "Thời Vũ... ngưỡng mộ chủ nhân."

Lúc trước Thời Vũ cũng từng nhiều lần tỏ ý muốn tiếp xúc thân mật với Linh Chí, nhưng lúc ấy hắn hoặc là mang hình dạng tiểu đồng hoặc là đội lốt cú trắng, vậy nên Linh Chí cũng không coi là thật. Song bây giờ hắn đã mang hình dạng của một nam tử trưởng thành, bất giác đến gần thế này, Linh Chí liền cảm thấy dường như có gì đó không ổn.

Xem ra việc thay đổi vẻ ngoài này không phải là không ảnh hưởng gì đến hắn.

Hắn khó chịu cử động chân rồi nhìn thẳng vào mắt Thời Vũ đang từ từ ngẩng đầu dậy. Trong đôi mắt đen láy sâu thẳm của Thời Vũ dường như có ngàn vạn điều muốn nói.

Linh Chí đương nhiên biết ngưỡng mộ nghĩa là gì, giống như hắn và Sương Xung đều ngưỡng mộ Ôn Kỳ, người trong tộc đều ngưỡng mộ Liên Phách, Liên Phách lại ngưỡng mộ đại chưởng chúc đời trước là Lễ Phong và tiên tổ Hạo Anh, còn những kẻ tu luyện thì đều ngưỡng mộ Thanh Dương quân... Hắn đã có hơi hiểu ra, giọng nói bất giác trở nên dè chừng, "Ngươi đứng dậy trước đã."

Thời Vũ ngoan ngoãn làm theo lời hắn. Linh Chí sau đó không bảo hắn giúp mà tự mình từ từ đứng dậy.

Vừa rồi hắn gần như đã hút hết linh khí của vạn vật trong vòng mấy dặm quanh đây, vậy mà cũng không hiệu quả bằng việc một mình Thời Vũ dùng Huyền Châu tương trợ. Tên nghiệp chướng này xem ra cũng không phải hoàn toàn vô dụng.

Thấy chiếc áo khoác trên vai vướng víu, Linh Chí cởi ra đưa lại cho Thời Vũ, "Ta không sợ lạnh."

Thời Vũ mở chiếc áo ra cười nói: "Hiếm khi ở chỗ sơn dã của Võng Kỳ lại có áo lông hạc ánh kim đẹp thế này, chủ nhân mặc trông rất đẹp."

"Vậy sao?" Linh Chí nhìn kỹ lại vật trong tay Thời Vũ, sau đó khi Thời Vũ một lần nữa khoác áo lên người hắn, hắn không nói gì thêm.

Thời Vũ đi sau hắn nói, "Chủ nhân muốn tìm một nơi khác để tĩnh tọa điều chỉnh lại khí huyết hay muốn về động phủ nghỉ ngơi?"

"Ta nói rồi, sau này không cần gọi ta là chủ nhân." Linh Chí quay đầu nói, vẻ mặt vừa tươi tắn lên được một chút của Thời Vũ lại hơi tái đi, "Tôi tưởng chủ nhân đã không còn để bụng..."

"Ngươi cứ làm giống Nhung Nhung, gọi họ tên của ta là được."

"Vâng... Linh Chí!"

Linh Chí tuy cũng muốn hòa nhã hơn một chút với Thời Vũ, nhưng khi nghe hắn gọi tên mình một cách đầy cảm xúc như vậy thì cũng cảm thấy hơi rợn người.

Thời Vũ mím chặt môi, khóe mắt lại bắt đầu hơi đỏ lên. Linh Chí thấy thế liền mở miệng, nhưng sau đó không nói gì cả, cố tình xem như bản thân mình vừa mù vừa điếc.

Hắn cố gắng nhớ lại cách mà đại chưởng chúc đối xử với mọi người trong tộc, cảm giác được người ta ngưỡng mộ dường như cũng không sung sướng gì.

Thời Vũ thì lại đang cảm thấy rất mất mặt, đường đường là nam nhi nhưng động một chút là lại rơi lệ thế này. Hắn cố gắng khiến tâm trạng bình tĩnh lại rồi bước theo sau Linh Chí, trong lòng có nhiều cảm xúc nhưng không biết phải nói từ đâu, cũng không muốn cứ im lặng, thế nên cuối cùng vờ như vô tình hỏi: "A Vô Nhi... cũng là người sao?"

Bước chân của Linh Chí chợt chậm lại. Sao hắn lại biết cái tên này? Hắn là Thời Vũ vừa rồi nhân lúc trị thương đã xâm nhập vào linh thức của hắn.

"Tôi gọi người bằng cái tên đó được không?" Thời Vũ ngập ngừng nói. Trong mảnh ký ức của Linh Chí, hắn nghe được có một giọng nói khẽ gọi cái tên này. Tuy hắn không nhìn rõ người ấy là ai nhưng vẫn có thể cảm nhận được niềm hạnh phúc và dễ chịu lúc đó của Linh Chí.

Thời Vũ đi theo quá sát, thế nên khi Linh Chí quay người lại thì đã ở ngay trước mặt hắn, bốn mắt nhìn nhau, Thời Vũ trong lòng có hơi giật mình, còn Linh Chí lại nghĩ: Hắn trưởng thành thế này trông càng chướng mắt hơn.

"Có phải ngươi cho rằng ta đang bị thương nên sẽ không làm gì được ngươi không?" Linh Chí không nhịn được nữa, quyết thu lại sự nhân từ của mình, "Thôi đi, cứ gọi là chủ nhân đi... Ngươi còn nhìn cái gì? Mau biến lại thành cú tuyết đi!"

Thời Vũ không dám tranh luận. Biến thành cú tuyết thì biến thành cú tuyết vậy, người gọi hắn là Linh Chí chắc chắn có rất nhiều, cái tên A Vô Nhi tuy rất hợp ý mình nhưng rốt cuộc đã bị người khác cướp đi trước rồi, trong khi trên thế gian này người gọi hắn là chủ nhân, chắc chỉ có một mình mình thôi, sau này cũng sẽ không có ai có được cơ hội này nữa.

Chàng thiếu niên tuấn tú lập tức biến mất, một con cú tuyết lớn xuất hiện bay lượn vòng quanh người Linh Chí rồi nhẹ nhàng đậu lên vai hắn. Linh Chí lập tức cảm thấy hắn trông thuận mắt hơn nhiều, thấy đôi mắt vàng rực của con cú đang nhìn mình thì liền thư giãn thần sắc, đưa tay vuốt nhẹ bộ lông của hắn.

"Á!" Trong bụi rậm cách đó không xa chợt vang lên một tiếng kêu.

Linh Chí và cú tuyết đưa mắt nhìn nhau, rồi không đợi Linh Chí ra tay, cú tuyết lập tức lao vào bụi rậm trong tư thế săn mồi.

"Ở đây có một... người!"

Linh Chí bước đến, Thời Vũ lập tức quay về bên cạnh hắn. Có một người bị ngã trong bụi rậm, Linh Chí lúc này mới biết vì sao Thời Vũ lại kinh ngạc như vậy, thì ra kẻ trước mặt bọn họ đúng là một "người", một người phàm!

Thật ra trước đó cả Linh Chí và Thời Vũ đều đã nghe thấy có tiếng động trong bụi rậm, nhưng sở dĩ không hề phòng bị là vì xung quanh đây không có chút linh khí nào, ngoại trừ hai người bọn họ ra thì không còn kẻ nào có linh khiếu nữa, thế nên âm thanh người phàm này bước vào bụi rậm làm lá cây xao động đối với họ mà nói chẳng khác gì tiếng của chim chóc muông thú.

Linh Chí rời khỏi Tiểu Thương Sơn chưa được một năm, nhưng đã gặp rất nhiều thần tiên quỷ quái, song lại rất ít giao thiệp với người phàm. Sâu trong Huyền Lũng Sơn vốn đã vắng người qua lại rồi, lúc này lại là nửa đêm, đột nhiên lại có một người xuất hiện, thật sự không khỏi khiến hắn cảm thấy kinh ngạc.

Người ấy không có râu, xem ra vẫn còn trẻ, mặc bộ y phục xanh lam cũng khá sạch sẽ, hắn lấy tay che mặt, có vết máu chảy ra giữa các ngón tay, không biết đã bị Thời Vũ tấn công vào trán hay vào mắt, nhưng hắn là vẫn còn rất hốt hoảng, cứ nằm yên bất động.

Thời Vũ biến lại thành hình người, một luồng ánh sáng lạnh phóng về phía người đó. Linh Chí không ngờ hắn vừa ra tay là đã muốn giết chóc liền chĩa mũi ô Thông Minh ra ngăn pháp thuật của hắn lại rồi cau mày nói: "Sao phải lấy mạng hắn?"

"Không biết vừa rồi hắn đã trông thấy gì, vẫn nên giết đi thì hơn! Dù sao Dạ Du thần cũng đã chết rồi, nhất thời sẽ không có người nào quan tâm đến mấy chuyện vặt vãnh này đâu."

"Hủy đi ký ức đêm nay của hắn là được."

Thời Vũ cảm thấy phiền phức, nhưng cũng không dám vì chút chuyện nhỏ này mà cãi lời Linh Chí, thế nên bèn ngoan ngoãn bước lên, chỉ ngón tay về phía ấn đường[108] của người đó, ánh mắt của người đó lập tức trở nên mơ màng. Thời Vũ thu tay lại, quay sang mỉm cười nói với Linh Chí: "Chủ nhân nhân từ, tiếc là sau này hắn sẽ không nhớ ơn ..."

"Thế sự đảo điên rồi, bây giờ đến ngay cả sơn tặc mà cũng giở trò giả thần giả quỷ!"

Người phàm đó xem ra không những không bị Thời Vũ xóa đi ký ức đêm nay mà còn có sức đánh trả. Thời Vũ tưởng mình vừa rồi đã sơ suất, bèn thử khống chế tinh thần của người kia lần nữa, nhưng pháp thuật thi triển lên người hắn hoàn toàn vô dụng, người đó vẫn không chịu sự khống chế của hắn mà đưa tay rút một sợi roi mềm ra tấn công dồn dập.

Thời Vũ không tin nổi vào mắt mình, cho dù là những kẻ địch mạnh như Linh Chí hay Thổ Bá thì cũng phải tốn rất nhiều công sức mới có thể chống lại được thuật Nhiếp Hồn Hóa Cảnh của hắn, huynh đệ Dạ Du thần Trọng Dã và Du Quang cũng phải liên thủ dốc toàn lực mới có thể tránh được đòn này. Hắn cũng đã từng thử thi triển pháp thuật lên người phàm, tam hồn

[108] Vị trí giữa hai chân mày.

lục phách của người phàm rất mỏng, muốn khống chế vốn là chuyện dễ như trở bàn tay, huống hồ gì bây giờ hắn đã có được Huyền Châu, pháp thuật tăng tiến đáng kể, trước mặt người phàm này sao lại không thể thi triển pháp thuật?

Người phàm kia rõ ràng là kẻ biết võ công, dùng roi vô cùng điêu luyện, cho dù nửa bên mặt chảy máu lai láng nhưng sợi roi trong tay vẫn phóng ra như sét, thu lại như mây. Người phàm bình thường dù có nhanh nhẹn và khỏe mạnh đến đâu cũng khó có thể thật sự làm Thời Vũ bị thương, nhưng Thời Vũ trước nay lại không quen với việc đánh cận chiến, thế nên nhất thời lúng túng không biết phải làm gì.

Linh Chí đứng bên cạnh khoanh tay quan sát. Thời Vũ chưa bao giờ gặp phải một đối thủ kỳ lạ thế này, nghĩ đến dáng vẻ Linh Chí sẽ cau mày nói mình vô dụng, trong lòng hắn lập tức thấy khó chịu, người phàm kia phát hiện ra vẻ mất tập trung của hắn liền vung roi đánh thẳng vào mặt hắn.

Linh Chí kịp thời ra tay, chộp lấy sợi roi ngay trước khi nó đánh thẳng vào mũi Thời Vũ. Thời Vũ xấu hổ vô cùng, nếu sợi roi ấy mà thật sự đánh trúng hắn thì hắn không còn mặt mũi nào sống trên đời này nữa.

Người phàm kia muốn giật lại sợi roi nhưng không được, cứ giằng co với Linh Chí. Linh Chí cúi đầu nhìn sợi roi trong tay rồi lại quan sát kỹ người kia, sau đó chợt lẩm bẩm: "Ngươi là A Vô Nhi!"

Chương 20

Kiếp trước kiếp này

"A Vô Nhi?"

Thời Vũ thật sự không thể tin được vào tai mình, cảm giác bị sấm sét của Dạ Du thần đánh vào người cũng không tồi tệ bằng lúc này.

Người kia hoàn toàn không phản ứng với thái độ kỳ lạ của Linh Chí, thấy mình không thể giật lại sợi roi bèn buông tay, ngồi phịch xuống đất, chán nản buông xuôi tất cả, nói: "Nay ta đã rơi vào tay các ngươi rồi, muốn giết thì giết đi. Tất cả tài sản trên người ta các ngươi có thể lấy đi hết, chỉ cần đừng để ta chết quá đau đớn."

Linh Chí định thần lại, cuộn tròn sợi roi trong tay mình rồi cũng ngồi xếp bằng xuống đất.

Lần này không những tai mà Thời Vũ cảm thấy dường như mắt của mình cũng có vấn đề rồi, bởi hắn nhìn thấy trên gương mặt của Linh Chí chợt xuất hiện một nụ cười nhẹ.

"Vẫn cứ sợ đau như xưa nhỉ?" Linh Chí nhìn thẳng vào người kia, thong dong nói: "Quả nhiên ngươi không nhận ra ta."

"Một tên giả thần giả quỷ, một kẻ tỏ vẻ thần bí. Các ngươi rốt cuộc muốn làm gì?" Người kia lạnh lùng quan sát hai tên "sơn tặc", sau đó rút túi tiền trong người ra ném xuống dưới chân, "Đây, đều ở đây cả."

"Tên người phàm này kỳ quái quá, để tránh gây thêm rắc rối, hay là..." Thời Vũ cầm một viên đá trong tay, định đập chết người kia.

"Ngươi lui đi!" Linh Chí hiểu rõ tâm tính Thời Vũ, không thèm quay đầu lại mà quát to. Thời Vũ đành phải hậm hực bỏ viên đá xuống, giận dỗi đứng quay lưng lại với hai người họ, nhưng vẫn không chịu rời đi.

Linh Chí cũng mặc kệ hắn, chỉ quan sát người kia.

"Ta cứ tưởng phải qua mấy năm nữa mới có thể tìm được ngươi. Ngươi hiện giờ mấy tuổi rồi?"

Người kia vô cùng ngơ ngác. Hắn đang bị thương ở chân mày, có lẽ do vừa rồi bị cú tuyết mổ trúng, dưới mấy vệt máu đang chảy kia là một gương mặt anh tuấn trẻ trung.

"Ta chẳng phải A Vô Nhi gì cả."

"A Vô Nhi chính là tên gọi của ngươi ở kiếp trước."

Người kia ngẩn người, sau đó nhún vai rồi "tự lẩm bẩm" bằng một giọng nói mà ai cũng có thể nghe thấy: "Còn tưởng cái tên này sẽ bình thường hơn một chút, ai ngờ còn điên hơn cả tên kia."

"Ngươi nói cái gì?" Thời Vũ lạnh lùng quát.

Linh Chí lại rất bình tĩnh nói với người đó: "Ngươi và ta từng là bằng hữu. Từ lần chúng ta từ biệt nhau ở kiếp trước đã là hai mươi lăm năm rồi, xem ra sau khi chết không bao lâu thì ngươi đã chuyển thế."

Người kia đã hoàn toàn không còn hứng thú gì với mấy lời nói điên khùng này nữa, thấy mấy tên "sơn tặc" này chỉ lên cơn điên chứ tạm thời chưa muốn giết bèn kéo vạt áo thấm máu trên mặt mình.

"Đại chấp sự trong tộc ta từng nói hồn phách của ngươi khác với người phàm thông thường. Ta còn tưởng người chỉ muốn an ủi ta, nhưng xem ra người nói rất đúng. Cho dù có chuyển thế thì tam hồn thất phách của ngươi vẫn không hề tan biến, ngươi vẫn là ngươi." Giọng nói của Linh Chí lộ nét vui mừng.

Thời Vũ không nghe nổi nữa, phẫn nộ quay mặt lại, "Chủ nhân chắc chắn là nhận nhầm người rồi! Giờ tôi sẽ giết hắn, để xem hồn phách của hắn rốt cuộc có tan không!"

Linh Chí lừ mắt với Thời Vũ, Thời Vũ càng ấm ức hơn, không chờ hắn lên tiếng mà biến thành cú tuyết ngay trước mặt người kia rồi tung cánh bay lên đậu trên một cành cây cách đó không xa.

Người kia thậm chí chẳng thèm ngước mắt lên nhìn hắn. "Hai vị đại vương... Hay là chúng ta thương lượng thế này nhé, cho dù hai người nói gì tôi cũng sẽ chăm chú lắng nghe. Hai vị nói thỏa thuê rồi, có thể tha cho cái mạng nhỏ này của tôi không?"

"Ta sẽ không làm hại ngươi đâu. Cho dù ngươi đã chuyển thế thì ta vẫn xem ngươi là bằng hữu của ta." Linh Chí dường như đã đoán trước tình hình này, không hề tức giận mà cũng chẳng hụt hẫng, nhìn sợi roi trong tay một lúc rồi cảm khái nói với người kia: "Ngay cả Trường Sinh cũng vẫn đi theo ngươi."

"Sao ngươi biết sợi roi này tên là Trường Sinh?" Trong ánh mắt người kia cuối cùng cũng lộ ra một chút kinh ngạc.

"Ta không những biết tên của nó mà còn biết trên cán của nó có hai hàng vết khắc, một hàng một vệt, một hàng hai mươi mốt vệt. Ta nói đúng chứ?"

Người kia ngao ngán nói: "Chuyện này có gì lạ, bây giờ nó đang nằm trong tay ngươi, ngươi nhìn là biết ngay."

Linh Chí mỉm cười, rút thanh kiếm trong ô ra rồi dùng mũi kiếm rạch một vết nhỏ lên cán roi, trên cán roi trắng lúc này có thêm một vết rạch, có độ nông sâu giống hệt như những vết rạch cũ.

"Ngươi phải biết binh khí bình thường không thể để lại vết rạch trên nó như vậy."

"Ngươi rốt cuộc là ai?"

Người kia nhận lấy sợi roi mà Linh Chí đưa sang, vẻ bất cần trên mặt lập tức chuyển thành nghi hoặc.

"Ta là Linh Chí. Lúc trước ngươi hay trêu ta rằng ta là do chim hóa thành. Ngôi làng mà kiếp trước ngươi sống nằm ngay dưới chân Tiểu Thương Sơn, sát bên cạnh tộc của ta. Ngươi có thiên tính rất đặc biệt, khi còn bé ta ra ngoài chơi, chỉ có ngươi là có thể đi xuyên qua được kết giới dưới chân núi và gặp được ta. Chúng ta đã lớn lên cùng nhau, Trường Sinh cũng là ta tặng cho ngươi."

"Đúng là nói năng nhảm nhí, sợi roi này là phụ thân ta mua lại của một thương nhân người Hồ rồi tặng cho ta năm ta ba tuổi. Do khi còn bé ta hay ốm đau nên người nhà mới đưa ta đi học võ rèn luyện sức khỏe, cái tên Trường Sinh cũng là ta đặt bừa cho nó thôi."

"Cho dù ngươi tin hay không thì Trường Sinh cũng là do ta đích thân làm ra từ nhánh Cây Rỗng Ruột. Nhánh Cây Rỗng Ruột dẻo dai hơn cả gân rồng, chỉ có ở trên Tiểu Thương Sơn. Ngay cả cán roi này cũng là do ta đã xin đại chấp sự làm cho ta. Nó không phải vật tầm thường, đương nhiên sẽ tìm lại được chủ cũ." Linh Chí lấy mũi kiếm khẽ chỉ vào vết rạch trên Trường Sinh, "Khi ấy thanh kiếm trong tay ta cũng vừa mới về tay ta. Ta và ngươi đã cùng luyện võ, mỗi khi tỷ võ thì đều rạch lên cán roi một đường. Ngươi từng thắng ta một lần, sau đó thì không còn là đối thủ của ta nữa."

Người kia đưa ngón tay chạm lên cán của Trường Sinh, "Nói vậy nghĩa là ngươi chẳng qua cũng chỉ mới thắng ta hai mươi mốt lần."

Linh Chí chợt buồn bã nói: "Đó là bởi vì sau đó ta bị phạt phải tu tỉnh hối lỗi ở Đồi Gương. Sau khi ra ngoài gặp ngươi thì ngươi đã đến tuổi xế chiều rồi."

"Ta và ngươi kiếp trước là nam hay nữ?"

Linh Chí nói những lời "điên rồ" này nghe vô cùng hợp lý, thế nên người kia quan sát hắn một lúc rồi nhướng mày hỏi.

"Ta không có kiếp trước, trước nay đều thế này. Còn ngươi kiếp trước cũng là một nam tử... Nếu đúng như lời đại chấp sự nói, tam hồn thất phách của ngươi không tan thì mỗi lần luân hồi đều sẽ không thay đổi."

Người kia phì cười, khiến vết thương trên chân mày nhói đau, "Chậc... Ngươi bịa chuyện thì cũng phải bịa cảm động một chút chứ. Kiếp trước kiếp này của hai kẻ nam nhân thì có gì mà thú vị? Ta đã ngoan ngoãn nghe ngươi nói hết rồi, nếu ngươi không muốn giết ta thì bây giờ ta xuống núi đây."

Con cú tuyết đậu trên cành cây kêu lên một tiếng rồi vỗ cánh định lao đến, nhưng sau khi thấy Linh Chí giơ tay lên thì lại bất lực đậu lên tay hắn.

Linh Chí cũng không tỏ ý ngăn cản, đứng dậy nhìn về bóng lưng người kia hỏi một câu: "A Vô Nhi, sao nửa đêm ngươi lại lên Huyền Lũng Sơn này?"

"Hái thuốc." Người kia thản nhiên đáp: "Còn nữa, đừng gọi ta là A Vô Nhi."

"Vậy kiếp này ngươi tên là gì?"

"... Tạ Trân."

"Cứ để hắn đi như vậy sao?" Thời Vũ căm hận nhìn về phía Tạ Trân, "Một tên người phàm mà lại không chịu ảnh hưởng của pháp thuật, trong chuyện này chắc chắn có điều quái gở gì đó!"

Linh Chí nói: "Không chỉ có ngươi, trước đây khi ta tỷ thí với hắn thì cũng phải đánh từng chiêu một."

"Chủ nhân không cảm thấy cổ quái sao?"

"Khi ấy ta còn nhỏ, chỉ thấy thú vị thôi. Bạch Ô thị đã giăng kết giới dưới chân Tiểu Thương Sơn suốt một vạn tám ngàn năm, vậy mà chỉ có duy nhất một người phàm là hắn có thể đi vào được. Hắn thậm chí hoàn toàn không cảm nhận được sự tồn tại của kết giới, cứ thế mà mơ hồ đi vào Lương Phong Ao[109]."

"Lương Phong Ao?"

---

[109] Ao: Thung lũng.

"Lương Phong Ao là lối vào Tiểu Thương Sơn, có giăng rất nhiều lôi vân[110], là thứ mà bọn Liệu Nô và những kẻ có ý xâm nhập sợ nhất. Nhưng trong mắt A Vô Nhi thì nơi đó chỉ là một bãi cỏ chăn bò không người quấy rầy mà thôi."

"Hắn nói đến đó để chăn bò, chủ nhân liền tin ngay sao?" Thời Vũ hoàn toàn không có cảm tình với tên Tạ Trân này.

Linh Chí cười nói, "Hắn khi ấy chỉ chưa đầy năm tuổi. Lần đầu tiên ta trông thấy hắn là lúc hắn đang hốt hoảng đi tìm bò, vừa gặp ta đã liền hỏi sao bò của hắn sống chết cũng không chịu đến gần chân núi, rõ ràng phía trước có nhiều cỏ non xanh tươi kia mà." Hắn nói xong, phát hiện Thời Vũ đang nhìn mình chằm chằm liền ngạc nhiên hỏi: "Có gì không ổn sao?"

Thời Vũ lắc đầu, ngượng ngùng quay mặt sang một bên. Thì ra khi Linh Chí cười thì ở khóe miệng bên trái có một lúm đồng tiền nhỏ, gương mặt cũng vì thế mà dịu dàng hơn nhiều, lại cộng thêm việc hắn hiện giờ bị thương nặng, có chút xanh xao, mái tóc cũng chưa buộc lại, thân người đang được bao bọc bởi áo lông hạc, khiến người ta lầm tưởng rằng hắn mềm yếu mỏng manh, muốn che chở hắn.

Nếu Nhung Nhung có mặt ở đây hắn sẽ nói thẳng ra những lời tán dương trong lòng. Song Thời Vũ lại không nói ra được, chỉ thấy trái tim mình đang đập điên cuồng, cảm giác nảy sinh sau đó không phải niềm vui, mà là nỗi đau quá quen thuộc mà hắn đã từng trải qua trong mấy ngàn năm trước đó,

---

110 Mây giáng sấm sét.

giống hệt cảm giác khi hắn đi lại bên bờ huyết đàm, lặng lẽ ngắm nhìn Huyền Châu bị phong ấn thật lâu, không thể từ bỏ, cũng không thể phá hủy, gần trong gang tấc nhưng mãi chẳng thể chạm đến.

"Lần đầu chủ nhân gặp Tạ Trân là khi người mấy tuổi?"

"Có lẽ là khoảng hơn trăm tuổi. Ta khi ấy trông không lớn hơn ngươi bao nhiêu. Nói ra thật nực cười, lúc đầu hắn đã gọi ta là tỷ tỷ, sau đó lại đổi lại gọi ta là ca ca."

Thời Vũ cảm thấy đúng là thế sự trêu ngươi, nếu hắn gặp được Linh Chí vào thời điểm ấy thì không biết sẽ như thế nào.

"Tiếc là Thời Vũ không có duyên gặp được chủ nhân lúc ấy!" Thời Vũ thở dài.

Linh Chí đã quen với những lời nói bóng gió của Thời Vũ, chỉ nghĩ hắn đang châm chọc mình khi ấy quá non nớt liền lạnh lùng hừ một tiếng: "Cho dù có gặp được thì lúc ấy ngươi cũng không thể đánh thắng ta."

Thời Vũ bất lực mấp máy môi, tại sao những lời phát ra từ miệng hắn chỉ khiến Linh Chí nghĩ đến việc đánh giết thế này?

"Cho dù tuổi còn nhỏ, nhưng hai người qua lại với nhau lẽ nào không phát giác ra sự khác biệt của người kia sao?"

Linh Chí suy tư nói: "Ta và hắn luôn chơi đùa ở gần Lương Phong Ao, hắn dần dần trưởng thành, còn ta thì vẫn không thay đổi vẻ ngoài, hắn đương nhiên nhận ra điều đó. Hắn từng hỏi ta hai lần, nhưng sau đó không hỏi nữa. Ta và hắn cũng từng hứa với nhau, phải giữ kín không được nói cho người thân biết chuyện hai chúng ta quen nhau. Nhưng có một lần khi ta chạy xuống núi đã bị đại chấp sự phát hiện. Cũng may đại chấp sự nhân từ, nhờ có sự che chở của người mà ta mới có được khoảng thời gian tự tại suốt hơn mười năm."

"Tình cảm giữa chủ nhân và ân sư của người chắc phải sâu đậm lắm." Thời Vũ có chút ngưỡng mộ.

"Chuyện đó là đương nhiên!" Linh Chí ngừng một lát mới nói: "Ân sư là người tốt nhất nhất, thông tuệ nhất nhất trên thế gian này... Chỉ tiếc ngay cả ân sư cũng không hiểu được tại sao lại có người phàm không hề sợ pháp thuật như vậy, ngay cả Bạch Ô Nhân nếu muốn được như thế cũng phải cần sự trợ giúp của thần khí như ô Thông Minh này. Nhưng đại chấp sự có nói, vạn sự đều do định mệnh sắp đặt, A Vô Nhi bản tính lương thiện, ta làm bằng hữu với hắn có khi chính là số mệnh của chúng ta."

"A Vô Nhi đã chết, Tạ Trân ngu muội, hắn có vẻ không hề xem lời của chủ nhân là thật, chủ nhân hà tất phải hoài niệm quá khứ." Thời Vũ cố giấu sự khó chịu mà nhắc nhở Linh Chí.

Hắn thầm khinh bỉ trong lòng, Tạ Trân không hề nhận ra cán roi của hắn và chuôi kiếm của Linh Chí là hoàn toàn giống nhau, đều được làm ra từ xương của Cùng Kỳ[111] có quấn thêm da rồng, tuy bề ngoài không đẹp mắt nhưng linh hoạt

111 Một trong bốn hung thú truyền thuyết cổ đại của Trung Quốc, có mình hổ, đầu trâu, cánh chim.

nhẹ nhàng hơn cả kim thạch, lại vô cùng bền chắc, vừa nhìn là biết do cùng một người làm ra.

Người phàm đều là lũ ngu xuẩn, thiển cận như thế.

Linh Chí lại chợt điềm nhiên nói: "Không, hắn đã tin rồi. Ta sẽ còn gặp lại hắn."

Chương 21

Là thật là ảo

Trên đường về, Linh Chí chợt trông thấy Nhung Nhung đang nằm ngủ mơ màng trong trạng thái bị treo lơ lửng giữa không trung, Nhung Nhung lúc này mới được cứu xuống. Nàng ta vừa xuống đất đã vội lập tức tìm Thời Vũ tính sổ. Thời Vũ muốn giữ thể diện trước mặt Linh Chí, không định dây dưa với Nhung Nhung nên cố tình nhắc lại chuyện gặp Tạ Trân vừa rồi, Nhung Nhung quả nhiên vứt ngay xích mích của hai người họ sang một bên mà chạy theo Thời Vũ truy hỏi ngọn ngành.

Khoảng thời gian ở nhân gian, Nhung Nhung đã từng xem rất nhiều vở kịch, cái gọi là kiếp trước kiếp sau, nối lại tiền duyên ấy tuy có nhiều chỗ sơ hở và không hợp lý nhưng nàng vẫn cực kỳ có hứng thú. Tất nhiên, việc nàng quan tâm nhất chính là người bằng hữu ấy của Linh Chí trông có khôi ngô tuấn tú không.

Linh Chí đã quá quen với việc bọn họ quá chú trọng đến vẻ ngoài nên không để tâm. Trong mắt Thời Vũ, Tạ Trân lại càng chẳng có gì đặc biệt, song trước mặt Nhung Nhung hắn vẫn nói: "Ta thấy hắn trông cũng bình thường, nhưng có lẽ sẽ hợp ý ngươi đấy."

Nhung Nhung nghe thế lập tức hớn hở, tiếc vì mình đã bỏ lỡ cơ hội, rồi lại vừa trông mong sớm ngày có duyên gặp lại.

Thời Vũ biết Linh Chí chắc chắn đã nghe được cuộc trò chuyện thì thầm to nhỏ của hắn và Nhung Nhung, quả nhiên Linh Chí có quay đầu lại liếc nhìn họ một cái, nhưng không nói gì.

Sau khi tĩnh dưỡng mấy ngày, vết thương của Linh Chí đã dần hồi phục. Hắn không cho Thời Vũ dùng tu vi bản thân để điều trị cho hắn nữa, cũng không có ý định tiếp tục ở lại Huyền Lũng Sơn. Tạ Trân thời gian này cũng không xuất hiện, Thời Vũ không muốn họ giáp mặt với hắn nên rất ủng hộ quyết định này.

Đêm trước khi xuất hành, Võng Kỳ đã bày tiệc tiễn biệt họ, trong bữa tiệc còn mời hài cốt của sáu vị thê thất ra tham dự. Mấy bộ hài cốt ấy tuy đã được Nhung Nhung trang điểm lộng lẫy, nhưng thật sự không thể nào gọi là xinh đẹp được.

Linh Chí có hơi khó chịu, nhưng vì là khách nên không tiện nói nhiều.

Thời gian gần đây Võng Kỳ đối xử với Linh Chí rất ân cần, vừa nhập tiệc đã liên tục chuốc rượu, đến khi bị Thời Vũ trừng mắt thì mới chịu lui xuống. Nhưng Võng Kỳ cũng không bực dọc, vẫn liên tục khen ngợi thân pháp siêu phàm của Linh Chí, còn thuận đà nói bao nhiêu lời tốt đẹp về Thời Vũ trước mặt Linh Chí, trong lời nói như có ý muốn gửi gắm Thời Vũ cho Linh Chí vậy. Thời Vũ nghe mấy lời ấy mà nhấp nhổm không yên, nắm tay đặt trước miệng ho khan mấy lượt, song Võng Kỳ vẫn cứ thuận theo men say, càng nói càng phấn khích.

"Ta thấy huynh bị sét đánh cho hồ đồ rồi, đừng có nói năng lung tung trước mặt chủ nhân ta!" Thời Vũ giận dữ nói, trong lúc nói vẫn không khỏi e dè để ý phản ứng của Linh Chí.

"Ta là phàm phu trong núi, thế nên không hiểu cách gọi 'chủ nhân' này là có ý vị gì..." Võng Kỳ đang nói giữa chừng chợt trông thấy trong ánh mắt Thời Vũ như đang sắp nổi cuồng phong thì mới nhận ra mình đùa không đúng chỗ rồi, vội vàng im bặt, trong lòng nghĩ da mặt của Tiểu Thời Vũ thật sự quá mỏng, thảo nào mình đã làm tân lang mấy đời rồi mà hắn vẫn cứ cô đơn chiếc bóng như vậy.

Linh Chí lại xem như chẳng có chuyện gì xảy ra, vẻ mặt vẫn cứ lạnh lùng thản nhiên như thường, cũng không biết hắn rốt cuộc đã hiểu được mấy phần nữa.

Võng Kỳ cụt hứng, đành phải nói vài câu đùa bỡn nhạt nhẽo, sau đó mượn cớ muốn đích thân nướng thịt cho Linh Chí mà ngồi sát lại bên cạnh hắn rồi than vãn: "Ta vừa gặp ngươi đã thấy thân thiết, ngày mai từ biệt không biết đến khi nào mới gặp lại, bên cạnh ngươi thì đã có người giải sầu muộn, trong khi ta chỉ có một thân già cô đơn này. Tiếc cho ta thân là một sơn thần mà lại không biết thuật hồi sinh, như vậy sống trường sinh thì có ích gì? Mấy vị phu nhân đều từng cùng ta ân ái một đời, bây giờ chỉ còn lại bộ xương trắng, ta thậm chí sắp quên đi cả dung mạo của họ luôn rồi."

Mấy ngày nay, Võng Kỳ cứ liên tục lảm nhảm mấy lời này trước mặt Linh Chí. Nghe tiếng đàn sẽ hiểu tâm ý người đánh đàn, Linh Chí thấy trên gương mặt cháy xém của Võng Kỳ mang đầy vẻ u uất thì tuy là một người không thích nhiều chuyện, hắn vẫn cảm thấy có chút không nhẫn tâm. Hắn biết Võng Kỳ hẳn đang có điều muốn cầu xin, thế nên suy nghĩ một lúc rồi buông đôi đũa ngọc xuống nói: "Ngươi muốn gặp lại mấy vị phu nhân nên một lòng muốn chết sao? Chuyện này không khó. Nhưng mấy vị phu nhân trước đây của ngươi đều là người phàm, e là đã luân hồi mấy lần rồi. Cho dù ta có hạ thủ tiễn ngươi lên đường thì ngươi cũng khó mà gặp lại họ được."

Võng Kỳ nghe thế thì sợ đến tái mặt, lập tức lắc đầu phẩy tay lia lịa như đang đánh trống, "Hiểu lầm, hiểu lầm rồi! Thật không dám giấu, ta chỉ mong được gặp lại ái thê, cho dù là thật hay là ảo cũng không quan trọng, chỉ mong Thời Vũ giúp ta hoàn thành tâm nguyện này."

Linh Chí cảm thấy khó hiểu, Võng Kỳ muốn cầu xin Thời Vũ, vậy tại sao lại đến lảm nhảm với hắn làm gì? Thời Vũ đang cố nhịn cười, thấy Linh Chí nhìn mình thì liền mỉm cười nói: "Chủ nhân muốn tôi giúp huynh ấy sao?"

"Ngươi sợ hao tổn tu vi à?"

Linh Chí cũng hiểu biết sơ qua về pháp thuật của Thời Vũ, ảo ảnh càng tinh tế rõ ràng thì càng cần nhiều nguyên linh để duy trì. Nhưng với tu vi hiện tại của Thời Vũ thì việc giúp Võng Kỳ thật sự không phải là khó khăn.

Linh Chí không biết rằng, Thời Vũ đang giận Võng Kỳ dốt hay chơi chữ, không những đưa mấy tiểu đồng khôi ngô ra sỉ nhục hắn, lại còn không biết phân rõ trắng đen mà tự gán ghép lung tung. Bây giờ Võng Kỳ biết nếu cầu xin Thời Vũ thì chắc chắn sẽ bị từ chối, thế nên mới cố ý quay sang kể khổ với Linh Chí, bởi hắn đã nhìn thấu chân tướng rằng chỉ cần Linh Chí mở miệng thì Thời Vũ chắc chắn sẽ không từ chối.

"Thời Vũ nguyện nghe theo lời dặn dò của chủ nhân."

Linh Chí im lặng, đến tận lúc này vẫn chưa hiểu tại sao chuyện này lại liên quan đến mình. Tiệc tùng vô vị, hắn ngồi một lát bèn đứng dậy cáo từ. Thời Vũ lập tức đi theo Linh Chí, khi đứng dậy còn liếc nhìn Võng Kỳ một cái rồi thản nhiên nói: "Chủ nhân đã bảo ta giúp huynh rồi, vậy huynh cứ chờ mà hưởng phúc đi."

Võng Kỳ vui mừng khôn xiết, khoa tay múa chân liên tục, Nhung Nhung thừa cơ hỏi xin hắn mấy món bảo bối, hắn đương nhiên không từ chối.

Thời Vũ cảm thấy rất ghét bức bình phong mà Nhung Nhung mới xin về. Bức bình phong đã để trong phòng được mấy ngày, Linh Chí hoàn toàn không quan tâm, nhưng lúc này hai người kia lại vì chuyện này mà cãi vã.

Một người nói: "Ngươi vác thứ dung tục này về làm gì?"

Người kia quay ra châm chọc: "Có bản lĩnh thì ngươi tịnh giới hoàn toàn xem nào, tuyệt đối không được có chút ý niệm dung tục nào đấy!"

"Ngậm miệng lại hết cho ta." Linh Chí co một chân ngồi lên giường hỏi, "Bức bình phong này làm sao?"

Nhung Nhung liền cười hi hi hỏi lại: "Linh Chí, người thấy bức bình phong này có đẹp không?"

Linh Chí quan sát bức bình phong, lúc đầu chỉ thấy nó chiếm chỗ, tranh vẽ trên đó là hai người đang đấu vật, chẳng có gì là đẹp cả, nhưng sau khi quan sát kỹ, thấy tư thế đấu vật của họ quả thực rất kỳ lạ, hắn chưa từng thấy bao giờ.

Hắn đứng dậy bước đến gần, đẩy Thời Vũ đang đứng cạnh bức bình phong sang một bên, càng nhìn thì hai mày càng cau lại, "Người có đuôi báo dài này chính là Tây Vương Mẫu... Ngươi mang bức bình phong này về là muốn nghiên cứu pháp thuật bí ẩn của bà ấy sao?"

Thời Vũ ngượng đến mức đỏ bừng mặt.

Nhung Nhung khẽ cắn môi rồi cười nói: "Đây chính là 'thuật song tu' mà ta từng nói... cũng là cái mà người ta gọi là 'hành vi bất chính'!"

Linh Chí đứng khoanh tay, vẻ mặt kinh ngạc vô cùng, không để ý đến việc Nhung Nhung đang liên tục nháy mắt với Thời Vũ, chỉ trầm ngâm suy tư một lúc lâu rồi ngộ ra: "Thì ra là vậy!"

"Nói đi, người đã hiểu được gì rồi?" Hai mắt Nhung Nhung sáng rực lên, nhưng Linh Chí lại không đáp, chỉ quay lại ngồi xuống giường.

Thời Vũ biết điều mà Linh Chí hiểu ra chắc chẳng phải là chuyện đó, thế nên vội vàng kéo tay Nhung Nhung vẫn đang có ý muốn truy hỏi. "Chủ nhân cứ mặc kệ nàng ta đi."

Nhung Nhung nghiến răng nhìn Thời Vũ, tỏ ý bảo hắn buông tay, chợt nghe Linh Chí lạnh lùng nói: "Giấu giấu giếm giếm, càng giấu càng lộ! Ta còn tưởng là chuyện gì, thì ra chỉ là chuyện nam nữ giao hợp mà thôi."

Lần này thì cả Thời Vũ và Nhung Nhung đều thấy bất ngờ. Nhung Nhung thừa cơ lúc Thời Vũ đang phân tâm, lập tức giằng tay ra chạy đến bên cạnh Linh Chí. Từ sau khi biết chuyện Linh Chí sau này sẽ làm nam tử, Nhung Nhung ít nhiều có phần đắc ý trước mặt Thời Vũ. Theo hiểu biết của nàng ta về Linh Chí thì hiện giờ hắn không phải đang nổi giận, chỉ là cảm thấy vô vị mà thôi.

"Bạch Ô Nhân có phải cũng hành sự như vậy không?"

Linh Chí nhớ lại việc trước đây đã từng đổ oan cho Thời Vũ có "hành vi bất chính" với mình, bất giác cảm thấy hơi lạnh người, vội nói: "Đó là chuyện sau khi ta ba trăm tuổi, ta làm sao mà biết được?"

Nói xong, Linh Chí lại chợt nghĩ, lẽ nào sau này hắn và Sương Xung sẽ cùng làm chuyện ấy sao? Họ lớn lên cùng nhau, tình cảm gắn bó, từ lâu cũng đã biết người kia sẽ là bạn đời của mình, và luôn đinh ninh rằng phải duy trì hậu đại cho tộc mình. Lúc trước Linh Chí chưa bao giờ cảm thấy có điều không ổn, nhưng bây giờ nghĩ lại đột nhiên lại thấy có hơi bần thần e dè, không dám nhìn lại bức bình phong ấy nữa.

Ý nghĩ trong đầu Nhung Nhung luôn thay đổi nhanh chóng, chẳng mấy chốc nàng đã bắt chước dáng vẻ lả lơi của Tây Vương Mẫu trên bức bình phong rồi hỏi: "Ta cũng có đuôi. Mọi người thấy nếu ta để lộ đuôi ra thì có đẹp hơn bà ấy không?"

Thời Vũ mặt không cảm xúc, phẩy tay bỏ đi. Linh Chí thì đang tâm thần bất định khi nghĩ đến những chuyện sau này, chợt nghe Nhung Nhung kéo dài giọng gọi tên mình thì không nghĩ ngợi mà trả lời ngay: "Không."

"Các người... các người thật là xấu xa!" Nhung Nhung giậm chân.

"Ta đã hiểu song tu là gì rồi." Linh Chí thấy thế còn nói thêm một câu: "Ta không muốn song tu với ngươi đâu."

Nghe nói Võng Kỳ đêm đó đã rất hạnh phúc, mấy vị bạch cốt phu nhân của hắn quả nhiên đã hồi sinh trong ảo ảnh của

Thời Vũ, xinh đẹp dịu dàng như trước. Song chuyện xảy ra sau đó thì không ai biết rõ, trong căn phòng đáng lẽ phải tràn đầy tình cảm của Võng Kỳ lại chợt vang lên tiếng cãi vã không dứt.

Hôm sau, đám người Linh Chí muốn cáo từ Võng Kỳ, nhưng Võng Kỳ lại không có thời gian gặp họ. Sau khi họ đã đi rất xa rồi mà trong núi vẫn nghe văng vẳng tiếng kêu ai oán của Võng Kỳ: "Thời Vũ, đã nói là cứ một trăm năm là một người. Ai bảo ngươi cùng lúc biến ra tất cả bọn họ chứ?"

Ra khỏi khu rừng, dưới núi bắt đầu thấy lác đác có bóng người. Trước đây đi đường núi, họ đa phần chỉ gặp những tiều phu đi săn, nhưng hôm nay ở chốn thôn dã lại thấy rất nhiều thiếu nữ đi thành nhóm, có vẻ đến từ các thôn trang gần đây, tất cả đều trang điểm xinh đẹp. Mấy thiếu nữ ấy vừa trông thấy Thời Vũ đã liền đỏ mặt, không dám nhìn thẳng vào mặt hắn, nhưng đi qua rồi thì lại liên tục ngoái đầu nhìn.

Nhung Nhung chợt vỗ đầu nói: "Ôi trời, hôm nay thì ra là tết Thượng Tỵ, thảo nào từ xa đã nghe thấy tiếng cười nói!"

Nàng suy đoán dưới chân núi chắc chắn có suối, thế nên liền kéo Linh Chí đi xem trò vui. Họ đi theo đoàn người, quả nhiên chưa đi được bao xa, đã trông thấy có một con suối uốn lượn nấp sau bụi cỏ cao bằng đầu người.

Con suối rộng không quá một trượng, nước chảy trong veo, dòng chảy chầm chậm, dưới đáy đầy những viên sỏi trắng ngọc, hai bên bờ cỏ cây xanh mướt, mấy cây lê nở hoa rực rỡ. Có mấy thiếu nữ tay cầm cỏ lan ngồi đùa giỡn ca hát bên bờ, còn có mấy nam tử đứng ở bờ bên kia tươi cười nhìn sang. Do đây là chốn thôn dã nên không quá chú trọng lễ tiết, mấy thiếu nữ ấy đa phần đã tháo hết giày tất, thoải mái đưa chân trần xuống nghịch nước. Chốc chốc vang lên vài câu nói đùa đưa đẩy, kèm theo đó là mấy tiếng cười đùa hoặc mắng yêu.

Nhung Nhung ham chơi, lập tức hòa vào đám người để đùa nghịch. Linh Chí lại hoàn toàn không tham gia dù nàng ta đã liên tục kêu gọi, tuy vậy hắn cũng không hối thúc, chỉ đứng một bên quan sát bằng vẻ mặt hiếu kỳ.

Thời Vũ biết Linh Chí trông có vẻ lạnh lùng, nhưng thật ra là do quen với sự tĩnh lặng nghiêm túc trong tộc, chứ trong lòng không hề ghét sự náo nhiệt, bèn ôn tồn giải thích: "Hôm nay ngày ba tháng Ba, là tết Thượng Tỵ của nhân gian, còn được gọi là ngày Xuân Dục. Theo tục của người phàm thì sẽ đến những nơi hoang dã để dạo chơi, lấy cỏ lan tắm rửa để xua đuổi những điều không may. Mỗi năm vào thời điểm này, trong thành Trường An cực kỳ náo nhiệt, hoàng đế sẽ mở tiệc ở Khúc Giang..."

Linh Chí hoàn toàn không có hứng thú với đám đế vương nhân gian tự xưng là "thiên tử", chỉ hất cằm về phía bờ suối rồi hỏi: "Bọn họ đang làm gì vậy? Cũng đang xua đuổi điều không may sao?"

Thời Vũ nhìn theo hướng chỉ. Thì ra có một thanh niên dưới sự khích lệ của bằng hữu đã cài một đóa hoa lê trắng muốt vừa mới hái lên mái tóc của một thiếu nữ. Thiếu nữ ấy đang bịt mặt xoay lưng lại với hắn, đột ngột quay người lại giơ chân hất nước suối ướt sũng người thanh niên ấy, xung quanh bỗng chốc vang vọng tiếng cười.

"Nữ tử nhân gian thường làm lễ trưởng thành trong tết Thượng Tỵ, thế nên tết này còn được gọi là tết Nữ Nhi. Hôm nay tụ tập ở suối không những có thể trừ tà cầu may mà còn có thể hẹn gặp tình nhân. Nam tử kia đem hoa tặng cho người mà mình thích, có ý muốn định tình[112]." Thời Vũ ngừng một chút rồi chợt hỏi: "Lễ trưởng thành của Bạch Ô tộc có phải tuy khác hình thức nhưng cùng có mục đích như của nhân gian không?"

"Cũng khá giống, chỉ là còn náo nhiệt hơn thế này nữa." Linh Chí cũng đang nghĩ đến chuyện này, bèn nói: "Chúng ta gọi đó là lễ Xích Nguyệt Tế. Chỉ có vào ngày Xích Nguyệt Tế thì người trong tộc mới được mặc áo có màu sắc, nhảy múa dưới ánh trăng. Nghe nói mỗi khi đến dịp này, cả Loan Đài và Đồi Gương đều đốt lửa thâu đêm, bốn bề đều rộn vang tiếng hát và tiếng chuông."

Thời Vũ nghe ra trong giọng điệu Linh Chí có chút u sầu, chỉ là không biết hắn đang nhớ nhà hay nhớ buổi lễ Xích Nguyệt.

"Tiếng chuông là ý gì?" Hắn nhìn xuống dưới chân Linh Chí rồi nói ra nghi hoặc đã ở trong lòng suốt thời gian qua: "Tôi đứng gần thế này, nhưng chưa bao giờ nghe thấy chiếc chuông ở chân chủ nhân phát ra tiếng cả."

---

[112] Trao đổi tín vật để hẹn ước về mối lương duyên.

Hắn hỏi xong lập tức hối hận. Linh Chí không những không trả lời hắn mà ánh mắt ngay sau đó lập tức trở nên u ám khác thường, khiến hắn thấy nổi gai ốc. Sát khí này chỉ từng xuất hiện khi Thời Vũ lần đầu tiên dùng ảo ảnh Thiên Hỏa thiêu đốt Linh Chí, lần đó hắn đã suýt mất mạng dưới ô Thông Minh.

"Tôi chỉ là hiếu kỳ... Chủ nhân đừng trách, sau này tôi không dám nữa!"

"Chuyện ngươi không nên biết thì đừng nên biết vẫn hơn." Cũng may Linh Chí không có ý để bụng, sau khi trầm ngâm một lúc chỉ lạnh lùng buông một câu rồi không màng đến hắn nữa.

Thời Vũ thở phào nhẹ nhõm, thầm nhắc nhở bản thân: Điều cấm kỵ đối với Linh Chí không chỉ có Bất Tận Thiên Hỏa mà xem ra còn có cả chiếc chuông trên chân hắn.

Chương 22

Nguyên nhật cuối xuân

Hai người cứ thế im lặng không nói gì. Nhung Nhung tinh nghịch, cố ý dùng cành hoa lê hất nước lên người bọn họ. Bốn bề đều là người phàm, Thời Vũ không tiện thi triển pháp thuật, thế nên trên mặt bị dính vài giọt nước. Chỉ cần nghĩ đến việc nước suối ấy đã bị không biết bao nhiêu người nhúng chân vào là trong lòng hắn đã thấy buồn nôn rồi, liếc sang nhìn thấy vai áo của Linh Chí cũng đã bị ướt, hắn lại càng không muốn tha cho Nhung Nhung dễ dàng như vậy.

Một quả cầu nước từ từ ngưng tụ trong tay Thời Vũ, hắn muốn cho Nhung Nhung phải nếm đòn lợi hại, nhưng còn chưa kịp ra tay thì cổ tay đã bị nắm chặt lại.

"Không được gây chuyện!" Linh Chí vẫn đang quan sát đôi nam nữ vừa định tình dưới sự chúc phúc của mọi người kia, thế nên không hề để bụng trò đùa nghịch của Nhung Nhung. Hắn không dùng lực, cũng chẳng thi triển pháp thuật, nhưng Thời Vũ lại giống như bị trúng phải thuật định thân[113], quả cầu nước lập tức hóa thành dòng nước chảy qua kẽ tay, rơi xuống bờ suối đầy sỏi bên dưới.

Lòng bàn tay Linh Chí có vết chai, là dấu ấn để lại do nhiều năm cầm kiếm, ngón tay mảnh khảnh nhưng cứng chắc, không mềm mại như của nữ tử, cũng chẳng thô kệch như của nam tử. Thật ra hắn vừa nói xong thì đã buông tay ra luôn rồi, nhưng Thời Vũ phải một lúc lâu sau mới rụt tay lại đưa ra sau lưng.

Ở cách đó không xa lại có một đôi nam nữ đứng tụm lại, nhưng lần này lại là nữ tử tặng hoa cho thanh niên, sau đó ngượng ngùng quay đầu chạy mất.

"Định tình như vậy, nếu người kia không chịu thì sẽ thế nào?" Linh Chí hỏi.

"Không chịu?" Thời Vũ có hơi thẫn thờ, "Hoa rơi hữu ý, nước chảy vô tình, còn biết làm sao?"

"Cho dù có đánh bại đối phương cũng không được ư?"

Thời Vũ kinh ngạc: "Ai đánh ai? Tập tục của Bạch Ô Nhân lẽ nào là dùng vũ lực để chọn hôn phối sao?"

---

113 Phép thuật làm cho người khác đứng im không động đậy được.

Linh Chí xoa cằm nói: "Cũng có cách như thế, nhưng nếu hai bên tâm đầu ý hợp thì không cần."

Thời Vũ thấy lưng mình toát mồ hôi lạnh, cũng không biết trong lòng đang nghĩ lung tung gì nữa. Hắn chợt nghĩ ra một chuyện, bất chấp bài học xương máu vừa rồi mà ngập ngừng hỏi: "Tôi nhớ chủ nhân từng nói mình không thể đánh thắng được vị 'bằng hữu' kia, có phải chính vì thế nên mới bất đắc dĩ phải ở bên cạnh người đó cả đời không?"

Linh Chí không ngờ Thời Vũ vẫn còn nhớ chuyện này, nghĩ một lúc rồi nói: "Ta và huynh ấy sẽ không đến mức phải giải quyết mọi chuyện bằng đao kiếm đâu."

Thời Vũ cúi đầu, "Thì ra chủ nhân và người hôn phối sau này đã tâm đầu ý hợp từ lâu."

Thanh niên vừa nhận được hoa từ nữ tử kia không hề đáp lại tình cảm của nàng, nữ tử nọ chỉ biết lặng lẽ rơi lệ dưới sự an ủi của đám tỷ muội.

"Ta không biết cái thứ gọi là 'tình', mà cũng không muốn biết."

"Vậy tại sao chỉ có thể là người đó?"

Linh Chí nghĩ đến tương lai, sắc mặt trở nên mơ hồ mà lạnh lùng, "Ta và huynh ấy đều mang trên người sứ mệnh. Nếu bắt buộc phải chọn một người thì huynh ấy đối với ta... có lẽ chính là lựa chọn tốt nhất."

Nguyên nhật[114] cuối xuân, ánh nắng ôn hòa. Gió thổi mái tóc sau lưng Linh Chí bay phấp phới về phía Thời Vũ. Hắn lặng lẽ ngắm nhìn Linh Chí cũng đang dần trầm mặc, có lúc thấy trong lòng mãn nguyện, có lúc lại cảm thấy trống rỗng, cũng giống như mái tóc đang tung bay kia vậy, rõ ràng lướt qua mặt nhưng sau đó lại hạ xuống như chưa từng xảy ra chuyện gì.

"Chẳng lẽ người chưa bao giờ nghĩ đến việc sẽ trở thành nữ tử sao?" Thời Vũ cảm giác như mình đã bị gió ấm thổi cho lên cơn sốt rồi, đến ngay cả mạng sống cũng không cần nữa. Thấy Linh Chí không nói gì, hắn lại hạ quyết tâm truy hỏi tiếp: "Ngay cả nghĩ cũng chưa bao giờ nghĩ đến sao? Nếu người mà người thích lại là nam tử thì sao?"

"Ta không có người mà ta thích." Linh Chí lại không hề nổi giận trước sự đường đột của Thời Vũ, chỉ hạ giọng nói: "... Ta không thể."

Thời Vũ nhìn theo ánh mắt của hắn, thấy bên dưới cây lê bên bờ suối không hiểu từ khi nào đã xuất hiện thêm một người.

Tạ Trân men theo dòng nước bước đến gần, Nhung Nhung lập tức nhảy ra trước mặt hắn cười nói: "Cuối cùng ngươi cũng xuất hiện rồi, ta biết ngươi là ai đấy... Á á á!"

Nàng ta đột nhiên hét lên rồi mau chóng lùi lại, dừng ở giữa dòng suối. Tạ Trân vừa rồi vẻ mặt vẫn còn bất cần, nhưng lúc này đã nắm chặt sợi roi trong tay.

---

114 Ngày đầu tháng.

Mũi ô Thông Minh của Linh Chí giương ra đỡ lấy đòn tấn công sắc sảo từ sợi roi rồi gọn gàng hất tung nó ra.

"Đừng bảo với ta là thủ pháp dùng roi này cũng là do đích thân ngươi truyền cho ta nhé." Tạ Trân thu tay, sợi roi như một con rắn trở về trong tay hắn.

Linh Chí nhoẻn miệng cười, "Đích thân truyền thụ thì không phải, nhưng từng chiêu thức trong đó đều là do ta và ngươi so tài với nhau nên mới sáng tạo ra."

Tạ Trân bực dọc: "Ta biết ngay mà! Tạ gia ta cả nhà đều là thư sinh, không hiểu sao lại có một kỳ tài võ học như ta, không cần thầy dạy cũng lĩnh ngộ được cách dùng roi xuất thần nhập hóa, thì ra là do học được từ tiền kiếp. Phải rồi, hôm đó ngươi vẫn chưa nói cho ta biết, kiếp trước ta vì sao lại chết."

"Đến tuổi cổ lai hy, ngươi ra đi rất thanh thản."

"Thì ra là chết vì tuổi già!"

Tạ Trân có hơi ngượng ngùng, nhưng sau đó mau chóng cười thoải mái rồi nói, "Mặc kệ, chỉ cần chết không đau đớn là được."

Trên tóc và vai hắn đều có vương những hạt phấn hoa vàng nhạt, ánh nắng chiếu xuống chiếc áo lam hơi cũ khiến nó trắng lên, vết thương trên chân mày vẫn còn rất rõ, nhưng vẫn không che đi được vẻ thong dong tự tại của con nhà thế gia.

Linh Chí nhớ lại, hắn ở kiếp trước chẳng qua chỉ là một thiếu niên thôn dã, khi vui thì cười, khó chịu thì chê bai, mọi thứ với hắn đều nhẹ nhàng như mây, cũng chính cái khí chất tự tại này của hắn đã khiến Linh Chí rất ngưỡng mộ, bất chấp tất cả mà trở thành bằng hữu với hắn.

Hai người họ đã cùng vui chơi, luyện võ, bên cạnh nhau suốt mười lăm năm. Chỉ tiếc rằng dù có sự bao che của đại chấp sự Ôn Kỳ thì chuyện Linh Chí kết bằng hữu với người phàm cuối cùng cũng không giấu được Liên Phách. Đại chưởng chúc Liên Phách là tộc trưởng của Bạch Ô thị, bà sau khi biết chuyện đã cực kỳ nổi giận, muốn lấy lý do A Vô Nhi đã xâm nhập vào cấm địa của Bạch Ô mà giết hắn. Mối nghi ngờ của Liên Phách cũng giống như của Thời Vũ, cho rằng một người phàm mà có thể vượt qua được kết giới pháp thuật thì hẳn phải có điều bất thường, không thể không đề phòng.

Linh Chí đã quỳ gối cầu xin trên đài tràng nóng rát suốt mấy ngày mấy đêm, Ôn Kỳ cũng nhận hết tội lỗi về mình. Cuối cùng, Liên Phách đã vì nể tình Ôn Kỳ mà tha mạng cho A Vô Nhi, nhưng đã lệnh cho Ôn Kỳ phái xạ thủ bắn tên trấn thủ Lương Phong Ao, sau này nếu có bất kỳ người ngoài nào đến gần đều phải giết ngay, đồng thời phạt Linh Chí giam mình tu tỉnh hối lỗi trong Thiên Ảnh Quật của Đồi Gương, hứa rằng sau mười năm sẽ thả hắn ra, Linh Chí liền ngoan ngoãn phục tùng, ngờ đâu lại bị giam trong Thiên Ảnh Quật đến tận sáu mươi năm.

Năm đó khi từ biệt, A Vô Nhi chỉ mới mười bảy tuổi, nhưng đến ngày gặp lại, Linh Chí chỉ lớn hơn một chút, trong khi bằng hữu thì đã gần đất xa trời.

Linh Chí vội vã đến gặp lần cuối, nhưng A Vô Nhi dường như đã không còn nhận ra Linh Chí nữa, lúc hấp hối, hắn nằm trong căn nhà tranh của sơn thôn, thần trí chợt tỉnh táo một cách kỳ lạ. Tay cầm Trường Sinh, hắn nhớ lại mình từng có một người bằng hữu thời niên thiếu, do thần tiên trên núi hóa thành, nhưng người đó sau này đột nhiên một đi không trở lại. Hắn chưa bao giờ nói bí mật này cho ai, vì có nói thì họ cũng không tin, vậy nên dần dần chính hắn cũng nghĩ đó chỉ là một cơn ảo mộng.

A Vô Nhi trước khi chết không nói gì, chỉ nhìn Linh Chí mỉm cười, cũng giống như sáu mươi năm trước, khi từ biệt ở Lương Phong Ao, hắn cũng chỉ cười mà thôi, cả hai đều nghĩ ngày mai sẽ còn gặp lại.

Linh Chí sau đó mới biết, việc Liên Phách thả hắn ra ngay trước lúc A Vô Nhi chết không phải là một sự trùng hợp, nhưng cũng không phải một hành động nhân từ. Bà chính là muốn Linh Chí gặp mặt người phàm ấy lần cuối, để hắn hiểu được cuộc đời của một người phàm mong manh, chóng vánh giống như ngọn nến trước gió, sự liều lĩnh rời núi của hắn thật sự quá nực cười và nguy hiểm.

Chỉ sáu mươi năm mà thôi, khoảng thời gian ấy đối với Bạch Ô Nhân là cực kỳ ngắn ngủi, thế nên hình phạt này của Liên Phách không quá nặng nề, chỉ muốn Linh Chí tỉnh ngộ ra mà thôi.

Linh Chí luôn nghe lời của Liên Phách, không dám có nửa câu oán trách. Nhưng lần này, sở dĩ hắn trốn Liên Phách mà xuống núi, ngoài việc muốn tìm manh mối bức họa của Hạo Anh ra thì còn có một tâm nguyện thầm kín, đó chính là muốn được gặp lại A Vô Nhi chuyển thế.

"Ta đã già rồi chết đi một lần, vậy mà bây giờ trông vẫn lớn tuổi hơn ngươi, vậy xem ra ngươi không phải người phàm rồi đúng không?" Tạ Trân cười nói với Linh Chí xong lại chỉ sang Thời Vũ và Nhung Nhung, "Hắn và nàng ta cũng không phải người phàm... Con người ta đây bẩm sinh không có năng khiếu tu tiên, nhưng lại rất hay thu hút mấy sinh vật quái dị."

"Ngươi mắng ai thế? Ai là kẻ quái dị?" Nhung Nhung trách móc.

"Thân tại nhân gian, nhưng không phải người phàm, vậy không phải quái dị thì là gì? Tiểu nha đầu, ngươi là do con gì hóa thành thế?"

Nhung Nhung thật sự nổi giận trước lời nói khinh miệt của Tạ Trân, liền mỉa mai: "Ngươi tưởng vì có người phàm nên mới có hình người sao? Vạn vật tu luyện đều vì muốn biến thành hình dáng như các ngươi sao? Đúng là quá sức nực cười! Các ngươi chẳng qua là do được Nữ Oa đại thần tạo ra từ hình dáng của bà mà thôi. Lũ người phàm các ngươi không hề biết hình thái của thiên địa đại đạo vốn đã như thế. Nếu không phải do linh khí cạn kiệt thì loại thấp kém như các ngươi mới là kẻ quái dị!"

Tạ Trân nghe xong trầm ngâm một lát rồi chợt cười vui vẻ: "Tiểu nha đầu nói rất có lý, đa tạ đã chỉ giáo!"

Nhung Nhung vốn đang chuẩn bị tinh thần tranh luận với tên người phàm này một trận, nhưng giờ thấy đối phương hòa nhã như thế thì lại cảm thấy lúng túng, bèn bực bội nói: "Cười cái gì? Nghe nói ngươi không sợ pháp thuật, nhưng ta vẫn có thể xử lý ngươi. 'Công tử chui qua ruột, vương tôn nằm trong bụng', ngươi từng nghe câu nói ấy chưa? Cẩn thận không ta nuốt sống tên quái dị nhà ngươi đấy!"

Nói rồi nàng nhe răng nanh sắc nhọn ra rồi làm vẻ mặt đáng sợ, song Tạ Trân không hề sợ hãi, chỉ nửa đùa nửa thật nói: "Bọn quái dị tuy nguy hiểm nhưng thú vị hơn người phàm rất nhiều."

Câu này còn tạm chấp nhận được, Nhung Nhung khẽ hừ một tiếng, sau đó đi hai vòng xung quanh Tạ Trân, quan sát kỹ càng hắn một lượt rồi thắc mắc nói: "Sao ngươi lại có thể trở thành bằng hữu với Linh Chí chứ? Hừ, ngươi không đẹp bằng Thời Vũ, càng không hiểu chuyện và thông minh lanh lợi như ta. Chắc chắn là do khi đó Linh Chí vẫn còn trẻ dại ngây thơ rồi..."

Tạ Trân nói: "Chuyện này ta cũng không rõ nữa."

Nhung Nhung cũng không muốn đôi co nữa. Thật ra khi bọn họ đứng bên cạnh nhau, Tạ Trân anh tuấn, Linh Chí thoát tục, còn Thời Vũ thì khí chất ngời ngời. Mấy thiếu nữ bên bờ suối cho dù đã có tình lang vẫn không khỏi cảm thấy xao xuyến trước bọn họ, cứ quay sang nhìn trộm. Nhung Nhung là đóa hoa duy nhất được đứng cạnh rừng gươm này nên cảm thấy rất đắc ý.

"Ngươi gặp được ta mà lại không hề ngạc nhiên chút nào, có phải do ngươi có năng lực thấy trước tương lai không?" Tạ Trân không hề giấu giếm hứng thú của mình đối với Linh Chí. Lần trước gặp mặt, do Huyền Lũng Sơn quá tối nên hắn còn tưởng mình đã gặp phải sơn tặc, song sau đó bị những lời nói nghe có vẻ hoang đường nhưng không thể phản biện của Linh Chí làm cho đầu óc rối tung, khiến hắn không có thời gian chú ý đến "người bằng hữu từ tiền kiếp" này.

Trong những người đứng đây, Linh Chí không phải người có tướng mạo xuất chúng nhất, cũng không nói nhiều, hắn chỉ đứng đó trầm mặc lạnh lùng, song lại khiến người ta khó mà rời mắt. Đối với những chuyện gọi là ở kiếp trước ấy, Tạ Trân không hề nhớ một chút gì, chỉ là bất giác cảm thấy người đứng trước mặt mình đây không có vẻ khó gần, và những chuyện kỳ lạ thốt ra từ miệng của hắn nghe lại rất thật.

"Là bằng hữu cũ nên ta cũng hiểu ngươi đôi chút." Linh Chí đáp.

Tạ Trân không biết phải nói gì, đành đi thẳng vào chuyện chính, "Ta đến đây vì có một chuyện muốn hỏi. Hôm đó ngươi nói hồn phách của ta khác với người thường, ngươi có biết là vì sao không?"

Linh Chí lắc đầu, "Đại chấp sự nói người đã đọc hết các điển tích trong tộc nhưng chưa hề thấy có tiền lệ nào như vậy."

"Ta cũng chưa bao giờ nghe nói có người phàm cổ quái như vậy." Nhung Nhung kéo vạt áo Thời Vũ, "Hay là ngươi ra tay lần nữa cho ta xem, hắn thật sự không sợ pháp thuật của ngươi sao?"

"Ngươi tự thử không phải sẽ biết sao?" Thời Vũ đứng yên nói. Thật ra Nhung Nhung không hề biết, vừa rồi khi Tạ Trân đến gần, Thời Vũ đã âm thầm thi triển thuật Nhiếp Hồn Hóa Cảnh một lần nữa, thậm chí còn mượn cả lực của Huyền Châu, song hắn chỉ thấy trong hồn phách của Tạ Trân một khoảng không vô hạn, khung cảnh địa ngục mà hắn tạo ra, Tạ Trân hoàn toàn không hề cảm nhận được.

"U Đô quản lý luân hồi lục đạo, điểm dị thường của ngươi, có thể bọn họ sẽ giải thích được." Linh Chí nói đến đây lại nhớ việc mình đã gây chuyện với Thổ Bá cách đây không lâu, trong lòng bất giác thấy nặng nề.

"Hồn phách dị thường này có phải là một căn bệnh không? Có cách nào trị khỏi không?" Tạ Trân đau khổ hỏi.

Nhung Nhung bật cười, "Người khác cầu còn không được, ngươi lạ thật, có phúc mà không biết hưởng!"

Linh Chí chợt quay sang nhìn Tạ Trân: "Chứng đau đầu của ngươi vẫn còn chứ?"

"Cả chuyện này mà ngươi cũng biết!" Tạ Trân cười nhăn nhó, "Đúng vậy, đây là bệnh mãn tính mà ta mắc khi vừa mới lọt lòng. Khi nhẹ thì đau âm ỉ, khi nặng thì đau như bị búa bổ, mà quan trọng nhất là căn bệnh này giống như giòi ăn vào xương, cứ luôn đeo bám không thể nào dứt được. Người nhà vì chuyện này mà đã giúp ta tìm rất nhiều danh y, thậm chí còn nhờ đến cả thuật pháp sư, nhưng tiếc là không hề có tác dụng gì, đành phải cho ta đi ngao du bốn bể, hy vọng có thể..."

Tạ Trân nói đến đây chợt im bặt, bởi Linh Chí lúc này đưa hai ngón tay ra đặt vào trước trán của hắn, hắn không cảm thấy có gì bất thường, nhưng cơn đau dai dẳng trước nay dường như được một lực vô hình xoa dịu, trong đầu cảm thấy thanh tịnh thoải mái.

"Ngươi... ngươi lại có thể trị được bệnh của ta!" Tạ Trân vừa kinh ngạc vừa mừng rỡ, mặc kệ câu nói "người ngay không theo đuổi các lực lượng thần bí[115]", chỉ cảm thấy người trước mặt rõ ràng chính là Bồ Tát sống của hắn.

Linh Chí thu tay lại rồi tạt ngay một gáo nước lạnh vào người Tạ Trân, "Kiếp trước ta vô tình phát hiện ra việc hấp thu nguyên linh của Bạch Ô thị có thể tạm thời giúp giảm cơn đau đầu của ngươi. Không chỉ có ta mà đại chấp sự cũng làm được chuyện này, nhưng đó chỉ là biện pháp nhất thời, không thể trị dứt điểm."

"Như vậy xem ra, tôi nên giúp chủ nhân tìm một sợi dây để buộc hắn sát bên chủ nhân?" Thời Vũ nói bằng vẻ mặt nửa cười nửa không.

Tạ Trân ngơ ngác.

"Cách này không thể dùng thường xuyên. Năm xưa, từ khi bắt đầu sử dụng cách này thì lần sau ta luôn phải dùng nhiều sức lực hơn lần trước mới có thể chặn cơn đau của hắn.

---

115 Khổng Tử không nói về: quái dị, dũng lực, phản loạn, quỷ thần.

Hấp thu nguyên linh là thuật gây hại, cho dù hắn có thiên tính đặc biệt nhưng ta lại không biết phải kiểm soát thế nào." Linh Chí nghiêm nghị nói: "Chứng bệnh này có lẽ có liên quan đến hồn phách bất thường của hắn, tìm ra cách trị dứt điểm mới là việc đúng đắn."

Nhung Nhung thích thú lắng nghe câu chuyện, lúc thì nhìn người này, lúc lại ngắm người kia, cuối cùng nhìn Tạ Trân nói, "Ta thấy ngươi cũng khá đáng thương. Chúng ta đang định đi Tây Hải Đại Hoang, nơi đó vốn có nhiều thảo dược quý hiếm, biết đâu có thể tìm được thuốc trị bệnh đau đầu của ngươi không chừng!"

Tạ Trân nghe xong dường như có hơi do dự.

"Nếu ngươi đồng ý đi cùng thì cũng được." Linh Chí nhìn hắn gật đầu.

"Chủ nhân, chuyến đi Tây Hải Đại Hoang lần này rất nguy hiểm, dắt theo một người phàm sẽ là một gánh nặng!" Thời Vũ lớn tiếng nhắc nhở Linh Chí.

Linh Chí lạnh lùng nói: "Nếu muốn trút bỏ gánh nặng thì ngươi dừng lại ở đây là được."

"Chủ nhân biết rõ tôi không phải có ý đó!"

"Ngươi rõ ràng chính là có ý đó." Nhung Nhung cố tình thêm dầu vào lửa.

...

"Khoan đã, các ngươi ai có thể cho ta biết đường đến đó bao xa không? Trước khi ta già rồi chết đi có thể đến được Tây Hải Đại Hoang mà các ngươi nói không? Trên đường đi sẽ có nguy hiểm thế nào? Nếu còn nguy hiểm hơn cả cơn đau đầu, vậy thì..." Tạ Trân nói đến đây, phát hiện ba người kia đều không nói gì nữa. Một lúc lâu sau, hắn dường như nghe được tiếng thở dài của Linh Chí: "Ngươi đúng là không hề thay đổi chút nào."

Nhung Nhung liền an ủi Tạ Trân: "Yên tâm, ta có thể bảo vệ ngươi."

Tạ Trân bán tín bán nghi, nhưng dù sao hiện giờ cũng không còn cách nào tốt hơn, thế nên gật đầu nói: "Cũng được, nếu thật sự không ổn thì cùng lắm ta bỏ về giữa đường là được."

Hắn vốn là một người tính tình phóng khoáng, tiêu dao, khi đã quyết định đi cùng bọn họ rồi thì thậm chí còn chẳng thèm thu dọn hành lý.

Nhung Nhung có thêm một người bạn đồng hành trò chuyện, vui mừng khôn xiết, cứ bám lấy Tạ Trân hỏi đông hỏi tây, nhân tiện còn khoe khoang về bản thân, nhưng khi nàng ta đang trò chuyện vui vẻ thì đột nhiên giữa đường xuất hiện một tảng đá to khiến nàng ta vấp phải mà ngã lăn quay.

Nhung Nhung lồm cồm bò dậy, liếc mắt nhìn Thời Vũ: "Ngươi chỉ biết ức hiếp ta thôi!"

Thời Vũ đang cầm một cánh hoa lê đỏ rực rỡ trong tay, sau đó thoắt một cái nó lại trở nên trong suốt như băng. Vừa rồi những thiếu nữ mến mộ ở bên hồ đã ném cho hắn rất nhiều hoa, trong đó có một đóa hoa vô tình rơi lên vai Linh Chí, đã bị hắn nhặt ra.

Thời Vũ mỉm cười nói với Nhung Nhung: "Vừa rồi chẳng phải ngươi nói mình biết hết các kỳ hoa dị thảo trong thiên hạ sao? Vậy có loại nào trị được bệnh khùng không?"

Linh Chí đi đầu, không biết đang suy nghĩ gì mà hoàn toàn không để tâm đến những lời ồn ào sau lưng. Nhung Nhung sợ Thời Vũ lại giở trò nên cố gắng nén cơn giận mà khẽ nói vào tai hắn: "Ta chỉ biết ở trên núi gần đây có một loài cây gọi là Hữu Mộc, ăn vào sẽ khiến người ta không còn ghen nữa."

Chương 23

Phúc Lộc tiểu trấn

Nhung Nhung hay giao thiệp với người phàm, thường kinh ngạc khi thấy họ dù có cuộc sống rất ngắn ngủi nhưng luôn biết cách sống một đời náo nhiệt phồn hoa. Song nàng không bao giờ thân thiết với người phàm. Trong mắt của nàng, người phàm đa phần đều cuồng vọng mà ngu ngốc, cho rằng mình chính là linh hồn của vạn vật, có thể điều khiển được sông núi cây cỏ. Đối với thần tiên thì khúm núm kính sợ, còn đối với những vật có linh tính khác thì họ lại không có chút từ bi nào, hễ gặp là tìm cách mau chóng diệt trừ.

Hiện giờ nếu yêu quái hại người thì đa phần đều bị trời trừng phạt, còn người phàm "trảm yêu trừ ma" thì lại trở thành một lẽ đương nhiên, cho dù những kẻ "quái dị" này không hề có ý muốn hại bọn họ. Nói cái gì mà tà không thắng chính, cứ hệt như bọn họ là người chủ trì chính nghĩa trên thế gian này vậy.

Nhưng Tạ Trân thì lại không giống với hiểu biết của Nhung Nhung về người phàm. Khi mới gặp, hắn từng mỉa mai đám người Nhung Nhung "không phải người", song sau khi bị Nhung Nhung phản biện một cách nghiêm khắc thì hắn không còn nói gì thêm về thân phận của họ nữa. Nhung Nhung ban đầu còn tưởng hắn vì khiếp sợ uy nghiêm của mình mà không dám nói lời bất kính, sau này mới biết, hắn chỉ là không hề để tâm chuyện này, câu nói "không phải người" ấy của hắn cũng không phải có ý muốn khinh thường.

Trên quãng đường đi, Tạ Trân vừa không hề có ý sợ sệt mà cũng chẳng có chút tôn kính nào đối với ba kẻ đồng hành "không phải người" của mình. Nếu không phải vì bị cơn đau đầu hành hạ, hắn có lẽ cũng chẳng quan tâm đến việc hồn phách của mình không giống với người thường, nói theo cách của Thời Vũ chính là hắn không phải kẻ có đầu óc thông suốt khoáng đạt mà là một kẻ quá lười nhác. Chính vì lười nên hắn không hề hiếu kỳ trước những chuyện lạ, gặp phải những việc ly kỳ thì chỉ biết thuận theo thiên mệnh.

So với người phàm thì bản lĩnh của Tạ Trân cũng có thể gọi là lợi hại, nhưng nếu gặp chuyện không cần ra tay thì hắn tuyệt đối sẽ không ra tay. Chỉ khi trong tình huống cực kỳ nguy hiểm, hắn mới buộc phải xuất chiêu để bảo toàn tính mạng, nhưng nếu nhận thua mà có thể giải quyết được thì hắn tuyệt đối sẽ không kháng cự.

Hắn sợ đau, sợ phiền phức, không chịu được mệt mỏi vất vả, ngoài mấy việc đó ra thì tất cả đều không quan trọng. Rõ ràng hắn là người phàm, nhưng hắn lại giống một yêu quái đã sống mấy vạn năm hơn cả lũ yêu quái thật là Nhung Nhung và Thời Vũ.

Do Tạ Trân sức đi bộ có hạn, thế nên sau khi rời khỏi Huyền Lũng Sơn không bao lâu, tất cả bọn họ đều đổi sang cưỡi ngựa và đi theo đường lớn, lúc đi qua những thôn làng thì đều tìm nơi tá túc. Nhung Nhung thấy rất thú vị, còn Linh Chí thì không có ý kiến gì. Thời Vũ cuối cùng cũng thoát được cảnh phơi gió nằm sương, đây vốn là điều hắn luôn mong muốn, nhưng không hiểu sao hắn lại không cảm thấy vui chút nào.

Qua khỏi địa giới Cam Châu thì đã là đầu đông, trước mắt là những bãi cát vàng lộng gió, bên tai bắt đầu nghe văng vẳng tiếng chuông lạc đà, Trường An lúc này đã ở xa mãi tận chân trời.

Đường đi lúc này dần thưa thớt xóm làng, họ đã đi liên tục mấy ngày trong hoang mạc, hôm nay mới vừa hay tìm đến được một thành trấn nhỏ trước khi mặt trời lặn.

Trấn này có tên là Phúc Lộc, nằm trong khu vực Kỳ Liên Sơn, địa giới không lớn, cả trấn nằm quanh co trên một ngọn đồi. Trong trấn có nhiều dân tộc cùng sinh sống, do là nơi nghỉ chân của những thương khách qua lại giữa Trường An và Tây Vực nên những chỗ ăn uống tá túc đều có đầy đủ cả.

Khi vào trong thành thì trời cũng vừa tối, vừa bước vào cổng, bọn họ đều lập tức kinh ngạc trước sự náo nhiệt nơi đây. Trên đường người qua kẻ lại tấp nập, trống nhạc huyên náo, nhiều người cầm đuốc trên tay, ánh lửa kéo dài như những con rắn phát sáng trong đêm.

Dường như họ đến đúng lúc trong thành đang có một lễ tế rất trọng đại. Nhung Nhung liền giục Linh Chí lại gần quan sát, thấy phía trước có một con rồng đen được tạo thành từ khung trúc và vải lụa, do hơn mười chàng trai lực lưỡng điều khiển múa lượn. Con rồng có thân hình to lớn, vẻ mặt hung dữ, miệng ngậm hỏa ngọc[116], liên tục phun lửa, trông có vẻ không phải vật lành. Có bốn vu nhân[117] đeo mặt nạ, đang khoa tay múa chân phía sau đuôi nó, làm điệu bộ xua đuổi.

Ở giữa có một đài cao được dựng từ trúc, phía trên có một bức tượng, dường như chính là vị thần mà bọn họ cúng tế hôm nay. Xung quanh bức tượng có rất nhiều người đang thành tâm cầu nguyện, liên tục dâng hương và hoa quả.

“Nào nào, để ta xem xem bọn họ đang bái lạy vị thần tiên nào.” Nhung Nhung hai mắt sáng rực, nghển cổ lên ngóng. Mắt của nàng rất tinh, đứng từ rất xa cũng có thể trông thấy đó là bức tượng của một tôn giả[118] áo trắng râu trắng, đầu đội cao quan[119], hai mắt hơi nhắm, vẻ mặt ôn hòa.

---

[116] Loại ngọc có thể tỏa nhiệt, có màu đỏ.

[117] Pháp sư, pháp sư.

[118] Cách xưng hô người đức cao vọng trọng.

[119] Mũ cao dài của người tu đạo.

Phía sau bức tượng có một hàng dài những người mặc áo trắng đang đứng thành hàng, bọn họ già có trẻ có, đều là nam nhân, đầu cũng đội cao quan, sắc mặt nghiêm túc, trên mình có mang nhiều pháp khí.

Nhung Nhung có hơi thất vọng, xụ mặt xuống nhỏ giọng kêu ca: "Lão già này là ai thế? Lại là một kẻ chuyên lừa gạt đám tu tiên cuồng vọng được trường sinh bất lão."

"Đây là đại lễ của Đông Cực Môn, chẳng có gì đáng xem cả, chúng ta đi tìm chỗ nghỉ chân đi thì hơn." Tạ Trân tay cầm sợi dây buộc con ngựa già trông cũng đang mệt mỏi chẳng khác gì hắn, lảo đảo trong dòng người đang chen chúc qua lại.

Nhung Nhung cảm thấy có hơi kỳ lạ, "Đông Cực Môn là gì? Nơi này rõ ràng nằm ở Tây Bắc, sao lại tự xưng là Đông Cực?"

"Đông Cực Môn là môn phái tu tiên của người phàm, họ là tín đồ của Thanh Dương quân. Thanh Dương từng là chủ nhân của Đông Cực, thế nên mới có tên gọi là Đông Cực Môn." Tạ Trân vừa ngáp vừa giải thích, "Nghe nói Thanh Dương quân có tấm lòng nhân ái, cứu vớt vạn vật, mấy trăm năm nay khắp Trung Nguyên đầy rẫy những tín đồ của Đông Cực Môn, hình như có một số người cũng đã tu thành chính quả."

Nhung Nhung trợn tròn mắt, "Ý ngươi là... cái lão già xấu xí đó là Thanh... Thanh Dương quân sao?"

"Đương nhiên rồi. Sao thế, ngươi từng gặp Thanh Dương quân rồi à?" Tạ Trân chỉ muốn mau chóng tìm một chỗ để ngủ một giấc cho đã, giọng nói có hơi ngao ngán: "Hôm nay là đản thần[120] của Thanh Dương quân, không ngờ ở một tiểu trấn xa xôi thế này cũng tổ chức nghi thức trọng đại như thế."

Nhung Nhung còn chưa biết nên biểu cảm thế nào thì chợt nghe thấy một giọng cười quen thuộc. Thời Vũ đứng cách xa đám người, nhưng giọng cười lại truyền vào tai Nhung Nhung rất rõ ràng. Hắn tỏ ý bảo Nhung Nhung nhìn kỹ con thần thú làm bằng giấy được đặt đằng sau bức tượng "Thanh Dương quân", con thần thú ấy được làm rất qua loa, trông vừa giống chó lại vừa giống lợn, trên mặt có hai con mắt to như chuông đồng, ngơ ngác nhìn thẳng vào chủ nhân của nó.

"Con đó chắc chắn là ngươi rồi." Thời Vũ nhìn sang Nhung Nhung bằng vẻ mặt thông cảm, "Chủ nhân của ngươi nuôi ngươi đúng là béo tròn thật đấy!"

"Linh Chí, ta đánh không lại Thời Vũ. Người giúp ta xử lý hắn với!" Nhung Nhung giận đến mức khàn cả giọng, "Người xem hắn còn dám cười nữa..."

Linh Chí hoàn toàn không quan tâm bọn họ. Vừa rồi hắn nhìn thấy trên phố có một bà lão mặc giả bào đang lom khom chen chúc giữa dòng người.

Vũ La?

Dường như cảm nhận được ánh nhìn của Linh Chí, Vũ La cũng quay sang nhìn hắn, khẽ gật đầu rồi mau chóng biến mất giữa dòng người.

---

120 Ngày sinh, còn gọi là sinh thần.

"Chúng ta tìm một khách xá[121] trước đi." Linh Chí vừa nói vừa vỗ vào người Tạ Trân lúc này đang đứng gật gù. Chẳng qua chỉ là hai đêm không chợp mắt thôi mà, sao lại buồn ngủ đến mức này chứ?

Thời Vũ mau chóng đáp lời.

Lúc này, đoàn người phía trước chợt vang lên tiếng huyên náo, có người hét to: "Sao thế này? Con thần thú này sao đột nhiên lại bị cháy vậy?"

Trong Phúc Lộc trấn chỉ có một khách xá duy nhất cũng tên là Phúc Lộc. Thời gian này Thời Vũ càng ngày càng quen với việc đặt phòng, vừa gặp chưởng quỹ[122] là đã mau chóng hỏi xem có còn phòng thượng hạng nào không. Chưởng quỹ đang mải quan sát sự náo nhiệt bên ngoài lúc này mới quay sang đánh giá mấy người phương xa vừa đến, vừa nhìn thấy dung mạo mấy người liền rạng rỡ hẳn mặt mày, ánh mắt cứ nhìn Thời Vũ mãi không thôi.

Thời Vũ nghe nói vẫn còn hai gian phòng thượng hạng thì mừng ra mặt, khảng khái rút một xâu tiền đưa cho chưởng quỹ.

Linh Chí đứng cạnh chuồng ngựa, muốn lấy cớ cần cho ngựa uống nước để tránh việc Nhung Nhung cứ bám lấy hắn mà mách lẻo. Tạ Trân đứng mơ màng gần đó, thấy Thời Vũ đã giao dịch xong với chưởng quỹ thì liền bước đến, khi đi ngang

---

121 Quán trọ.

122 Người quản lý tính toán sổ sách của quán hoặc tiệm, thường là chủ quán hoặc chủ tiệm.

qua người hắn mới nói: "Tiền dùng để trả tiền phòng lần này lại là cái gì thế?"

Đi cùng mấy ngày qua, hắn cũng xem như có chút hiểu biết về Thời Vũ. Những thứ bẩn thỉu như tiền bạc của người phàm, Thời Vũ chắc chắn sẽ không động tay vào.

Thời Vũ chẳng thèm ngước mắt lên mà hỏi lại: "Ngươi có tiền sao?"

"Khi ở Huyền Lũng Sơn, ta đã đưa túi tiền cho ngươi rồi còn gì." Tạ Trân tỏ vẻ vô tội.

"Ta vứt rồi." Thời Vũ quay lại, vẫy tay với hai người đứng ngoài cửa. Hai người ấy một kẻ thì chuyên gây phiền phức, người còn lại thì không màng thế sự, trong mắt đều chẳng quan tâm mấy chuyện vặt vãnh này.

Chưởng quỹ khách xá đang hí hửng đếm tiền, nhưng Tạ Trân biết rõ, mớ tiền trong tay ông ta thật ra chỉ là một nắm lá khô mà thôi.

"Người phàm cũng có khó khăn của người phàm." Tạ Trân lục hết khắp người, nhưng tiếc là không lấy ra được một đồng nào, đành phải tháo ngọc bội giắt ở thắt lưng ra đưa cho Thời Vũ. "Cái này có thể đổi được một ít tiền đấy."

"Ngươi đừng hòng hại ta." Thời Vũ từ chối. Miếng ngọc bội ấy là của người nhà Tạ Trân tặng cho hắn, cũng là thứ đáng tiền duy nhất còn lại trên người hắn. Nếu Linh Chí biết được, cho dù không trừng phạt Thời Vũ thì e cũng sẽ không dễ dàng chịu bước vào địa giới của người phàm mà tá túc nữa.

"Chỉ cần ta không chết thì đảm bảo số tiền trong tay ông ta sẽ không bao giờ thay đổi." Thời Vũ liếc mắt nhìn Tạ Trân, "Nếu không phải tại ngươi thì ta cũng không đến mức phải làm vậy."

"Cũng phải, những thứ tốt do ngươi biến ra ta đều không thể nào nhìn thấy, đúng là không có phúc phận mà." Tạ Trân cũng bất lực. Mấy hôm trước, khi đi qua vùng Qua Bích hoang vắng, lúc nghỉ ngơi, Thời Vũ không chịu được bèn biến ra một gác tía lầu son giữa hồ xanh biếc. Nhung Nhung trông thấy hoan hô không ngớt, nhưng tiếc là trong mắt của Tạ Trân thì núi vẫn là núi, cát vẫn là cát.

Đêm đến, cả vùng Tây Bắc chìm vào giấc ngủ. Linh Chí ngồi trên trụ chính của mái nhà khách xá, gió thổi đến từ bốn phía, mang đầy mùi hương của nhân gian.

Thời Vũ đột nhiên hiện thân, trông như có điều muốn nói nhưng lại do dự.

"Ngươi cứ lướt qua lướt lại bên cạnh ta làm gì thế?" Linh Chí mở mắt hỏi.

"Tôi sợ ảnh hưởng chủ nhân tĩnh tâm tu luyện." Thời Vũ bước lên bẩm báo: "Tôi đã hỏi thăm chưởng quỹ và mã phu ở khách xá, biết được ở đây có một truyền thuyết: Ra khỏi trấn đi về phía tây bắc sẽ thấy một ngọn Ô Vỹ Lĩnh, chỉ cần vượt qua Ô Vỹ Lĩnh thì sẽ thấy một con sông lớn, mấy ngàn năm trước nơi ấy từng có một con hắc long gây họa. Nghe nói hắc long ấy bản tính hung tợn, miệng liên tục phun lửa, khiến cho thiên địa bất an, vạn dân khó mà sinh sống. Cũng may có Thanh Dương quân hạ phàm trừ hại cho dân, tiêu diệt con hắc long ấy, khiến cho vùng này từ đó cây cỏ tốt tươi, được gọi là Giang Nam miền hoang sơ. Nhưng không hiểu vì sao, mấy trăm năm nay khí tượng thay đổi, càng ngày càng ít mưa, có người nói khu vực xung quanh Táng Long Than[123] đã bị vây trong biển lửa, vô cùng nóng bức, cỏ cây không sống nổi..."

"Táng Long Than?"

"Táng Long Than chính là nơi đã chôn xác con hắc long trong truyền thuyết, nơi đó vốn dã hoang vu vắng vẻ, bây giờ lại càng không người qua lại. Người ở đây đều tin rằng hồn phách con hắc long ấy đã hồi sinh, tích tụ oán khí mấy ngàn năm nên mới tạo ra hiện tượng này. Vậy nên bọn họ đều mong Thanh Dương quân có thể hiển linh, một lần nữa chế ngự hắc long, trả lại cho họ những ngày tháng mưa thuận gió hòa."

"Bây giờ mấy loại rồng rắn có thể tu luyện được đến cảnh giới như bằng hữu của ngươi là Bạch Giao còn hiếm gặp nữa là, làm sao có thể xuất hiện Viêm Long được? Cải tử hoàn sinh lại càng là chuyện nực cười." Linh Chí trầm ngâm nói.

"Truyền thuyết nhân gian khó tránh khỏi thêm mắm dặm muối, nhưng tôi đã thử thăm dò hồn phách của chưởng quỹ và mã phu ấy, phát hiện họ không hề nói dối. Khoan nói đến chuyện thật giả, bây giờ chúng ta đã đến đây rồi, chi bằng cứ đến Táng Long Than ấy xem thử đi." Thời Vũ nói xong lại

[123] Than: Bờ sông.

sợ Linh Chí trách mình đã tự tiện quyết định, liền nói thêm: "Không biết ý chủ nhân thế nào?"

Linh Chí nhìn về phía tây bắc, thấy ở nơi trập trùng bóng núi có thấp thoáng ánh lửa. Vừa rồi lúc thiền định ở đây, hắn đã cảm nhận được nơi đó có một nguồn nguyên linh cực kỳ bất thường đang trôi nổi, xao động mà mạnh mẽ. Hắn ngửa cổ hít một hơi thật sâu, cố gắng kìm nén ham muốn trong lòng, bởi đó chính là món ăn lý tưởng nhất đối với Bạch Ô Nhân.

"Cũng được." Hắn gật đầu đáp.

Chương 24

Cả đời không say

"Mấy người trong trấn này đều bị truyền thuyết lừa rồi. Ta chưa bao giờ nghe nói ngài ấy từng giết con hắc long nào cả." Nhung Nhung đột nhiên xuất hiện trên một cây táo cạnh mái nhà. Nàng vẫn chưa hết bực mình chuyện bức tượng ông lão già nua và con thần thú xấu xí bên cạnh, nhưng cũng cảm thấy buồn cười, đứng trên cành cây cười đến mức khiến nó nghiêng ngả, "Đúng là nên bảo ngài ấy hạ phàm xem thử tín đồ của ngài ấy đã nặn tượng ngài ấy ra nông nỗi thế nào!"

"Nếu không vừa mắt thì sao ngươi không hủy luôn cả bức tượng của ngài ấy đi?" Thời Vũ châm chọc. Hắn nhận ra,

Nhung Nhung ngoài miệng thì đang cười nhưng khóe mắt thì lại đỏ hoe, có lẽ vừa mới khóc một trận. Trong lòng nàng chắc chắn vẫn mang oán hận với Thanh Dương quân, nếu không đã không thẳng thừng rời bỏ Côn Luân Khư, nói thế nào cũng không chịu quay về như vậy.

"Bức tượng đó lớn quá, ta sợ nó đổ xuống sẽ ảnh hưởng người vô tội." Nhung Nhung cố biện minh.

Vừa rồi trong cơn nóng giận, nàng đã phóng hỏa thiêu rụi con thần thú bằng giấy kia, vốn cũng định đánh đổ luôn bức tượng của Thanh Dương quân, với con mắt của đám người phàm đó tuyệt đối sẽ không nhận ra là ai làm. Song khi đứng trước bức tượng ấy, nhìn thấy gương mặt của người gọi là "Thanh Dương quân" kia, không hiểu sao nàng lại không thể ra tay, mặc dù rõ ràng lão già đó trông không giống Thanh Dương quân một chút nào.

Thời Vũ trong lòng lại hiểu rõ, phế vật, chỉ tự ôm nỗi đau trong lòng thì có ích gì? Hắn vốn không muốn quan tâm nàng, nhưng lại không chịu nổi cái dáng vẻ cố gượng cười này, bèn thở dài rồi hóa ra một vật trong tay mình, ném về phía cái cây.

Nhung Nhung liền đưa tay chộp lấy bình rượu mà Thời Vũ ném sang, mở ra ngửi rồi mừng rỡ nói: "Tư Vô Tà?"

"Ta đã pha nó với một vò rượu thạch lựu trong khách xá này. Đêm nay cảnh trăng rất đẹp, tìm một nơi nào đó đi rồi ta với ngươi cùng say một trận. Đừng có ở đây than ngắn thở dài nữa, làm phiền sự yên tĩnh của chủ nhân."

"Không sao." Linh Chí vẫn nhắm mắt, bình thản nói.

"Cũng đúng, còn có nơi nào có cảnh trăng đẹp hơn ở đây nữa chứ?" Thời Vũ quay lại nhoẻn miệng cười rồi ngồi xuống mái nhà, tự mình ôm một vò rượu, ngửa cổ uống một ngụm.

"Linh Chí, người cũng cùng uống đi, chúng ta không say không về!"

"Vết thương của chủ nhân còn chưa lành, không được uống rượu."

Nhung Nhung đành ngồi lặng lẽ uống rượu. Trên trời lúc này không một gợn mây, vầng trăng tròn vằng vặc không một vật cản, gần đến mức khiến người ta ngập ngừng, bối rối.

Sự im lặng của Nhung Nhung khiến mọi người không thấy quen chút nào.

"Hôm nay là sinh thần của Thanh Dương quân, trên Cửu Thiên chắc phải náo nhiệt lắm nhỉ?" Thời Vũ gợi chuyện.

"Ai mà biết? Ta rời khỏi nơi đó cũng rất lâu rồi, mọi thứ chắc cũng đã thay đổi nhiều. Khi ta còn ở Côn Luân Khư còn không biết ngài ấy có tín đồ." Nhung Nhung lau vết rượu trên miệng rồi cười nói: "Lúc trước, sinh thần của ngài ấy luôn rất lặng lẽ. Lúc đầu là do không có ai nhớ, còn sau đó thì ngài ấy cũng không thích có ai đến chúc mừng. Trong Thương Linh Thành chỉ có mỗi ta và ngài ấy. Ngài thích nhất là chơi Đầu Hồ[124]

[124] Đầu Hồ là tên gọi một trò chơi thể loại du hí của giới thượng lưu trong khối văn minh Đông Á, phổ biến ở các nước Trung Hoa, Hàn Quốc, Nhật Bản và Việt Nam. Theo từ ngữ, "Đầu" nghĩa là ném và "hồ" là cái bình, chơi Đầu hồ là ném cái phi tiêu cho lọt vào trong miệng bình.

với ta, ai thua thì phải uống rượu, năm nào ngài cũng say một trận, còn bảo là Tư Vô Tà đắng quá. Ôi, cả tửu lượng và khả năng chơi Đầu Hồ của ngài ấy đều tệ quá..."

"Ngươi rời khỏi Côn Luân Khư có phải do Thanh Dương quân đã phụ lòng ngươi không?" Linh Chí chợt hỏi thẳng.

Thời Vũ suýt nữa sặc rượu, đúng là chỉ có Linh Chí mới có thể hỏi một cách không ngần ngại như vậy.

Nhung Nhung cũng ngẩn người một lúc. Trước nay chưa từng có ai hỏi nàng chuyện này, ngay cả nàng cũng không dám tự hỏi mình. Nàng ngơ ngác gật đầu, rồi sau đó lại lắc đầu, "Không, ngài đối xử với ta rất tốt. Ngài ấy điểm nào cũng tốt..." Vừa nói nàng vừa uống một ngụm rượu, nhâm nhi một lúc lâu rồi chợt cảm thấy đau khổ tột cùng, òa khóc nức nở, "Điều khiến ta buồn chính là ngài ấy chẳng làm gì sai cả, nhưng ta vẫn rất đau lòng!"

"Ngài ấy bảo ta hóa hình, ta liền hóa hình, những việc ngài ấy không muốn ta nhớ, ta đều phải quên, ngài ấy nói muốn tốt cho ta, ta cũng đành phải ngoan ngoãn chấp nhận." Nhung Nhung nước mắt đầm đìa, "Ngài ấy chưa từng phụ ta, có phải là do ta đã quá tham lam không?"

Thời Vũ nói: "Tội lỗi bắt nguồn từ ham muốn, tai họa bắt nguồn từ tham lam, sai lầm bắt đầu từ dục vọng, tuy nói như vậy, nhưng những kẻ tu luyện ngàn năm như chúng ta, có ai mà không dính phải chữ tình chứ?"

"Thời Vũ, vẫn chỉ có ngươi hiểu ta nhất, ta biết ngươi tốt với ta nhất." Nhung Nhung sà vào lòng Thời Vũ, nghẹn ngào muốn được an ủi. Thời Vũ bị nàng ta đè cho ngã ngửa trên mái nhà, hít một hơi thật sâu, không muốn ôm lại nhưng cũng chẳng nỡ đẩy ra, cả người không tự tại. Trong lúc hắn đang suy nghĩ xem nên nói thế nào để Nhung Nhung chịu buông ra thì chợt nghe nàng ta càu nhàu: "Ngươi trưởng thành rồi thì cả người đều cứng, ôm không được thoải mái như trước nữa."

"Lúc trước ta cũng chưa từng ôm ngươi." Thời Vũ cảm thấy chán ngán, chợt cảm thấy Nhung Nhung đã buông ra, còn chưa kịp nhẹ nhõm thì quay sang đã thấy Nhung Nhung đang tựa vào người của Linh Chí.

Linh Chí cũng có hơi bất ngờ, nhưng thấy nàng ta khóc đau lòng quá nên chỉ đưa tay khẽ vỗ lên đầu nàng ta rồi thẳng thắn nói: "Nếu đã không có được thì khóc cũng vô dụng. Giờ hãy cố gắng tu luyện, sẽ có ngày khiến ngài ấy phải bại dưới tay ngươi, đó mới là cách tốt nhất."

Thời Vũ khẽ hắng giọng.

Nhung Nhung thấy đầu óc có hơi choáng váng, cho rằng mình có lẽ đã say rồi, bởi dù có nghĩ thế nào cũng không hiểu được việc "không có được" và "cố gắng tu luyện" thì có liên quan gì đến nhau, chỉ biết ngồi sụt sùi tấm tức khóc.

"Có rượu ngon, trăng đẹp, bằng hữu kề bên, tiểu nha đầu tại sao lại buồn như thế?" Tạ Trân nhảy lên mái nhà hỏi. Hắn đã ngủ được một giấc rồi nhưng mặt lúc này vẫn còn rất mơ màng, "Lúc trước ta cứ nghĩ thoát khỏi xác phàm thì có thể mặc áo lông ngũ sắc bay qua bay lại trên mây, tự do tự tại, không chút ưu phiền. Vậy mà các ngươi tại sao người nào người nấy cũng đều mặt mày đau khổ, việc cần làm thì vẫn phải làm, buồn bã cũng chẳng bớt đi chút nào."

"Cả ngày bay qua bay lại thì chỉ có bọn ruồi muỗi thôi!" Nhung Nhung bực dọc trừng mắt với Tạ Trân. "Các ngươi gặp phải chuyện buồn chỉ cần chịu đựng vài chục năm, sau khi trút hơi thở thì mọi thứ sẽ tiêu tan. Còn bọn ta sống rất lâu, nếu gặp phải chuyện không vui thì sẽ phải buồn rất lâu!"

"Vậy người phàm còn tu tiên để làm gì?" Tạ Trân tìm một chỗ ngồi xuống, khụt khịt mũi hỏi: "Rượu ở đâu ra vậy?"

Thời Vũ đành phải đưa cho hắn một vò, "Chỉ có từng này thôi. Rượu này dù là có pha với rượu của người phàm, nhưng vẫn rất mạnh, ngươi uống vào bị say chết thì cũng đừng trách ta đấy."

Tạ Trân cười nói, "Chết vì say sẽ không đau đớn, cũng là một cách chết hay."

Nhung Nhung bực mình vì bị phá ngang cơn đau khổ nên liền kéo hắn lại kể lể than vãn một thôi một hồi. Nàng ta đã uống khá nhiều rượu nên nói năng bắt đầu hơi lảm nhảm, Tạ Trân sau khi nghe nàng ta nói một mạch xong liền vỗ đầu nàng ta rồi nhún nhường nói: "Ta sai rồi, ngươi cứ tiếp tục khóc đi!"

Mái nhà nhấp nhô, gạch ngói gồ ghề, Tạ Trân đổi tư thế ngồi mấy lần mà vẫn không thấy dễ chịu. Hắn đưa mắt nhìn những người xung quanh, thấy Linh Chí đang ngồi vững như Thái Sơn trên mái nhà, Thời Vũ ngồi ở mái hiên, tư thế nho nhã, nhìn kỹ mới biết hắn đang lơ lửng, hoàn toàn không ngồi lên ngói, còn Nhung Nhung vì giận dỗi mà đã bay trở lại cây táo ngồi lắc lư theo ngọn gió trên cành cây.

"Các ngươi cũng có cái hay của các ngươi." Tạ Trân nói ra một câu ngưỡng mộ hiếm hoi: "Đến đâu cũng có thể tự tại an thân, lại không biết mệt mỏi, ngay cả mấy việc vặt vãnh như ăn uống ngủ nghỉ cũng không cần để tâm... Vậy mà các ngươi vẫn phí sức đi uống rượu."

"Sợi roi của ngươi không nên lấy tên là Trường Sinh, tốt nhất nên gọi là Trường Xà đi." Thời Vũ mỉa mai: "Quá sức lười nhác, ngươi xem ra chẳng khác gì một con rắn ngủ đông cả."

Vừa mới ngủ dậy, đầu đã đỡ đau, lại hiếm khi có dịp rảnh rỗi thế này, vậy nên Tạ Trân không hề nổi giận. Hắn tìm một chỗ ngồi xuống bên cạnh Linh Chí, nếm thử chút rượu rồi tỏ vẻ ngạc nhiên: "Đây là cái gọi là rượu ngon của thần tiên đấy sao? Ngon thì ngon đấy nhưng nhẹ quá."

Linh Chí biết rõ sự lợi hại của Tư Vô Tà, lập tức quay sang liếc nhìn hắn. "Ngươi sống được đến bây giờ không phải dễ dàng, nếu thật sự say mà chết thì không phải oan uổng lắm sao?"

Tạ Trân nghe thế lại thử uống thêm vài ngụm nữa, vẫn chưa cảm nhận được cơn say. Rồi trước khi Linh Chí kịp ngăn cản, hắn đã mạnh tay nốc cạn nửa vò rượu vào bụng.

"Không ngờ kẻ chán sống nhất trong số chúng ta lại là một người phàm!" Nhung Nhung tặc lưỡi.

Thời Vũ lạnh lùng quan sát, chờ trò vui diễn ra, ai ngờ mọi người nín thở chờ một lúc lâu mà cũng chỉ nghe Tạ Trân nấc nhẹ một cái.

Tạ Trân chìa vò rượu ra trước mặt Linh Chí đang ngẩn người, "Nào! Chúng ta trùng phùng tại kiếp sau, ta vẫn chưa say với ngươi một bữa."

"Chủ..." Thời Vũ vừa mở miệng thì đã thấy Linh Chí thản nhiên nhận lấy vò rượu. Hắn đành phải ngậm ngùi im lặng, buồn bực nhìn về phía xa xăm.

Linh Chí nhấp hai ngụm rượu, cảm thấy thứ này tuy không đáng sợ bằng rượu đã uống lúc ở quán rượu của Nhung Nhung, nhưng tuyệt đối cũng không hề nhẹ như Tạ Trân đã nói, chẳng mấy chốc mặt của hắn đã đỏ bừng lên theo cơn say.

Tạ Trân vỗ vai Linh Chí nói, "Không hiểu vì sao, ta đã sớm biết tửu lượng của ngươi không tốt. Lẽ nào đây cũng là ký ức từ kiếp trước sao?"

"Rượu này vô dụng với ngươi, đúng là đàn gảy tai trâu mà." Trong mắt của Nhung Nhung, Tạ Trân mới thật sự là "quái vật", nàng cảm thấy rất hiếu kỳ: "Ngươi trước nay luôn thế này sao?"

Tạ Trân nghiêng đầu ngẫm nghĩ một lúc rồi chậm rãi nói: "Ta xuất thân con nhà thế gia, mà phụ thân ta cũng chỉ có một đứa con nối dõi là ta. Khi còn trẻ, gia phụ do bận việc triều chính nên các thê thiếp trong nhà tha hồ gây chuyện. Ta còn nhớ khi ta vừa mới hiểu chuyện, có một hôm mẫu thân ta đột nhiên bệnh nặng, thuốc thang thế nào cũng không khỏi. Cũng may người nhà mời đến được một cao nhân, phát hiện ra tròng mắt mẫu thân ta có màu lạ, nghi ngờ bà đã bị trúng vu thuật. Sau đó người nhà quả nhiên tìm được hai con hình nhân bằng gỗ trong phòng của một người thiếp, một con có khắc sinh thần của mẫu thân ta, một con khắc của ta. Nhưng điều kỳ lạ là tuy cùng lúc bị trúng thuật chú nhưng mẫu thân ta suýt mất mạng, còn ta thì lại bình yên vô sự, vị cao nhân trừ tà kia cũng không rõ nguyên nhân là gì. Đó là lần đầu tiên ta nhận ra mình hoàn toàn khác với mọi người."

"Ta nghe nói pháp sư người Hồ có thể liên lạc với ma quỷ, những ai bị trúng bùa chú của họ thì tròng mắt sẽ hơi có màu đỏ, nếu không phá được chú thì sau bảy ngày sẽ phát điên mà chết. Nhưng ngay cả Thời Vũ mà còn không làm gì được ngươi thì mấy trò pháp thuật tầm thường đó càng không đáng nói." Linh Chí nói xong chợt nghe có tiếng ho khẽ phát ra từ chỗ Thời Vũ, Thời Vũ quay đầu lại ngạo mạn nói: "Lần trước là do tôi không biết sự cổ quái của hắn nên có hơi bất cẩn. Nếu chủ nhân không trách tội, tôi đương nhiên có hàng trăm cách để giết chết hắn."

Linh Chí không phản ứng, hắn thật sự không hiểu Thời Vũ vì sao cứ muốn đối đầu với Tạ Trân như vậy. Trong mắt của hắn thì Thời Vũ tuy có vẻ ngoài của người trưởng thành nhưng tính cách thì vẫn còn là trẻ con.

"Con người sống không quá trăm năm, ta sớm muộn gì cũng phải chết, ngươi cần gì phải tốn công như thế?" Tạ Trân chớp mắt nhìn Thời Vũ rồi lại nói: "Do chứng đau đầu của ta trị mãi không khỏi nên năm ta mười mấy tuổi, trưởng bối trong nhà quyết định đưa ta đến Đông Cực Môn tu hành. Ta học được ba năm nhưng không học được một chút pháp thuật nào, nhưng sử dụng roi càng lúc càng thuần thục. Trưởng bối và sư huynh đệ trong môn đều nói ta không có chút năng khiếu tu hành nào, nhưng nếu ra tay thì khó ai có thể là đối thủ của ta. Vậy nên sau đó ta lại trở về nhà."

"Ta biết rồi!" Ánh mắt Nhung Nhung chợt sáng lên, phấn khích nhảy từ cành cây sang chỗ họ, "Ta rốt cuộc đã biết được tại sao Tạ Trân lại có thể chặn được mọi pháp thuật rồi!"

Linh Chí kinh ngạc đến mức suýt đánh rơi cả vò rượu trong tay. Một bí ẩn mà ngay cả đại chấp sự còn không giải được giờ lại được Nhung Nhung nhìn thấu, lẽ nào việc này rốt cuộc có liên quan đến thượng giới sao?

"Có gì nói mau đi, nhảy lên nhảy xuống làm gì?" Thời Vũ thi triển pháp thuật khóa chặt Nhung Nhung giữa không trung.

Nhung Nhung dù đang bị lơ lửng ở tư thế hết sức buồn cười nhưng vẫn không thể ngậm miệng, mau chóng nói: "Ta nhớ Linh Chí từng nói, nơi mà Tạ Trân sống ở kiếp trước là dưới chân Tiểu Thương Sơn. Hắn chắc chắn là con do Bạch Ô Nhân và người phàm lén lút sinh ra, thế nên mới... Trời ơi, Thời Vũ xấu xa."

Nàng ta đang nói chợt rơi xuống, cũng may phản ứng mau lẹ nên trước khi chạm đất đã kịp thời phi thân lên.

Tạ Trân kinh ngạc đến mức không khép được miệng, còn Thời Vũ tuy trên mặt giống như đang hiện rõ chữ "chán ngắt", nhưng vẫn bất giác quay sang quan sát phản ứng của Linh Chí.

Nhung Nhung cảm thấy suy đoán này của mình rất có lý nên vô cùng đắc ý, nhưng chợt cảm thấy chột dạ. Nói thế này liệu có động chạm đến điều cấm kỵ gì của Linh Chí không? Nàng ta mau chóng chuẩn bị tư thế né tránh, nếu Linh Chí mà nổi giận thì sẽ lập tức nấp ra phía sau lưng Thời Vũ, như vậy sẽ an toàn, hay là nên nhờ Tạ Trân năn nỉ giúp nhỉ?

Không biết là do đã uống rượu hay là do tâm tính ngày càng ôn hòa hơn, Linh Chí chỉ tỏ ra ngạc nhiên một chút rồi kiên quyết phủ nhận, "Tuyệt đối không thể!"

"Bạch Ô Nhân cũng có thất tình lục dục, cũng có tình yêu, chủ nhân làm sao biết là không thể chứ?" Thời Vũ thong thả hỏi.

"Người trong tộc ta và người phàm không khi nào qua lại, người như ta chính là kẻ phản đạo rồi. Huống hồ Bạch Ô thị còn có bùa chú trên người, không thể thành hôn với người ngoài, cho dù có phá điều cấm kỵ mà tư thông thì đứa con sinh ra cũng không có chút năng lực đặc biệt nào."

"Ý của chủ nhân là... thật sự từng có Bạch Ô Nhân nảy sinh tình cảm với người ngoài, hơn nữa còn có con sao?" Thời Vũ nhạy cảm nắm bắt được trọng điểm trong câu nói của Linh Chí, điều này hoàn toàn ngoài dự liệu của hắn.

Linh Chí rõ ràng không muốn kéo dài chủ đề này, chỉ nói: "Nếu A Vô Nhi có liên quan đến Bạch Ô thì đại chấp sự không thể nào không nhìn ra. Huống hồ Bạch Ô Nhân muốn chống lại pháp thuật thì phải mượn lực của những thần khí như ô Thông Minh này thì mới làm được, trong khi hắn vừa sinh ra đã có năng lực này."

"Mặc kệ đi, ta chỉ cần làm người phàm là được rồi. Sống quá lâu sẽ mệt lắm, sống đời người phàm kiếp này chán rồi thì có thể kỳ vọng ở kiếp sau." Tạ Trân hoàn toàn không quan tâm mà cười nói: "Phải rồi, nói đến việc chống pháp thuật, ta lại nhớ ra một chuyện rất buồn cười: Năm ngoái ta ngao du đến Trường An, một đêm nọ ngủ lại ở một ngôi miếu ngoài thành, không ngờ lại gặp phải yêu quái. Ta thấy nàng ta xinh đẹp kiều diễm, vừa đến là đã muốn dâng hiến nên cũng không nỡ làm cụt hứng. Nhưng cuối cùng nàng ta dùng thuật mê hoặc định hút tinh khí của ta mãi mà không được, liền nổi trận lôi đình, tát ta một bạt tai rồi đùng đùng bỏ đi."

"Sao ngươi biết nàng ta là yêu quái?" Nhung Nhung hỏi.

"Một thư sinh anh tuấn như ta khiến cho yêu quái mê đắm cũng không có gì là lạ." Tạ Trân nói hết sức tự tin, rồi mặc kệ Nhung Nhung đang lừ mắt nhìn mình mà nói tiếp: "Nửa đêm ở nơi hoang vắng, đột nhiên lại có một giai nhân xinh đẹp mỹ miều xuất hiện, cho dù là người bình thường như ta cũng phải thấy nghi ngờ thôi. Hơn nữa lúc nàng ta tưởng đã mê hoặc được ta thì đã có chút bất cẩn, để lộ ra mấy cái đuôi lông màu đen nữa."

Linh Chí nghe lời mô tả của hắn chợt cảm thấy cảnh tượng ấy rất quen thuộc, "Có phải giữa chân mày ả ta có một chấm đỏ, dùng ánh mắt để mê hoặc người khác không?"

"Đúng vậy."

"Là A Cửu!"

Cả Linh Chí và Nhung Nhung đều đồng loạt cất tiếng.

"Thì ra các ngươi có quen nhau!" Tạ Trân vỗ đùi bật cười, "Cũng đúng, đều là yêu quái trong thành Trường An... Những kẻ tu luyện thì đương nhiên phải có giao tình thôi."

"Ta với ả chẳng có giao tình gì cả, cũng chỉ là tình cờ gặp giống ngươi thôi."

"Nói vậy tức là tiểu nương tử A Cửu này hết gặp phải ngươi rồi lại gặp phải ta, toàn là những kẻ không hiểu chuyện phong tình, số mệnh đúng là quá đáng thương mà. À, ngươi cũng đã ăn một bạt tai của nàng ta sao?"

Linh Chí lắc đầu.

"Sao nàng ta lại nương tay với ngươi nhỉ?" Tạ Trân thất thểu nói: "Lần sau nếu có duyên gặp lại, ta phải tranh luận với nàng ta một trận!"

Thời Vũ cất tiếng lạnh lùng như băng: "Không có lần sau đâu. A Cửu vô lễ với chủ nhân ta nên đã mất mạng dưới tay chủ nhân từ lâu rồi."

"A! À..." Tạ Trân thở dài một tiếng, bàn tay đang đặt tùy tiện trên vai Linh Chí liền lặng lẽ thu lại.

"Tạ Trân, ta và A Cửu ai đẹp hơn?" Nét mặt Nhung Nhung lúc này đã không còn vẻ ai oán vừa rồi nữa.

Tạ Trân lúc này vẫn đang nghĩ xem mình còn làm hành vi nào "vô lễ" với Linh Chí nữa không, thế nên chỉ lơ đãng nhìn Nhung Nhung một lúc rồi nói, "Chúng sinh ai cũng có điểm mạnh điểm yếu, tiểu nha đầu cần gì phải để bụng?"

"Đúng là tầm thường thô tục, ngươi quả nhiên không có chút năng khiếu tu luyện nào!" Nhung Nhung nổi giận quay sang hỏi ý kiến Linh Chí, "Người cũng thấy A Cửu đẹp hơn ta sao?"

Linh Chí đã hơi say, đứng dậy định rời đi, nghe hỏi như thế liền đáp mà không thèm quay đầu lại, "Ừ."

Nhung Nhung nhìn theo bóng lưng Linh Chí mắng thầm: "Bạch Ô Nhân chắc chắn là sinh ra từ tảng đá rồi."

"Ta cũng nghĩ như thế."

Nhung Nhung nghe thế liền quay sang nhìn Thời Vũ, Thời Vũ mỉm cười, có vẻ như đang chờ nàng ta tự mang nhục vào thân.

Nhung Nhung cảnh giác nói: "Ta không hỏi ngươi, ngươi không được nói gì hết!"

Thời Vũ bèn an ủi: "Ngươi dù sao vẫn còn đẹp hơn con thần thú bằng giấy kia."

Chương 25

Vui từ đâu đến

Cành cây táo trống trơn khẽ rung lên, Nhung Nhung đã phẫn nộ bỏ đi, trên mái nhà lúc này chỉ còn lại Thời Vũ và Tạ Trân.

Tạ Trân nằm dài ra trên mái nhà, thoải mái dang rộng tay chân. "Chỗ này đúng là rất thanh tịnh. Nếu có thể đánh một giấc, lấy màn trời làm chăn, mời ánh trăng vào giấc mộng thì đúng là tuyệt vời... Chỉ tiếc là nằm thế này có hơi đau lưng."

Trong mắt Thời Vũ, tất cả những giấc mộng của người phàm đều chỉ là những thứ tục tĩu, đê hèn, nhưng những cảm giác vui mừng, hụt hẫng, bi thương, kinh sợ lại vô cùng chân thật. Hắn quay đầu lại lạnh nhạt nói: "Nhân gian đúng là rất ồn ào."

Tạ Trân mơ màng, quay sang nói với Thời Vũ: "Còn rượu không? Sao ngươi không nói gì nữa, có phải cũng có tâm sự không?"

"Ngươi và Linh Chí quen nhau lâu rồi sao?" Tạ Trân chợt hỏi. Hắn vừa nằm vừa uống rượu, khiến rượu chảy xuống ướt cả áo, hắn chỉ phủi bừa vài cái rồi mặc kệ.

"Thế nào mới xem là lâu? Đối với chúng ta mà nói thì trăm năm cũng chỉ như một cái chớp mắt mà thôi." Thời Vũ mặt đầy vẻ mỉa mai, "Thời gian ta ở bên Linh Chí chắc chắn sẽ lâu dài hơn ngươi."

"Cũng đúng! Chỉ tiếc giống như lời Nhung Nhung nói, sống càng lâu thì phiền não sẽ càng dài. Như bọn ta đây thì lại không cần lo lắng chuyện trăm năm sau, có chấp niệm đến mấy thì cũng chỉ ở kiếp này mà thôi."

"Đường đi phía trước nguy hiểm khó lường, tại sao ngươi lại cứ đi theo bọn ta? Ngươi thật sự tin rằng ở đại hoang có phương thuốc trị được chứng đau đầu của ngươi sao? Tất cả cũng chỉ do Nhung Nhung bịa ra thôi, nàng ta ham chơi nên chỉ muốn có thêm người đi cùng mình."

Tạ Trân gối đầu lên tay, "Muốn gạt ta cũng được, dù sao ta cũng chẳng mất đi miếng thịt nào, đi cùng với các ngươi cũng khá thú vị mà."

"Chúng ta sao?"

"Đúng vậy, Nhung Nhung rất thú vị, ngươi cũng không đáng ghét, còn ta và Linh Chí thì vừa gặp đã rất thân quen. Trước đây ta chưa bao giờ nghĩ mình lại có thể làm bằng hữu với một người vừa lạnh lùng vừa kín tiếng như hắn. Nhưng sau khi gặp hắn, ta cứ có một cảm giác thân thiết rất kỳ lạ, mọi lời nói cử chỉ của hắn đều khiến ta cảm thấy vô cùng quen thuộc, thế nên chuyện của kiếp trước muốn không tin cũng khó."

Thời Vũ im lặng không nói. Trong lòng của Linh Chí có lẽ không hề quan tâm đến việc Tạ Trân đã chuyển thế, hắn luôn xem Tạ Trân chính là người bằng hữu đã xa cách tám mươi lăm năm của mình, trong đó có sáu mươi năm hắn bị phạt phải tu luyện một mình, thời gian trôi như dòng nước. Linh Chí và Tạ Trân đều không hề tỏ ra nồng nhiệt với sự trùng phùng này, nhưng chính vẻ thân thiết và thản nhiên không cần dùng lời nói ấy lại khiến Thời Vũ thấy nghẹn ở cổ.

"Phải rồi Thời Vũ, từ khi nào ngươi bắt đầu trở thành loan đồng[125] của Linh Chí thế..." Tạ Trân hỏi bâng quơ, nhưng vừa dứt lời thì chợt thấy cổ họng mình bị bóp chặt.

Mặt của Thời Vũ hết đỏ rồi lại trắng, hết trắng rồi lại đỏ, giận đến mức giọng nói cũng trở nên run rẩy.

"Ngươi nói cái gì? Vừa rồi ngươi mới nói cái gì? Dám nói năng xằng bậy như vậy... Ngươi đầu óc đen tối, mồm miệng

125 Thiếu niên có dung mạo xinh đẹp nên được thu nhận về hầu hạ, đôi khi hầu hạ cả chuyện chăn gối.

bẩn thỉu. Ta nể tình Linh Chí nên đã nhịn ngươi nhiều lần, ngươi thật sự tưởng không có pháp thuật thì ta không giết nổi ngươi sao?"

Tạ Trân cảm thấy ở cổ mình như có một cái gọng sắt lạnh bóp chặt, nghẹt thở đến tái mặt. Hắn đưa tay chộp lấy tay Thời Vũ rồi giải thích một cách khó khăn: "Này này, ta không có ý gì đâu. Các ngươi ở cùng với nhau, ta thấy ngươi dung mạo xuất chúng, lại còn luôn miệng gọi hắn là chủ nhân, thế nên ta mới hiểu lầm là... Thời Vũ Thời Vũ, ngươi buông ta ra đi đã! Ta, ặc ặc, ta biết trong lòng ngươi đang nghĩ gì, Linh Chí đối với ta chỉ là bằng hữu thôi, tuyệt đối không có ý gì khác!"

Thời Vũ đẩy mạnh Tạ Trân ra quát lớn: "Khốn kiếp! Tên người phàm ngu xuẩn, ngươi chẳng biết gì cả!"

Tạ Trân thoát được kiếp nạn, vội vàng ôm lấy cổ họng đau điếng, phải một lúc lâu sau mới thở bình thường lại được. Hắn phẩy tay nói với Thời Vũ, "Không phải thì không phải, việc gì phải giận như thế?"

Tạ Trân xuất thân thế gia nên đã từng chứng kiến nhiều điều, những kẻ thích nam nhân, loan đồng trên thế gian này không hề hiếm gặp, thậm chí đây còn được xem là một thú vui của đám danh sĩ quý tộc. Con người hắn trước nay lại rất khoáng đạt, bất kỳ việc gì chỉ cần xuất phát từ trái tim là được. Hắn cứ tưởng những kẻ đã thoát khỏi lục đạo này sẽ còn phóng đãng hơn hắn, không ngờ Thời Vũ lại đặt nặng chuyện này như vậy.

"Ngươi sỉ nhục ta thì thôi đi, nhưng đừng có lôi Linh Chí vào." Thời Vũ vẫn chưa nguôi giận.

Hiện giờ với Tạ Trân mà nói thì bất kỳ điều gì Thời Vũ nói cũng đều nên tán đồng, thế nên liền nịnh hót: "Ta vừa nhìn là biết ngươi là người có tình có nghĩa, nếu không với năng lực của ngươi thì đâu dễ gì chịu khuất phục hắn."

"Tạ Trân, ngươi nói thử xem, cảm giác sống trên đời của người phàm như thế nào?"

Thời Vũ hỏi vấn đề nghiêm túc này bằng vẻ mặt lạnh tanh, Tạ Trân uống một ngụm rượu cho bình tĩnh lại rồi nói: "Ngươi không biết con người sống trên đời có nhiều phiền phức thế nào đâu, đói thì phải ăn, khát thì phải uống..."

Thời Vũ không thích những thứ dơ bẩn, thế nên Tạ Trân đã kịp thời dừng lại, không nhắc tới những việc "phiền phức" còn lại. Không cần đưa mắt nhìn lên thì hắn cũng tưởng tượng ra được trên gương mặt anh tuấn kia bây giờ hẳn đang hiện rõ vẻ khinh miệt.

Song lời nói sau đó của Thời Vũ lại vô cùng bình tĩnh, "Nhưng chính vì như thế mà các ngươi mới khác với những thứ vô tri như cát bụi sỏi đá."

Tạ Trân cũng chẳng muốn tốn sức thăm dò dụng ý của hắn, chỉ than vãn, "Những kẻ chưa từng trải qua nỗi khổ của nhân gian như các ngươi thì làm sao mà biết được..."

"Ta đương nhiên biết chứ. Linh Chí chính là cơn đói khát của ta." Thời Vũ cụp mắt, "Trước khi gặp hắn, ta chưa từng có ham muốn gì, nhưng sau khi gặp hắn rồi, ta lại không còn ham muốn gì khác. Ta chỉ muốn có hắn, cho dù có bằng cách gì đi nữa, cũng giống như người đói cần thức ăn, kẻ khát cần nước uống, không màng đúng sai, không dừng không nghỉ."

Tạ Trân lúc lắc cái đầu có hơi mơ màng của mình, một lúc sau mới bật cười nói, "Ngươi đâu thể nào nuốt hắn vào bụng được!"

"Ta không có cái sở thích đó." Trên mái nhà vang lên một tiếng hừ nhẹ, Thời Vũ như đang vừa cười sự ngớ ngẩn của hắn, lại như đang tự cười chính mình, "Nhưng nếu có thể đạt ý nguyện thì cũng đáng để thử."

Tạ Trân không tiện đưa ra ý kiến, cũng không hỏi câu ngu ngốc đại loại như "Linh Chí đã biết hay chưa", bởi theo sự hiểu biết của hắn thì Linh Chí cho dù có biết cũng sẽ chẳng để tâm, vậy nên hắn liền khéo léo nhắc nhở: "Có ham muốn đương nhiên không có gì sai, nhưng... ngươi thật sự cho rằng Linh Chí sẽ có thể chịu giúp người khác 'đạt được ham muốn' sao?"

Thật ra cho dù Tạ Trân không cố ý nhấn mạnh chữ "đạt được" thì Thời Vũ cũng đã hiểu ý của hắn rồi. Người mà bọn họ đang nói đến ở đây là Linh Chí, một Bạch Ô Nhân mạnh mẽ ngoan cường. Linh Chí giống hệt như thanh kiếm trong chiếc ô, mỏng mà sắc, lạnh mà mạnh. Đối với hắn thì chỉ có thắng hoặc chết chứ không bao giờ có thể chấp nhận chịu bị chinh phục và chế ngự.

Ngón cái và ngón áp út của Thời Vũ chợt cảm thấy nhói đau một cách kỳ lạ, đó là nơi từng bị thương khi chạm vào hình xăm trên người Linh Chí. Hắn đưa hai bàn tay ra sau lưng, khẽ xoa lên chỗ đau của mình.

"Không có hắn thì chắc chắn không thể có ta của hôm nay. Từ khoảnh khắc hắn rút kiếm ra cứu ta thì ta đã xem như mình với hắn là cùng một thể rồi." Thời Vũ hạ giọng nói: "Một là chiếm hữu, hai là thần phục, trên thế gian này người duy nhất mà ta chịu thần phục chỉ có hắn mà thôi."

Hắn nói rất bình thản, trên gương mặt như ngọc còn nở một nụ cười, giống như ánh trăng ẩn giữa những áng mây. Tạ Trân khẽ tặc lưỡi, cảm thấy đối với tâm tư của những kẻ không phải người này, phàm phu tục tử khó mà hiểu nổi.

"Nếu không phải có sự khác biệt thì ngươi và Linh Chí ở bên nhau cũng có thể xem là một đôi rất hợp." Tạ Trân cười nói.

"Ngươi có biết... Bạch Ô Nhân trước khi trưởng thành thì chưa quyết định giới tính không?" Thời Vũ trầm tư suy nghĩ.

"Phi nam phi nữ đúng không? Nhung Nhung có nói cho ta biết rồi. Nhưng trong mắt ta thì Linh Chí chính là Linh Chí, cho dù là nam hay nữ thì hắn cũng vẫn là huynh đệ tốt của ta, à không, bằng hữu tốt của ta!" Tạ Trân lắc lắc vò rượu trong tay.

"Cho dù sau này hắn trở thành nữ tử thì ngươi cũng không có ý gì khác chứ?" Thời Vũ lấy lại vẻ trấn tĩnh, khẽ phủi bụi dính trên áo mình.

Tạ Trân cười bí hiểm, "Người phàm thì khó tránh khỏi dục vọng trần tục, ta thì thích kiểu này... hoặc là kiểu này..."

Hắn vừa nói vừa lấy tay làm động tác. Là nam tử với nhau, Thời Vũ đương nhiên hiểu ý của hắn, chỉ cười khinh bỉ mà không nói gì.

"Đêm đã khuya, mau về nghỉ đi. Ngày mai chúng ta sẽ đi Táng Long Than, không biết sẽ gặp phải chuyện gì." Thời Vũ lo Nhung Nhung sẽ nhân lúc Linh Chí uống rượu mà nói năng lung tung trước mặt hắn, thế nên liền ném vò rượu còn lại của mình sang cho Tạ Trân rồi định bỏ đi.

"Phòng của ngươi chật chội lắm, tối nay có thể ở cùng với ta." Tạ Trân tỏ ra hào phóng.

Hắn không hề biết Thời Vũ tuy ở cùng phòng với Linh Chí, nhưng buổi đêm phần lớn đều hóa thành hình dạng cú tuyết mà ngủ trên bệ cửa sổ, còn Nhung Nhung thì nằm lơ lửng trên bức bình phong, ngủ ở đâu cũng được. Trên giường chỉ có một mình Linh Chí nằm mà thôi.

Thời Vũ chẳng muốn giải thích, nhưng đột nhiên nhớ ra một chuyện liền hỏi bằng vẻ mặt phức tạp: "Ngươi không nhìn thấy thuật biến hóa của ta, vậy đêm đó ở Huyền Lũng Sơn, khi ta biến thành cú tuyết đến mổ ngươi..."

"Cú tuyết gì?" Tạ Trân kinh ngạc, sau đó cười nói, "Hôm đó ngươi đột nhiên chẳng nói chẳng rằng lao đến hôn ta một cái, sau đó lại cắn ta chảy cả máu đầu."

...

Thời Vũ thật sự thấy hối hận vì vừa rồi mình đã không hạ thủ mà lại để cho mối họa này sống sót. Hắn thật sự không nói nổi gì nữa, thậm chí cũng không thể nhìn Tạ Trân nữa, quyết định phải rời đi ngay trước khi không nhịn được mà ra tay giết hắn.

Tạ Trân giậm chân cười nắc nẻ, chợt nghe thấy tiếng chó sủa vang lên khắp nơi quanh khách xá, mã phu khoác áo chạy ra ngoài nói vọng lên mái nhà: "Kẻ nào ở trên đó? Người đâu, trên mái nhà có trộm!"

Khi bảo đường[126] và chưởng quỹ thắp đèn chạy ra thì trên mái nhà đã không còn bóng người nào, chỉ còn lại mấy mảnh ngói vỡ mà "tên trộm" kia trong lúc hốt hoảng bỏ chạy đã đạp xuống.

Không biết có phải do đã uống Tư Vô Tà hay không mà Linh Chí đã lâu không mơ đêm nay lại thấy mình quay về Tiểu Thương Sơn. Khi hắn còn ở trên núi, bầu không khí nặng nề cô tịnh trong tộc và ngọn Phủ Sinh Tháp sừng sững khiến người ta nghẹt thở ấy luôn khiến hắn muốn trốn chạy. Bây giờ hắn đã đi rất xa rồi, vậy mà từng cành cây ngọn cỏ ở Tiểu Thương Sơn như vẫn cứ bám chặt trong tim.

Trong mơ, hắn thấy mình vẫn còn bé, chân trần ngồi trên phiến đá đen to lớn trong Loan Đài, nghe Ôn Kỳ tả cho hắn nghe về những đóa sen ở Giang Nam.

Trên Tiểu Thương Sơn không hề có hoa sen, những Bạch Ô Nhân hiện giờ chưa từng có cơ hội được nhìn thấy hoa sen thật sự. Nhưng cố hương thật sự của Bạch Ô Nhân vốn là ở Tây Hải Tụ Quật Châu, nghe nói ở đó có hàng vạn hồ sen vây quanh, trải dài thơm ngát hàng trăm dặm. Có lẽ chính vì thế mà đại chưởng chúc đời trước là Lễ Phong mới đặt cái tên "Liên

---

126 Người chạy việc vặt trong khách xá.

Phách" cho đệ tử mà bà thương yêu nhất, ý muốn hậu duệ sau này không được quên nguồn gốc năm xưa của mình.

"Hái sen ở Giang Nam, lá sen to tròn rộng, cá bơi lội tung tăng..." Linh Chí khẽ cử động chân, chiếc chuông trên chân trái của hắn rung nhẹ. "Đại chấp sự, người nói bài ca dao này của người phàm nói về niềm vui lúc hái sen. Nhưng hái sen thì có gì đáng để vui chứ?"

"Đúng vậy, vui từ đâu đến chứ? Ta dường như đã quên mất rằng bên ngoài Tiểu Thương Sơn, thế gian vẫn còn rất nhiều niềm vui không có lý do."

Trong mơ, gương mặt của Ôn Kỳ có lúc rất rõ ràng, có lúc lại mơ hồ. Linh Chí nhớ rất rõ, đại chấp sự nói những lời này bằng giọng nói rất bình tĩnh ôn hòa, ông đang tả lại chuyện vui của nhân gian, nhưng trong mắt ông lại không hề có chút niềm vui nào.

Từ khi Linh Chí bắt đầu hiểu chuyện thì ở Tiểu Thương Sơn đã không còn biết cái gì gọi là "vui" nữa. Nhưng hắn lại không hề để tâm chuyện này, bởi niềm vui mà không rõ nguyên nhân thì rõ ràng chẳng có ích lợi gì, vậy tại sao phải cần đến nó?

Nhưng tại sao hắn vẫn mãi không quên được chuyện xảy ra đã hơn một trăm năm mươi năm này?

Gương mặt đại chấp sự dần dần nhòa đi, Loan Đài bằng đá đen trên mặt nước cũng biến trở lại thành mái ngói thô kệch của tiểu trấn vùng Tây Bắc. Mùi rượu Tư Vô Tà, nước mắt của

Nhung Nhung, nụ cười của Tạ Trân, những câu mỉa mai của Thời Vũ, tiếng nói mơ của người lớn và tiếng khóc của trẻ nhỏ vang lên ở những ngôi nhà đã tắt đèn, tiếng côn trùng mùa thu kêu rả rích ở những bụi cỏ bên ngoài...

Vừa rồi khi Linh Chí muốn tìm một nơi thanh tịnh để điều hòa khí huyết, những âm thanh vang lên đã khiến hắn không thể nào tập trung được. Song hắn lại không hề vì thế mà cảm thấy khó chịu, ngược lại, hắn đã uống rượu, đã lắng nghe bọn họ hết khóc lóc rồi lại cười nói, dường như đó là một khoảng thời gian rất lãng phí, nhưng lại khiến hắn có một cảm giác vui vẻ kỳ lạ, tựa hồ như có hàng vạn ánh trăng ngọn gió tràn vào tim hắn, tạo nên một sự viên mãn.

Linh Chí trở mình, chợt cảm thấy có thứ gì đó hơi mát chạm vào trán mình, đó là bàn tay của Thời Vũ. Thật ra lúc Thời Vũ nhẹ nhàng bay vào từ bên ngoài cửa sổ thì Linh Chí đã tỉnh giấc rồi.

Tên tiểu súc sinh này đúng là luôn tận dụng mọi cơ hội để thăm dò hắn.

Linh Chí sau khi uống rượu thì tâm tính trở nên ôn hòa hơn, không dễ nổi nóng nữa, thế nên lúc này chẳng muốn tính toán với Thời Vũ, chỉ tập trung tinh thần, điều hòa khí huyết chậm lại. Hắn im lặng chịu đựng một lúc, muốn đợi Thời Vũ phát hiện ra không thể xâm nhập được vào trí óc của hắn mà tự mình bỏ cuộc. Thời Vũ quả nhiên đã rụt tay lại, nhưng chỉ trong một khoảnh khắc ngắn, tay hắn lại đưa ra rồi chạm vào ngực của Linh Chí.

Thật sự không thể nhịn được nữa. Sự nhân từ của Linh Chí ngay lập tức tiêu tan. Thời Vũ ngay sau đó khẽ kêu lên một tiếng, bàn tay phải liền bị một vật sắc nhọn đâm xuyên qua rồi đóng chặt xuống mép giường.

"Đến chết cũng không đổi tính!" Linh Chí ngồi dậy quát: "Ta đã không muốn bẩn tay rồi, vậy mà ngươi lại được nước lấn tới."

Nhung Nhung vẫn nằm cuộn tròn trong góc, có vẻ như còn ngủ say hơn trước. Hẳn là Thời Vũ mặc dù rơi vào tình cảnh thê thảm vẫn không quên thi triển màn chắn pháp thuật để ngăn không cho ai phát giác. Hắn cúi đầu nhìn vết thương của mình, thì ra thứ đâm xuyên qua bàn tay hắn là một cây kéo dập nến. Dưới cơn thịnh nộ của Linh Chí, đầu kéo tuy tròn trịa nhưng vẫn đâm xuyên qua da thịt của Thời Vũ.

Vết thương này muốn trị lành rất đơn giản, nhưng cơn đau vào tận xương tủy vẫn là điều không tránh khỏi.

"Tôi thấy chủ nhân vẫn còn chưa hết say, trán lại lấm tấm mồ hôi, tưởng là chăn đắp kín quá nên mới to gan kéo chăn xuống một chút... Không ngờ lại quấy rầy giấc mộng đẹp của chủ nhân. Tất cả là lỗi của tôi!"

Linh Chí im lặng một lúc lâu rồi quay mặt sang một bên, "Ta đã từng nhắc nhở ngươi, phải tránh xa ta ra một chút, ta không thích người khác động tay động chân với ta."

Thời Vũ đưa tay rút cây kéo ra, máu tươi lập tức chảy xối xả từ lòng bàn tay của hắn, phần tay áo trắng tinh giờ còn đỏ hơn cả màu đỏ của chiếc áo khoác ngoài. Hắn khẽ cau mày cười đau khổ: "Nếu đổi lại là Tạ Trân, chắc chủ nhân sẽ không ra tay nhẫn tâm thế này."

Linh Chí khá bất ngờ khi nghe Thời Vũ đột nhiên nhắc đến Tạ Trân. "Hắn không phải là kẻ không biết lễ độ."

"Chỉ có tôi là kẻ hạ lưu thôi đúng không? Sao chủ nhân không chịu thừa nhận là từ đầu đã có thành kiến với tôi?" Thời Vũ hất cằm, "Tôi biết mình chỉ là một tên nô lệ quèn, không dám so với bằng hữu của chủ nhân. Nhưng người đã cho tôi đi cùng, vậy tại sao lại không thể tin tưởng tôi chứ?"

Linh Chí thấy rất bực bội. Thời Vũ tuy ngoài mặt tỏ vẻ yếu đuối nhưng thật ra lại đang dồn ép hắn. Hắn không quen với những tình huống này, đành đưa tay đỡ trán rồi nói: "Nếu ngươi thấy uất ức quá thì cứ cút đi là được!"

Lúc lâu sau, hắn mới nghe thấy giọng nói có hơi nghẹn của Thời Vũ: "Lẽ nào suốt quãng đường đồng cam cộng khổ vừa qua, chủ nhân không hề có một chút quyến luyến nào với tôi sao?"

"Không hề!" Linh Chí quay người lại, vẻ mặt lạnh lùng, "Chính ngươi cũng từng nói, chỉ là một tên nô lệ quèn thì chẳng có ích lợi gì cả. Ta việc gì phải quan tâm ngươi?"

"Vừa rồi ô Thông Minh ở ngay trong tay, sao chủ nhân không rút kiếm ra mà lại lấy cây kéo ở tận phía xa để làm tôi bị thương?"

"Còn dám nói thêm một câu nữa thì ta sẽ cho ngươi toại nguyện đấy!"

Thanh kiếm bên trong ô Thông Minh quả thực là món vũ khí hợp lý, nhưng vết thương mà nó gây ra sẽ không thể dùng pháp thuật mà trị lành được. Nếu vừa rồi Linh Chí thật sự dùng thanh kiếm thì bàn tay của Thời Vũ chắc chắn sẽ bị phế.

Thời Vũ vẻ mặt tuy rất bình tĩnh, nhưng khóe mắt lại dần đỏ lên. Lại nữa rồi lại nữa rồi, Linh Chí cảm thấy hết sức đau đầu: "Mau cút sang một bên đi, nghiệp chướng. Máu của ngươi dính lên quần áo mới của ta rồi."

Cây kéo trong tay Thời Vũ nhẹ nhàng hóa thành bụi, khi hắn đưa tay lên thì vết thương trong lòng bàn tay cũng đã ngừng chảy máu, còn gương mặt thì như nắng sáng sau cơn mưa, miệng nhoẻn một nụ cười rõ rệt: "Tôi biết ngay chủ nhân không nỡ làm tôi bị thương quá nặng mà!"

Chương 26

Nỗi oan khó nói

Hôm sau, trên đường đến Táng Long Than, Nhung Nhung nhận thấy một bàn tay của Thời Vũ dường như không được linh hoạt lắm. Tuy hắn đã lấy tay áo che đi, nhưng Nhung Nhung vẫn thấp thoáng trông thấy lòng bàn tay của hắn có một vết thương mới chưa lành hẳn.

Nhung Nhung rất tò mò, cứ bám lấy Thời Vũ truy hỏi liên hồi, nhưng Thời Vũ lại chẳng thèm hé răng tiết lộ nửa lời. Nhung Nhung đành phải quay sang hỏi Linh Chí, Linh Chí lại càng không quan tâm đến nàng ta.

"Khó hiểu quá, tối qua khi uống rượu tay hắn rõ ràng vẫn còn bình thường mà, rốt cuộc sao lại bị thương chứ?" Nhung Nhung nghiêng đầu, nghĩ mãi cũng không nghĩ ra được. "Mình ngủ say đến mức ấy sao? Tạ Trân, đêm qua ngươi có nghe thấy tiếng gì không?"

Nhung Nhung không thích cưỡi ngựa, hai chân xếp bằng bay lơ lửng bên cạnh yên ngựa của Tạ Trân, còn tốt bụng kéo cương ngựa giúp hắn. Cũng may con đường nhỏ dẫn ra Phúc Lộc trấn này có rất ít người qua lại, nếu không thì cảnh tượng quái dị này chắc chắn sẽ khiến người ta sợ khiếp đảm.

Tạ Trân mặt mũi ngái ngủ, ngáp một cái rõ to rồi lắc đầu một cách không hứng thú.

"Thổ Bá lại đến à? Không đúng không đúng, hắn không dám đâu."

"Hay là hắn bị thương do bất cẩn? Nhưng Thời Vũ đâu dễ dàng bất cẩn như vậy."

"Trong khách xá có yêu ma quỷ quái à? Nhưng chúng cũng không thể đánh lại hai người họ."

"Không lẽ là Thời Vũ tự cắt thịt mình ra cho Linh Chí nhắm rượu? Chậc... Như thế thì cũng kỳ quái quá."

Tạ Trân nghe Nhung Nhung lẩm bẩm tự suy đoán một thôi một hồi, cuối cùng không kìm được mà bật cười.

"Ngươi cười đi, ta cũng không hiểu sao mình cứ nhất định phải biết cho bằng được, nhưng mà ta cứ muốn biết!"

Nhung Nhung nhìn hai bóng người kẻ trước người sau cưỡi ngựa đi phía trước kia mà lòng bứt rứt không yên, sau đó che miệng nói: "Theo ngươi thì hai người họ tối qua có phải đã đánh nhau một trận không?"

"Chắc họ nghe thấy hết những gì ngươi đang nói sau lưng đúng không?" Tạ Trân cười nói.

"Cứ kệ họ, cho dù ta có nói thầm trong bụng thì Thời Vũ cũng vẫn biết mà!" Nhung Nhung đùa nghịch sợi dây cương trong tay, đột nhiên giận dỗi nói lớn vọng lên phía trước: "Chắc chắn ta đoán đúng rồi, hai người đã đánh nhau! Thời Vũ, chắc chắn do ngươi lại làm chuyện xấu rồi!"

Thời Vũ chẳng thèm quay đầu lại, nhưng Tạ Trân lại trợn mắt thấy Nhung Nhung la oai oái rồi nhảy qua nhảy lại trên không trung, không biết là đang né tránh cái gì, khiến con ngựa già hắn đang cưỡi cũng hốt hoảng theo.

Tạ Trân không muốn bị ngã ngựa nên đành phải nghĩ cách mau chóng dừng chuyện này lại. Hắn rút từ trong người ra một vật rồi nói lớn: "Thời Vũ, quyển sách lần trước mượn ngươi ta đã đọc xong rồi, giờ trả cho ngươi này!"

Thời Vũ nghe thế lập tức đưa tay lên, phía sau lưng hắn như có mọc mắt, gọn gàng chụp được quyển sách mà Tạ Trân chới với ném sang, trong lòng nghĩ mình cho Tạ Trân mượn sách lúc nào?

Hắn giở quyển sách ra xem, cả ánh mắt và tâm hồn đều đồng loạt sững lại. Cái gọi là "sách" ấy là một quyển da dê được đóng tinh xảo, trên đó toàn là những hình vẽ ân ái, mà điều đáng nói nhất chính là những tấm thân trần đang quấn lấy nhau ấy có vẻ lại là của hai nam tử.

Tạ Trân vừa rồi nói gì ấy nhỉ?

Đây là... sách... của mình?

Thời Vũ đỏ mặt tía tai quay sang nhìn Linh Chí, lắp bắp muốn biện minh, nhưng trong lúc bối rối thì lưỡi cứ ríu lại: "Tôi... tôi... đây... đây không phải..."

Linh Chí quay sang, lướt mắt nhìn "quyển sách", vẻ mặt vẫn rất lãnh đạm.

Khi Thời Vũ đột ngột hiện hình ngay trước mặt Tạ Trân, Tạ Trân cảm thấy rất mừng vì con ngựa của mình đã quá quen với cảnh này, nó chỉ giật mình phì mũi một cái.

"Ngươi dám vu oan hãm hại ta!" Hai mắt của Thời Vũ như muốn phun ra lửa.

"Đắc tội rồi." Tạ Trân có hơi áy náy, "Một vật riêng tư thế này, đáng lẽ ta không nên trả cho ngươi trước mặt mọi người."

"Ngươi nói lại lần nữa xem, đây là sách ta cho ngươi mượn sao?" Thời Vũ gằn giọng từng từ một, quyển xuân cung đồ[127] trong tay hắn lập tức bốc cháy.

Tạ Trân khẽ đằng hắng, "Ta tuyệt đối không hề tự tiện lấy đồ của người khác, sách này là Nhung Nhung đưa cho ta."

[127] Sách hướng dẫn các kỹ thuật ân ái của người xưa.

Nhung Nhung trong lòng thầm mắng Tạ Trân tham sống sợ chết. Thời Vũ mà nổi giận thật thì nàng ta cũng e sợ lắm.

"Đó là sách của ngươi mà!" Nàng ta bề ngoài tỏ vẻ mạnh miệng, nhưng giọng nói lại lộ rõ vẻ chột dạ, "Sách đó là lúc rời khỏi Huyền Lũng Sơn, Võng Kỳ đã nhét vào tay nải, nói là 'bảo bối' tặng cho ngươi. Tự ngươi không phát hiện ra sao lại trách ta chứ? Sau đó Tạ Trân vô tình nhìn thấy nên ta mới đồng ý cho hắn mượn..."

Mí mắt Thời Vũ khẽ giật, nghi hoặc hỏi: "Linh Chí cũng nhìn thấy rồi?"

"Đúng vậy!"

"Không sai!"

Nhung Nhung và Tạ Trân đồng thanh trả lời.

"Hắn có lật xem mấy trang, còn nghiên cứu một lúc lâu rồi nói mấy tư thế trong ấy sẽ khiến gân cốt người phàm bị tổn thương."

Nhung Nhung còn hớn hở nói thêm: "Phải rồi, Linh Chí còn hỏi ta là Thời Vũ tại sao lại phải cần xem thứ này?"

"Ngươi trả lời thế nào?"

"Ta nào dám nhiều chuyện? Ta nói ta không biết, bảo hắn tự đi hỏi ngươi."

Thời Vũ gật đầu với Nhung Nhung "không nhiều chuyện" và Tạ Trân đang ngoảnh mặt đi chỗ khác tỏ vẻ "không quan tâm". Sau cơn giận, lòng hắn lúc này lại bình lặng như mặt hồ.

Hai tên khốn này... À phải rồi, còn cả tên rùa rụt cổ Võng Kỳ ở Huyền Lũng Sơn nữa, tất cả chẳng có kẻ nào tốt lành!

Giờ thì hắn đã hơi hiểu ra tối qua vì sao bàn tay mình lại bị ghim vào mép giường.

Thời Vũ chợt cảm thấy mình bị như thế thật sự không oan uổng.

Nhưng rồi hắn lại cảm thấy mình đúng là quá oan uổng. Nỗi oan này thật sự cao như trời xanh, sâu tựa biển rộng!

Linh Chí sau này sẽ đối xử với hắn thế nào đây?

Trong lòng hắn chất đầy suy nghĩ, chẳng còn hơi sức đâu mà xử lý hai kẻ xấu xa kia nữa.

Cho dù quyển sách không ra thể thống gì kia đã bị hủy rồi, nhưng Thời Vũ tin chắc, với thính lực nhạy bén thì Linh Chí đã nghe hết cuộc trò chuyện giữa hắn và Nhung Nhung, sẽ biết hắn trong sạch, dù vậy trong lòng hắn vẫn có một sự ngượng ngùng khó nói, thế nên trong suốt quãng đường sau đó, hắn chẳng còn mặt mũi nào mà xuất hiện ở gần Linh Chí nữa.

Khi đến Ô Vỹ Lĩnh, do địa thế gập ghềnh, họ đành phải bỏ ngựa mà cuốc bộ. Tạ Trân có hơi quyến luyến khi phóng sinh con ngựa già đã theo hắn suốt cả đoạn đường. Nhung Nhung thấy thế liền bảo, tuy pháp lực của nàng ta cũng tầm thường, nhưng việc cõng con ngựa của hắn bay qua ngọn núi là điều có thể làm được. Nàng ta vỗ ngực đảm bảo đây chỉ là chuyện nhỏ, nhưng Tạ Trân sau khi tưởng tượng ra cảnh đó thì liền khéo léo từ chối. Ý tốt của Nhung Nhung hắn xin nhận, nhưng hắn sợ con ngựa già còm cõi của hắn sẽ không chịu đựng nổi sự kinh sợ ấy, tốt nhất cứ để nó tự tại ở vùng sơn dã này thì hơn.

Linh Chí lần theo mùi lệ khí[128] mà đi. Xem ra, truyền thuyết của Phúc Lộc trấn không phải tự nhiên mà có, lệ khí này quả nhiên xuất phát từ mặt bên kia của Ô Vỹ Lĩnh, khi họ càng đến gần thì càng trở nên đậm đặc hơn.

Kể từ sau khi rời khỏi Tiểu Thương Sơn, Linh Chí chưa bao giờ cảm nhận được lệ khí mạnh như thế này ở thế giới của người phàm. Đây là một thứ rất quen thuộc với hắn, chỉ có những nguyên linh đang điên loạn và tuyệt vọng thì mới có thể tỏa ra thứ khí này, Phủ Sinh Tháp chính là lò luyện khổng lồ tồn tại để tôi rèn những nguyên linh ấy.

Tất nhiên, lệ khí này không thể nào so sánh được với những nguyên linh bên trong Phủ Sinh Tháp, nhưng thiên tính của Bạch Ô Nhân vẫn khiến Linh Chí cảm thấy vô cùng tò mò, thậm chí là có hơi khao khát "hồn ác long" trên Táng Long Than này, chỉ là do hắn vốn luôn mạnh mẽ trầm tĩnh nên không để lộ vẻ gấp rút ra bên ngoài, vì vậy nên dù Tạ Trân sức đi bộ có hạn, Linh Chí cũng không hề hối thúc.

---

128 Khí của bạo lực, thường toát ra từ những kẻ có tâm địa đen tối, ác độc.

Ngược lại chính Tạ Trân lại đề xuất chọn đi con đường ngắn nhất nhưng hiểm trở nhất. Hắn tuy không có hứng thú gì với "con rồng chết đi rồi sống lại" này, nhưng thấy Linh Chí không còn dáng vẻ thong dong vừa đi vừa ngắm cảnh như trước thì cũng tự giác rút lại ý muốn du sơn ngoạn thủy của mình.

Nhung Nhung bắt chước mấy con khỉ trên núi, đu từ cành cây này sang cành cây khác, vô cùng thoải mái tự tại. Nếu đổi lại là trước đây, Thời Vũ nhất định thừa cơ chê bai nàng ta cho đã mới thôi, nhưng bây giờ hắn lại đang có hơi thẫn thờ, đi ở phía sau Linh Chí mười mấy bước, cả quãng đường cứ im lặng chẳng nói chẳng rằng.

Nhung Nhung có lòng tốt, bèn tiến lại gần Thời Vũ bắt chuyện với hắn. Nàng ta cứ ríu ra ríu rít nói mãi không thôi, nhưng Thời Vũ chỉ xem như không hề nghe thấy.

Đường đi có nhiều vách núi hiểm trở khó đi, Tạ Trân không từ chối sự giúp đỡ của Linh Chí. Nhung Nhung vừa nhìn hai người dìu nhau đi ấy vừa thông cảm quay sang nói với Thời Vũ: "Chỉ tiếc là ngươi đang bị thương ở tay... Hay là ta đánh gãy chân ngươi nhé, biết đâu Linh Chí sẽ cõng ngươi đi?"

"Ngươi thử mà xem." Thời Vũ lạnh nhạt nói: "Đến lúc đó hắn không quan tâm ta, ta sẽ phế đi hai mắt và cái miệng của ngươi, sau đó bẻ gãy hai tay ngươi, dùng làm cây gậy chống tạm thời."

"Giữ lại cái miệng cho ta đi, như vậy ngươi vừa có thể dựa vào người ta mà đi, trên đường lại vừa có người trò chuyện giải sầu cho ngươi." Nhung Nhung tỏ vẻ chu đáo. Thời Vũ trừng mắt nhìn nàng ta, gương mặt tuy hiện nét chán ghét, nhưng Nhung Nhung biết hắn đã không còn buồn nữa.

Nàng cười hi hi kéo vạt áo Thời Vũ, "Hắn có bằng hữu gặp lại sau một kiếp, còn ngươi thì có ta. Chúng ta là tri kỷ đã sáu trăm năm rồi, cho dù tốt xấu họa phúc gì thì ta cũng sẽ luôn ở bên cạnh ngươi. Bây giờ ngươi biết ai tốt với ngươi nhất rồi chứ?"

Thời Vũ đang định đùa lại vài câu, nhưng chợt nghe Nhung Nhung nói tiếp: "Cho nên... hai chúng ta đừng nên giấu giếm gì nhau. Thời Vũ ngoan, nói cho ta biết đi, tối qua ngươi đã làm chuyện bất chính gì, tay rốt cuộc tại sao lại bị thương?"

Thời Vũ lập tức thu lại nụ cười vừa thoáng hiện trên môi, đẩy Nhung Nhung ra phía sau.

"Ta sẽ giữ bí mật cho ngươi mà, miệng của ta còn kín hơn cả bảo bối hồ lô của thần Kim Giáp đấy!" Nhung Nhung vẫn cứ kiên quyết bám theo. Nàng ta còn đang định nói gì đó, nhưng chợt phát hiện miệng của mình không mở được nữa, thế là bèn đưa tay lên muốn sờ xem Thời Vũ đã làm gì mình, nhưng rồi lại thất kinh nhận ra tay của mình cũng đã biến mất, còn cơ thể thì đang dần dần phồng to lên.

Hình dạng này chắc chắn là xấu chết đi được. Nhung Nhung không thể làm gì Thời Vũ, đành phải cứ thế lăn đến trước mặt Linh Chí.

Linh Chí đứng nghỉ chân ở chỗ cao nhất trên dãy núi, vừa mới buông cánh tay Tạ Trân ra thì chợt trông thấy trước mặt mình xuất hiện một cái bình hồ lô áo xanh kỳ quái, miệng hồ lô bị dây leo quấn chặt kín bưng. Hắn ngạc nhiên nhướng mày, nhưng rồi cảm thấy thế này cũng không có gì là không ổn, ít ra tai hắn sẽ thanh tịnh đi nhiều, bàn tay vừa chạm vào ô Thông Minh lúc này liền thu lại.

Nhung Nhung vừa tức vừa hoảng, cứ bám theo Thời Vũ muốn hắn biến mình lại như cũ. Nàng ta mặc dù đã biến thành cái hồ lô nhưng động tác vẫn rất linh hoạt, Thời Vũ cứ liên tục chạy vòng né tránh, nhất quyết không chịu tha cho nàng ta.

Tạ Trân không hiểu đã xảy ra chuyện gì, chỉ cảm thấy dáng vẻ lăn lông lốc này của Nhung Nhung thật sự quá buồn cười nên cứ bật cười ha ha.

Linh Chí cũng thấy vui vẻ, nhưng nụ cười vừa thoáng hiện trên môi lập tức biến mất.

"Cẩn thận!"

Tạ Trân chợt thấy trước mắt tối sầm, nửa thân người trên của hắn được chiếc ô bung ra che chắn, cùng lúc đó, dường như có một thứ gì đó rất nặng vừa mới đập vào chiếc ô, một mùi khét lẹt dần xộc lên mũi. Linh Chí kéo lấy hắn lùi ra sau mười mấy bước, bãi cỏ dưới chân hắn lúc nãy giờ đã cháy rụi.

Thời Vũ đứng phía sau Linh Chí không xa, khi Linh Chí hô lên, hắn nhìn thấy có một luồng lửa kèm sức nóng lao về phía họ, khi vừa chạm phải ô Thông Minh thì liền bật lại. Hắn đương nhiên không hề hấn gì, chỉ có vạt áo là bị thủng một lỗ to.

Áo Thời Vũ đang mặc không phải vật tầm thường, cho dù có ném vào lửa cũng không hề hấn gì, vừa rồi hắn chỉ vung tay hất đốm lửa văng ra từ con quái vật kia thôi mà vạt áo lại bị thủng một lỗ to như vậy.

Nhung Nhung được kịp thời giải bùa chú ngay lúc có nguy hiểm. Nàng ta lập tức đuổi theo thứ ấy với tốc độ nhanh như tên bắn, nhưng rồi lại mau chóng trở về. Thời Vũ nhìn vẻ mặt hốt hoảng của nàng ta thì biết nàng ta đã thấy rõ thứ vừa tấn công họ là gì.

Nhung Nhung tuy vô dụng, nhưng lá gan không hề nhỏ, lại luôn tự hào về kiến thức sâu rộng của mình, những thứ có thể khiến nàng ta sợ thật sự không nhiều.

Thời Vũ chưa kịp mở miệng, Nhung Nhung đã sợ hãi vỗ ngực nói: “Trời ơi, con chuột to quá đi mất! Ta sợ nhất là mấy con vật có lông lá như thế.”

“Vậy lần sau ta sẽ biến ngươi hiện lại nguyên hình rồi gắn thêm cái gương trước mặt ngươi, xem ngươi có vì sợ quá mà tự kết liễu không nhé.” Thời Vũ không chịu nổi nữa.

“Ngươi không biết đâu, con chuột ấy cao bằng nửa người thường, to như con nghé vậy, lông trên người vừa dày vừa dài, còn phát ra ánh lửa...”

"Đó là Chuột Hỏa Cán."

Ba cặp mắt đồng loạt nhìn về phía Linh Chí, người vừa lên tiếng. Nhung Nhung cố gắng giấu đi vẻ bất ngờ trên mặt mình. Tạ Trân và Thời Vũ, một kẻ là người phàm, một người không màng thế sự, nàng ta không thể nào ngờ nghệch như hai người họ được.

"Chuột Hỏa Cán sống ở Viêm Hỏa Sơn sao?" Nhung Nhung hỏi xong, thấy Linh Chí gật đầu, còn hai người kia mặt mày lại ngơ ngác thì không khỏi cảm thấy đắc ý. "Chuột Hỏa Cán vốn sống ở Viêm Hỏa Sơn bên dưới Côn Luân Khư, cộng sinh với Bất Tận Thiên Hỏa. Sau này lửa ở Viêm Hỏa Sơn bị dập tắt nên loài này cũng biến mất. Thì ra trông nó to như vậy. Linh Chí, sao người biết về Chuột Hỏa Cán vậy?"

Linh Chí đáp: "Chuột Hỏa Cán và Bất Tận Thiên Hỏa hiện giờ đều là vật ở Tiểu Thương Sơn."

"Cái gì? Vậy nó sao có thể..."

Linh Chí hiểu ý của Nhung Nhung, "Chuột Hỏa Cán tuy sống ở Tiểu Thương Sơn, nhưng lại do bọn Liệu Nô thuần dưỡng. Ta cũng không biết tại sao nó lại xuất hiện ở đây nữa."

"Chủ nhân từng nói Bạch Ô thị không qua lại với ngoại tộc, tôi còn tưởng trong Tiểu Thương Sơn không còn tộc nào khác nữa chứ!" Thời Vũ kinh ngạc.

Linh Chí nói: "Liệu Nô chính là nô bộc của Bạch Ô thị. Bất Tận Thiên Hỏa ở tháp Phủ Sinh phải luôn được duy trì, nhưng Thiên Hỏa quá mạnh, không phải tất cả Bạch Ô Nhân đều có thể chịu đựng được. Liệu Nô có thể cộng sinh với Thiên Hỏa giống như Chuột Hỏa Cán, thế nên chúng phụ trách giữ cho Thiên Hỏa luôn cháy."

"Trước nay người toàn gặp phải những linh thú hung dữ như Chuột Hỏa Cán, thảo nào khi gặp một linh thú xinh đẹp như ta thì người lại đem lòng yêu thương như vậy." Giọng của Nhung Nhung ngọt như kẹo sắp chảy nước.

Linh Chí im lặng. Hắn đang nhớ lại tư thế tấn công vừa rồi của con Chuột Hỏa Cán ấy. Cho dù tấn công không thành mà bỏ chạy xuống khu rừng dưới núi, nhưng khi nó quay đầu lại, trong đôi mắt màu hổ phách ấy vẫn hiện lên một nét oán hận. Nhưng trong ký ức của Linh Chí, Chuột Hỏa Cán không hề hung dữ, ngược lại tính cách rất ôn hòa đôn hậu, thậm chí còn có hơi chậm chạp.

Khi Linh Chí còn bé, từng có một Liệu Nô dắt một con Chuột Hỏa Cán con đến cho hắn chơi đùa. Con Chuột Hỏa Cán dù chưa đầy một tháng tuổi nhưng cũng đã to bằng một con mèo rừng, cả ngày hết ăn rồi lại ngủ. Linh Chí thích nhất là bộ lông dài mềm mượt của nó. Bộ lông ấy phủ khắp toàn thân, phần lớn thời gian đều rực rỡ ánh lửa, chỉ có lúc ngủ mới nguội đi, trở nên trắng như tuyết.

Trong tộc có vài đứa trẻ nghịch ngợm, thường nhân lúc lông con Chuột Hỏa Cán biến thành màu trắng mà lấy gậy gộc chọc nó. Linh Chí không chịu nổi cảnh ấy nên luôn cố ý gọi con

Chuột Hỏa Cán dậy, khi lửa trên lông của nó bừng lên thì mấy cây gậy kia sẽ lập tức cháy thành tro bụi.

Linh Chí còn nhớ rất rõ, cho dù có bị mấy đứa trẻ nghịch ngợm ấy vây lấy thì ánh mắt của Chuột Hỏa Cán cùng lắm cũng chỉ là hoảng sợ bất an.

Nhưng tiếc là chẳng bao lâu sau, con Chuột Hỏa Cán ấy không còn nữa. Đại chưởng chúc nói hắn không nên vì con thú cưng này mà trở nên chểnh mảng. Linh Chí không đa cảm như Sương Xung, vậy nên cũng không buồn vì chuyện này, cũng chưa từng hỏi con Chuột Hỏa Cán ấy rốt cuộc đã đi đâu, chỉ xem như mình chưa từng nuôi nó. Nhưng sau đó, mỗi lần nhìn thấy bầy chuột vận chuyển gỗ cây Bất Tận dưới chân Phủ Sinh Tháp, hắn mới nghĩ rằng, có khi con chuột mà hắn từng nuôi cũng ở trong số đó, chỉ có điều hắn đã không nhận ra nó nữa.

"Sao ta chỉ biết Chuột Hỏa Cán mà không biết Liệu Nô nhỉ? Bọn họ toàn thân cũng tỏa ra lửa giống Chuột Hỏa Cán sao?" Giọng của Nhung Nhung vang lên cắt ngang dòng suy nghĩ của Linh Chí.

"Bọn chúng có vẻ ngoài chẳng khác gì các ngươi cả."

Chuột Hỏa Cán sống bằng cách ăn tro của Bất Tận Thiên Mộc, Linh Chí đoán có lẽ bọn chúng ngửi được mùi của gỗ cây Bất Tận trên người hắn nên mới đến đây. Vừa rồi Tạ Trân đứng bên cạnh hắn suýt nữa đã chuốc họa vào thân.

"Ngươi không sao chứ?" Hắn hỏi.

Tạ Trân cười nói: "Nếu ta mà bị một con chuột thiêu chết thì khi xuống cửu tuyền e sẽ bị mấy hồn ma khác chê cười mất. Ngươi nhìn tay áo của Thời Vũ mà xem, đúng là nguy hiểm quá."

"Ngươi tránh ra là được, sao phải lấy tay áo hất nó?" Linh Chí quay sang hỏi Thời Vũ.

Thời Vũ thấy chua chát trong lòng, gượng cười đáp: "Đa tạ chủ nhân quan tâm!"

Chương 27

Lòng dạ sắt đá

Trải qua biến cố vừa rồi, trên đường xuống núi bọn họ không còn tâm trạng đùa giỡn nữa. Chuột Hỏa Cán không quá nguy hiểm, nhưng đáng lý ra nó không nên xuất hiện ở đây. Một việc bất thường thế này hẳn có điều mờ ám đằng sau, Linh Chí lờ mờ nghĩ ra vài điều, trong lòng bất an, đôi môi mím chặt lại.

Theo lời của chưởng quỹ ở khách xá Phúc Lộc, Ô Vỹ Lĩnh giống như một ranh giới, hầu như không có ai qua phía bên kia của dãy núi, cho dù là những đoàn khách thương nhân hay lữ hành muốn đi về hướng tây bắc thì cũng sẽ chọn con đường vòng qua Táng Long Than cho dù nó có xa hơn hàng trăm dặm.

Cỏ cây bên mặt này của dãy núi ít hơn bên kia, nhiệt độ cũng cao hơn nhiều. Đứng ở lưng chừng núi, Nhung Nhung nhìn thấy một vùng đất cháy trải dài như đến tận chân trời. Nàng gãi đầu nói: "Nơi này đúng là trông khá giống với Viêm Hỏa Sơn."

Mồ hôi của Tạ Trân đã tuôn ra ướt đẫm cả cổ áo, Linh Chí thấy thế liền hỏi có cần tìm nơi nào nghỉ chân không, Tạ Trân chỉ uống vài ngụm nước rồi phẩy tay tỏ ý không sao.

"Tôi thấy con Chuột Hỏa Cán ấy đã chạy về hướng Táng Long Than. Lệ khí mà chủ nhân cảm nhận được có phải từ nó mà ra không?" Thời Vũ nhìn sang Linh Chí.

Linh Chí kiên quyết phủ nhận: "Chuột Hỏa Cán không lợi hại đến thế."

Khi xuống đến chân núi, Tạ Trân đột nhiên lảo đảo, Linh Chí nhanh tay đỡ lấy hắn, phát hiện gương mặt vốn đang đỏ bừng của hắn đã trở nên trắng bệch. Linh Chí lúc này mới nhận ra, nhiệt độ ở đây đối với họ mà nói chẳng là gì, nhưng với thân xác của người phàm thì đây đã là giới hạn đỉnh điểm rồi.

Tạ Trân gượng cười: "Ta cứ nghĩ dù sao cũng đến đây rồi, phải tận mắt nhìn thấy sự cổ quái của nơi này thì mới đáng, nhưng tiếc là thân xác này lại là một gánh nặng quá lớn. Xem ra ta chỉ có thể dừng lại ở đây thôi, nếu không sẽ làm liên lụy các ngươi."

"Đâu phải tới bây giờ ngươi mới làm liên lụy chúng ta." Thời Vũ nói xong cảm nhận được ánh mắt Linh Chí lướt qua mình thì liền cúi đầu cười nói, "Tôi có rất nhiều cách có thể giúp hắn không sợ sức nóng nữa, chỉ tiếc là hắn không có phúc hưởng."

Tạ Trân thều thào phụ họa: "Khả năng chống pháp thuật này cũng chẳng có gì là hay ho."

Linh Chí không yên tâm để Tạ Trân ở lại đây một mình, định sẽ hộ tống hắn quay trở về nơi mát mẻ, nhưng Thời Vũ chợt ngăn lại nói: "Không cần phiền như vậy đâu, Nhung Nhung, chẳng phải ngươi có một ít Dân Vũ sao?"

Nhung Nhung lúc này mới như bừng tỉnh ra, vội rút từ trong tay nải vài sợi lông vũ có màu xanh phỉ thúy. Số lông Dân Điểu[129] này Nhung Nhung lấy được từ chỗ của Võng Kỳ, chỉ là nàng thấy đẹp nên định dùng nó làm trang sức cài đầu, suýt nữa quên mất nó có công dụng chống lửa.

Sau khi gắn Dân Vũ lên người sắc mặt Tạ Trân quả nhiên đã khá hơn nhiều, mồ hôi khắp người cũng không còn nữa. Hắn rối rít cảm ơn Thời Vũ, nhưng Thời Vũ chỉ cười mà không nói gì. Từ sau khi xảy ra sự cố với quyển xuân cung đồ, Thời Vũ đã kiểm tra kỹ lưỡng lại tay nải của Nhung Nhung, thế nên mới biết có sự tồn tại của mớ Dân Vũ này.

Tạ Trân giờ đã không sao nên bọn họ lại tiếp tục đi về phía Táng Long Than. Nhung Nhung nhân lúc mọi người không để ý liền lấy khuỷu tay huých nhẹ vào người Thời Vũ

[129] Một loài chim trong truyền thuyết.

rồi nói ra nỗi lo trong lòng: "Đeo Dân Vũ vào thì sẽ không sợ lửa, nhưng nếu đối diện với Bất Tận Thiên Hỏa thì chưa chắc."

Thời Vũ cười đáp, "Lo gì chứ? Cho dù có xảy ra bất trắc gì thì chỉ vài chục năm sau họ lại gặp nhau thôi mà."

Càng đến gần nguồn nhiệt thì những vệt nứt đỏ rực dưới đất càng sâu hơn, khắp nơi không còn cây cỏ nữa, ngay cả chim chóc cũng không dám bay ngang, rõ ràng đã là nửa đêm nhưng khung cảnh vẫn sáng như chỉ vừa mới hoàng hôn. Họ giẫm chân lên những tảng đá vốn trước kia từng nằm dưới một lòng sông, Nhung Nhung bỗng bàng hoàng khi nhìn thấy "ngọn núi nhỏ" đang bốc cháy hừng hực phía trước.

"Chủ nhân đoán lệ khí đó không thể xuất phát từ một con Chuột Hỏa Cán, nhưng nếu đó là từ cả một bầy Chuột Hỏa Cán thì sao?" Thời Vũ khẽ nói.

Ngọn núi rực lửa phía trước chính là do vô vàn con Chuột Hỏa Cán chất chồng lên nhau mà tạo thành.

Màu lông trên người Chuột Hỏa Cán cũng giống với Bất Tận Thiên Hỏa, đó là một màu lưu ly nhạt hơn so với lửa thông thường, sáng đẹp trong trẻo, nhìn kỹ còn thấy có ngũ sắc chuyển động, trông không hề nguy hiểm mà ngược lại còn đẹp một cách dịu dàng kỳ lạ, dường như có thể thanh tẩy được mọi thứ. Nhưng Linh Chí hiểu rất rõ, sự đáng sợ nhất của Bất Tận Thiên Hỏa là ở chỗ nó có thể thiêu đốt nguyên linh, cho dù có là tiên linh thì cũng không thể chịu nổi. Lửa trên người Chuột Hỏa Cán tuy không thể sánh với Thiên Hỏa tạo ra từ gỗ cây Bất Tận, nhưng cũng vẫn đủ khiến những kẻ tu luyện phải sợ hãi.

"Đây chính là cái mà bọn họ gọi là 'hắc long hồi sinh' đấy à?" Hắn đang có rất nhiều thắc mắc trong lòng, nhưng lúc này không phải lúc thong dong suy nghĩ, vì bầy Chuột Hỏa Cán vốn đang yên lặng tụ lại một chỗ đã phát giác ra có những "vị khách không mời mà đến", đồng loạt quay sang nhìn bọn họ.

Bị hàng loạt cặp mắt của những con chuột khổng lồ nhìn chằm chằm vào người, Nhung Nhung lập tức sởn hết gai ốc. Nàng ta vội vàng trốn ra phía sau lưng Linh Chí, hốt hoảng hỏi: "Bây giờ phải làm sao đây? Nếu đã biết ở đây không có hắc long gì đó rồi, chúng ta có thể đi chưa?"

"Ngươi đưa Tạ Trân đi trước đi." Linh Chí hạ giọng. Đám Chuột Hỏa Cán kia đã di chuyển ánh nhìn sang phía hắn, bắt đầu từ từ cử động, bộ lông dài hơi dựng lên, thể hiện chúng đang có ý thù địch, nhưng lại chần chừ chưa tấn công.

Thời Vũ chợt hiểu ra, liền nói: "Bầy Chuột Hỏa Cán này dường như rất e sợ chủ nhân."

Suốt một vạn tám ngàn năm qua, Chuột Hỏa Cán đều nằm dưới quyền điều khiển của Bạch Ô thị, đến ngay cả chủ nhân của chúng chẳng qua cũng chỉ là nô bộc của Bạch Ô, điều này như một dấu ấn ăn sâu vào huyết mạch của chúng. Linh Chí lẩm bẩm nói: "Bọn chúng nhận ra lai lịch của ta, lẽ nào đám Chuột Hỏa Cán này thật sự đến từ Tiểu Thương Sơn..."

"Chủ nhân cẩn thận, bọn chúng e không kìm chế nổi nữa rồi!"

Đúng như Thời Vũ nói, sự e ngại của đám Chuột Hỏa Cán dường như đã dần bị thay thế bởi sự hung tợn, chúng bắt đầu dàn ra, nhe nanh gầm gừ với Linh Chí.

Nhung Nhung kiên quyết lôi Tạ Trân ra xa.

"Ngươi cũng đi đi!" Linh Chí rút ô Thông Minh ra rồi nói mà không nhìn Thời Vũ, "Chuyện này không liên quan đến ngươi."

"Đối với Thời Vũ thì trên thế gian này chỉ có hai chuyện, một là chuyện không liên quan, hai là chuyện của chủ nhân."

Hắn vừa nói xong thì một con Chuột Hỏa Cán trông có vẻ mạnh nhất chợt lao về phía Linh Chí, đám chuột còn lại như được cổ vũ, cũng lập tức nhe răng điên cuồng xông lên. Mục tiêu của bọn chúng chỉ có một, những con thú vốn chỉ ăn tro cây giờ lại coi máu thịt của Linh Chí như là một món ăn ngon lành mà chúng vô cùng khao khát.

Linh Chí tung cước đá văng con Chuột Hỏa Cán đầu đàn rồi vung ô Thông Minh lên hất tung lũ còn lại ra. Thời Vũ thấy Linh Chí không rút kiếm ra liền tạo màn chắn bảo vệ cho hắn.

"Ngươi đừng để cho bọn chúng chạm vào người!" Linh Chí nói với hắn.

Chuột Hỏa Cán có thân hình rất to, nhưng đầu óc lại không thông minh, trong số các linh thú thì có thể bị xem là ngu ngốc, chỉ biết dựa vào sức mạnh mà xông bừa lên, cắn xé điên cuồng, khi tấn công thậm chí còn giẫm đạp lên cả đồng loại, thế nên cũng không quá khó đối phó. Hiện giờ tình hình nguy hiểm là do số lượng của chúng quá đông, nếu tụ lại thì gần như có thể chôn sống bọn họ. Hơn nữa Chuột Hỏa Cán có da cứng thịt dày, sức mạnh rất lớn, lại không biết ứng biến, cho dù bị đẩy lùi hoặc bị màn chắn của Thời Vũ hất tung thì vẫn ngay lập tức lao đến lần nữa.

Điều khiến Thời Vũ đau đầu hơn nữa chính là đầu óc của đám súc sinh ngu xuẩn này lại trống rỗng, thế nên thuật Nhiếp Hồn Hóa Cảnh của hắn khi đem ra đối phó với chúng chẳng khác nào đàn gảy tai trâu, hắn lại e ngại sức lửa trên người bọn chúng nên cũng không thể chiến đấu trong cự li gần. Hiện giờ bọn chúng đang tầng tầng lớp lớp bao vây Linh Chí, thậm chí còn mấy lần liều lĩnh lao bừa vào làm màn chắn bị nứt ra, tuy không thể chạm vào người Linh Chí được, nhưng cứ thế này thì họ cũng không thể thoát thân.

Linh Chí cũng đã ý thức được vấn đề, đành phải rút kiếm trong ô ra, chém chết mấy con Chuột Hỏa Cán ở gần nhất. Đám Chuột Hỏa Cán còn lại có hơi ngây người một chút, nhưng sau đó lại kêu chít chít rồi bắt đầu giẫm đạp lên mớ máu thịt của đồng loại mà xông lên.

Linh Chí nắm chặt chuôi kiếm, không hiểu vì sao bầy Chuột Hỏa Cán này lại hận hắn thấu xương như vậy, mà khi giết những con thú thân quen này thì trong lòng hắn cũng không cảm thấy vui vẻ gì.

Phía trước mặt hắn dần hiện lên một đống xác chuột, con chuột lớn đầu tiên tấn công lúc này lại tiếp tục xông lên muốn phá vỡ màn chắn. Xem ra, con Chuột Hỏa Cán đã tấn công họ trên đỉnh núi có lẽ chính là nó.

Sát khí trong mắt Linh Chí dần tăng lên, hắn muốn giết gà dọa khỉ, làm giảm khí thế của chúng. Hắn vung thanh kiếm lên nhằm thẳng vào đầu con Chuột Hỏa Cán kia, nhưng khi lưỡi kiếm chuẩn bị chạm vào nó thì hắn chợt đổi ý, đổi sang dùng chuôi kiếm đập vào trán của nó.

Con chuột ngã xuống đất, Linh Chí ngập ngừng một lát rồi lấy kiếm chém đi phần lông phủ mặt của nó, phát hiện ra đôi tai bên dưới phần lông đó bị thiếu đi một cái, dường như là do bị một vật sắc nhọn chém đứt.

Vừa rồi hắn chỉ đoán bừa, ngờ đâu lại đúng là nó! Vết thương trên tai nó bắt nguồn từ một lần Linh Chí tỷ thí với bằng hữu, con vật ngốc nghếch này đứng gần đó tưởng có người muốn làm hại chủ nhân, thế nên đã không suy nghĩ gì mà lao vào. Người bằng hữu kia vốn lại không chống được Thiên Hỏa, suýt nữa đã bị con Chuột Hỏa Cán này làm bị thương, cũng may có đại chưởng chúc ra tay kịp thời hóa giải nguy cơ. Đại chưởng chúc không muốn tính toán với một con súc sinh, thế nên nó mới giữ lại được tính mạng, nhưng bị phạt cắt đứt một tai. Từ đó về sau, Linh Chí cũng không còn gặp lại nó nữa.

Khi ấy Linh Chí chỉ là một đứa trẻ mới sống được bốn năm mươi tuổi, cũng chưa gặp A Vô Nhi. Tính ra con Chuột Hỏa Cán này bị tách ra khỏi hắn cũng đã gần một trăm năm mươi năm rồi, không ngờ giờ lại gặp lại nhau trong tình cảnh này.

Nó vẫn còn nhớ hắn sao? Nó liều mạng xông lên phía trước là vì hận hắn năm xưa đã bỏ rơi nó sao?

Thời Vũ không hiểu đã xảy ra chuyện gì, nhưng vẫn biết điều mà im lặng không nói. Hắn cũng bắt đầu nhận ra điểm đặc biệt của con Chuột Hỏa Cán này, vừa rồi khi nó bị ngã xuống đất thì đám đồng loại của nó bắt đầu ngẩn người rồi e dè quan sát, xem ra con chuột mà Linh Chí vừa chế ngự chính là "chuột đầu đàn".

Con chuột nằm đó vẫn chưa chết, Thời Vũ bắt đầu cảm nhận được tâm trạng đơn giản ngây ngô của nó, trong đó còn có cả sự ai oán. Nhưng chỉ sau một khoảnh khắc, sự ai oán ấy biến mất, thay vào đó là... một sát khí rất nặng.

Thời Vũ định lên tiếng nhắc nhở, song còn chưa kịp nói gì thì con Chuột Hỏa Cán đã chợt nhảy lên khỏi mặt đất bằng một tốc độ nhanh khác thường, há miệng nhằm thẳng vào cổ của Linh Chí. Linh Chí ở quá gần con chuột, Thời Vũ không kịp tạo màn chắn bảo vệ, trong lúc cấp bách liền giơ tay ra định nắm lấy lông của nó mà kéo lại.

"Không được đụng vào!" Nhung Nhung ở phía xa chợt gào lên.

Một tiếng xé gió vang lên, một sợi roi dài quấn chặt lấy con Chuột Hỏa Cán rồi quật nó ra xa bằng một lực rất mạnh. Sợi roi chạm vào con Chuột Hỏa Cán không những không bị cháy mà còn sáng rực lên một màu lưu ly, tựa như một con rắn lửa.

Tạ Trân không ngờ mình ra đòn lại chính xác như vậy, cứ ngẩn người nhìn Trường Sinh đang tỏa sáng trong tay mình.

Con Chuột Hỏa Cán kia dường như đã bị gãy chân, cổ họng phát ra tiếng gầm gừ rồi gắng gượng lết về phía Linh Chí. Linh Chí chỉ yên lặng, không hề né tránh.

Thời Vũ không dám ngang nhiên thăm dò tâm tư của Linh Chí, nhưng có một khoảnh khắc, hắn dường như cũng thấy trong mắt Linh Chí hiện lên vẻ ai oán như của con Chuột Hỏa Cán kia. Song chính trong khoảnh khắc ấy, Linh Chí lại vung thanh kiếm xuống, cái đầu to tướng của con Chuột Hỏa Cán lập tức lăn sang một bên.

Bầy Chuột Hỏa Cán còn lại kêu gào hốt hoảng rồi lũ lượt bỏ chạy.

Ánh trăng trên cao bị mây che phủ, thế nên sau khi ánh lửa trên người bầy Chuột Hỏa Cán không còn thì bóng đêm tối mịt tĩnh lặng lại bao phủ lên cả lòng sông khô cạn, rộng lớn. Ngoại trừ "rắn lửa" trong tay Tạ Trân ra thì chỉ còn lại đôi mắt của Nhung Nhung là vẫn sáng lấp lánh, nàng vừa vỗ ngực vừa nói: "Vừa rồi con chuột to đó làm ta sợ chết khiếp!"

"Ta đã xem thường ngươi rồi." Thời Vũ nhìn Tạ Trân rồi đưa tay hành lễ, "Đa tạ ngươi đã ra tay giúp đỡ."

"Khách sáo rồi... Ta cũng chỉ có thể tận dụng mấy chiêu cứng nhắc này để tạm thời đối phó với mấy con dã thú thôi." Tạ

Trân lúc này vẫn đang mải suy tư về Trường Sinh. Cho dù hắn có vung vẩy thế nào thì ánh lửa trên đó vẫn không tắt đi. Bây giờ nếu giữ nó trong người thì sợ bị bỏng, nhưng vứt đi thì lại không nỡ, hắn thật sự không biết làm sao, cũng may phần cán roi thì lại không nóng lắm.

"Ngươi đúng là nên cảm tạ Tạ Trân, không có hắn thì giờ này chắc ngươi đã không còn đứng được ở đây nữa." Linh Chí lạnh lùng nói với Thời Vũ.

Thời Vũ biết những lời Linh Chí nói đều là sự thật, song sự bất bình trong lòng đã dâng lên đến cổ, không thể kìm lại được, liền cười khẩy một tiếng: "Cũng là do tôi vô dụng. Tôi chỉ biết chủ nhân sợ Thiên Hỏa, nhưng lại quên mất bên cạnh người còn có vị bằng hữu thân thiết này, làm gì đến lượt tôi nhúng tay vào chứ?"

Linh Chí im lặng một lúc rồi quay sang cầm lấy Trường Sinh trong tay Tạ Trân, vuốt nhẹ một cái, Bất Tận Thiên Hỏa trên sợi roi liền tắt đi trong lòng bàn tay của hắn. "Ngươi tưởng vừa rồi Tạ Trân đã cứu ta sao?"

"Chuyện này sao có thể..." Thời Vũ mặt đầy nghi hoặc. Hắn đã từng thi triển Nhiếp Hồn Hóa Cảnh với Linh Chí, đã nhiều lần nhìn thấy sự sợ sệt của Linh Chí đối với Thiên Hỏa.

"Những gì mà ngươi từng thấy chẳng qua chỉ là một cơn ác mộng năm xưa của ta."

Sự lạnh lùng của Linh Chí lại càng làm Thời Vũ thêm xấu hổ. Hắn ngoài mặt nóng bừng nhưng trong lòng lại lạnh buốt.

Đến ngay cả việc cứu chủ nhân mà cũng không đến lượt hắn, cuối cùng lại còn phải nhờ một người phàm giải vây.

Tạ Trân nhận lấy sợi roi mà Linh Chí ném sang, thử chạm vào phần thân roi đã trở lại bình thường như trước rồi luôn miệng tấm tắc khen ngợi. Thời Vũ lại một lần nữa quay sang cảm ơn hắn, hắn đưa tay che miệng đằng hắng một cái rồi cười sảng khoái: "Muốn đa tạ thì phải đa tạ sự thần thông của sợi roi này. Tuy rằng ta và ngươi có duyên, nhưng nếu ở trước mặt Chuột Hỏa Cán mà bảo ta phải tay không cứu ngươi thì ta chắc chắn sẽ không chịu đâu."

Trên kiếm của Linh Chí vẫn còn dính máu của Chuột Hỏa Cán, Thời Vũ thấy thế liền bước lại gần hắn, Linh Chí có hơi ngẩn người, còn Thời Vũ lại cố giấu đi nét sa sầm trên mặt, cố thản nhiên cười nói: "Y phục của tôi tuy đã có hơi rách, nhưng cũng không quá bẩn thỉu, chủ nhân có muốn dùng để lau kiếm không?"

Đôi mắt tuyệt đẹp của hắn lúc này long lanh sáng rực hệt như vừa có một trận mưa tẩy rửa sạch sẽ, nhưng thần sắc của Linh Chí thì lại trở nên khó hiểu, quay đầu tra kiếm lại vào trong ô.

"Không cần."

Thời Vũ cúi đầu, chợt nhìn thấy cái đầu của con chuột quái dị kia liền hỏi: "Chủ nhân đối xử với con Chuột Hỏa Cán này có hơi khác thường, phải chăng là có nguyên do gì?"

Linh Chí trả lời đơn giản: "Nó là một con thú cưng ta từng nuôi khi còn bé."

"Thì ra là vậy..." Sau một lúc kinh ngạc, Thời Vũ lại hỏi một câu: "Sao chủ nhân và nó lại rời xa nhau?"

"Bị mất."

"Sao lại mất? Người không đi tìm nó sao?"

Linh Chí thấy một sự khó chịu dâng lên trong ngực, "Ngươi hỏi đủ chưa? Chẳng qua chỉ là một con súc sinh thôi mà!"

Thời Vũ không hỏi thêm nữa, một lúc lâu sau mới phát ra một lời than thở rất khẽ, "Chủ nhân thật nhẫn tâm."

Linh Chí giơ chân bước qua xác con Chuột Hỏa Cán, bộ lông vốn phát sáng rực rỡ của nó lúc này đã hóa thành màu trắng ảm đạm. Bây giờ nghĩ lại, nó thậm chí còn chẳng có một cái tên. Nhưng như vậy cũng hay, thật ra nó cũng chẳng khác gì so với những con Chuột Hỏa Cán khác! Đến cuối cùng, thứ hiện lên trong mắt nó trước khi chết cũng chỉ là một tên Bạch Ô Nhân tàn nhẫn không có gì khác lạ mà thôi.

Nhưng hắn đã làm một điều chính xác, một điều nên làm, một điều không thể không làm!

"Ngươi biết vậy là tốt." Linh Chí quay lưng nói với Thời Vũ.

Bây giờ Linh Chí chỉ muốn biết kẻ nào đã điều khiển nó, rồi tại sao một trăm năm trước lại tụ tập bầy chuột này tại đây. Lẽ nào thật sự là do bọn Liệu Nô làm sao?

Liệu Nô là hậu duệ của nghịch thần, đời đời phải phục dịch cho Bạch Ô thị chính là Thiên Phạt mà chúng phải chịu.

Xung quanh Tiểu Thương Sơn đều có giăng lôi vân, chúng tuyệt đối không thể thoát ra được. Trong suốt một ngàn năm qua kể từ khi Liên Phách đảm nhận vị trí đại chưởng chúc của Bạch Ô thị thì không có Liệu Nô nào không sợ uy nghiêm của bà. Sau khi một thủ lĩnh Liệu Nô bị giết vì ngang nhiên làm phản thì bọn chúng đã trở nên an phận rất nhiều.

"Ơ, đó là gì thế?" Nhung Nhung tinh mắt, phát hiện ra mặt đất nơi vừa rồi bầy Chuột Hỏa Cán tụ lại dường như có cái gì đó, bèn chạy đến tìm hiểu.

Động tác của nàng ta thật sự quá nhanh, ngay cả Linh Chí cũng không ngăn kịp, đành phải mặc kệ nguyên tắc "tìm hiểu kỹ trước khi hành động" mà đi theo sau nàng. Linh Chí thấy nghi hoặc, không hiểu sao với cách hành xử này mà bọn họ có thể sống sót được suốt cả ngàn năm qua.

Nhung Nhung bước lên quan sát, thấy dị vật đó thì ra chỉ là một tảng đá nham thạch lớn bên bờ sông, trên đó loang lổ các vết nứt và dấu vết ám khói đen kịt do bị đốt trong thời gian dài.

Nhung Nhung có hơi thất vọng, bèn nhảy lên giậm chân trên tảng đá, "Ta còn tưởng đám chuột đó canh giữ bảo bối gì ở đây chứ, thì ra chỉ là một tảng đá."

"Xuống mau!" Linh Chí quát: "Lệ khí ở đây không hề tan sau khi bọn Chuột Hỏa Cán rút lui, tảng đá này e có điều cổ quái."

"Ta đây không có bản lĩnh gì, nhưng kĩ năng bỏ chạy thì có thể coi là vô cùng điêu luyện!" Nhung Nhung không tin là thật, nhưng lời của Linh Chí nàng ta vẫn nghe theo, vừa nhảy xuống vừa lải nhải, "Người sợ nó sẽ ăn thịt ta chắc?"

Chân của Nhung Nhung vừa chạm đất thì trên tảng đá kia đã liền xuất hiện một vệt nứt lớn, nàng ta còn chưa kịp hét lên thì đã bị rơi vào trong đó.

Chương 28

Triều Tịch Thủy

Bàn tay Linh Chí chỉ kịp chạm vào ngón tay của Nhung Nhung, đành phải giương mắt nhìn nàng ta biến mất trước mặt.

Tạ Trân vụt mạnh sợi roi vào tảng đá, nhưng chỉ thấy bụi tung lên. Vết nứt kia từ từ khép lại, có thể thấy thấp thoáng trong đó có ánh ngọc trai mờ mờ. Linh Chí lúc này mới hiểu ra, đây chẳng phải tảng đá gì cả, rõ ràng là một con trai khổng lồ, một nửa chìm vào lớp đá bên bờ sông, một nửa lớp vỏ dày lộ ra bên ngoài. Vừa rồi lúc hắn cứu Nhung Nhung đã không may bị lớp vỏ sắc bén làm bị thương, một nửa cánh tay máu thịt be bét.

Nhung Nhung nằm bên trong con trai không biết sống chết thế nào, Linh Chí liền dùng ô Thông Minh chĩa về phía ánh ngọc trai kia, muốn dùng năng lực của Bạch Ô để hút nguyên linh của con trai khổng lồ này.

Đây là tuyệt chiêu khiến cho những kẻ tu luyện sợ nhất ở Bạch Ô thị, đừng nói là tinh quái mà ngay cả thiên thần cũng khó mà chống đỡ được. Linh Chí tuy tuổi vẫn còn trẻ, nhưng khả năng vận dụng chiêu này vô cùng siêu phàm. Từ sau khi rời khỏi Tiểu Thương Sơn, ngoại trừ vị thần linh viễn cổ như Vũ La ra thì hắn chưa từng gặp phải đối thủ nào khiến hắn phải sợ cả. Có điều con trai này thật sự quá cổ quái, lệ khí của nó rất mạnh, nhưng trong linh khiếu lại trống rỗng, giống như trong cả con sông to lớn chỉ còn lại một giọt nước, mà kì lạ là dù có dùng cách nào thì cũng không làm nó khô cạn đi được.

Thời Vũ thấy cánh tay Linh Chí máu chảy đầm đìa, như sắp nhuộm đỏ cả người, ánh sáng quen thuộc từ mũi ô Thông Minh liên tục chớp tắt, liên kết chặt chẽ với ánh ngọc trai kia, dường như hai bên đang giằng co quyết liệt. Tuy nhiên Thời Vũ tinh ý nên không thể không nhận ra, vẻ căng thẳng trên mặt Linh Chí càng lúc càng rõ rệt, vết nứt để lộ ánh ngọc trai kia thì lại đang dần khép lại. Thời Vũ lập tức không nói không rằng mà nhả Huyền Châu ra, không gian xung quanh lập tức được nhuộm bởi ánh sáng đỏ rực, vô vàn ký ức xa lạ đột nhiên ập vào người Thời Vũ như một cơn sóng thần, hắn suýt nữa không chống đỡ được sự công kích mãnh liệt ấy.

"Đám lừa đảo, phường trộm cướp... Các ngươi đã có được thứ mình muốn rồi, tại sao còn không chịu từ bỏ?" Một giọng nữ chói tai vọng ra từ bên trong con trai.

"Đừng lải nhải nhiều lời, mau nhả thứ ngươi vừa mới nuốt ra đây."

Cảm xúc của trai tinh hỗn loạn và điên cuồng, Thời Vũ không có thời gian sắp xếp lại trật tự đầu đuôi trong đó, điều quan trọng nhất lúc này là mở vỏ trai ra. Hắn cắn răng định nhét Huyền Châu vào bên trong con trai.

Linh Chí không giằng co với trai tinh nữa mà bung ô Thông Minh ra, chặn Huyền Châu lại trong ô, sau đó hãi hùng quát lên: "Ngươi muốn chết sao?"

Nguyên linh của Thời Vũ và Huyền Châu đã hợp thành một thể, nếu Huyền Châu mà có tổn hại gì thì hậu quả sẽ rất khó lường.

"Trong mắt chủ nhân thì tôi có làm gì cũng thừa, nhưng Nhung Nhung là bằng hữu nhiều năm của tôi!" Ánh mắt của Thời Vũ cũng đỏ rực lên theo ánh sáng của Huyền Châu.

Thấy con trai tinh chuẩn bị khép miệng lại, Linh Chí không còn cách nào khác, đành phải rút kiếm ra dốc toàn lực đâm thẳng vào khe hở, có thanh kiếm chống đỡ nên khe hở không khép lại được.

Song độ rắn chắc không phải là thế mạnh của thanh kiếm, không biết có thể cầm cự được bao lâu.

Nhưng con trai tinh lúc này chợt rùng mình rồi phát ra một tiếng nôn ọe, tiếp theo đó liền phun ra một thứ. Linh Chí đưa tay đỡ lấy, thì ra đó chính là Nhung Nhung toàn thân dính đầy chất nhờn.

"Các ngươi muốn lấy con chồn gầy trơ xương này thì cứ việc lấy. Nhìn xem ta đã lấy được thứ gì đây! Lẽ nào đại hạn của ta sắp đến, trời cao cuối cùng cũng rủ lòng xót thương rồi sao?" Giọng nữ bên trong con trai tinh lúc vui lúc buồn, hệt như đang nói mê vậy: "Không thể nào... Nhất định lại là chiêu trò của tên lừa đảo ấy rồi, ta sẽ không trúng kế của hắn nữa đâu!"

Linh Chí cúi đầu quan sát Nhung Nhung, thấy nàng ta hai mắt tuy nhắm nghiền nhưng hơi thở vẫn khá đều đặn, có lẽ chỉ bị ngất đi, bèn quay sang nói với Thời Vũ: "Đỡ lấy."

Thời Vũ lập tức đón lấy, cố gắng không để tâm chất nhờn hôi hám đang dính khắp người Nhung Nhung, gắng gượng kìm nén cơn buồn nôn của mình.

Con trai tinh vẫn cứ liên tục lẩm bẩm, lúc khóc lúc cười, mọi thứ xung quanh đối với ả mà nói dường như không còn tồn tại.

Tạ Trân không chịu nổi âm thanh chát chúa như đang mài sắt ấy, đầu bắt đầu cảm thấy đau điếng. Hắn không hiểu được tâm tư của con yêu vật này, vậy nên quay sang khẽ hỏi Thời Vũ: "Có chuyện gì vậy?"

Thời Vũ đáp: "Ả ta điên rồi!"

Vừa rồi trong khoảnh khắc giao tranh ngắn ngủi với con trai tinh, Linh Chí tuy không bị thương nhưng cũng không hề chiếm thế thượng phong. Nếu hắn đoán không lầm thì nguyên linh của con trai tinh này đã như dầu cạn đèn khô, không biết nhờ vào sức mạnh nào mà có thể cầm cự được lâu như thế. Những yêu quái có tu vi đáng gờm thế này hẳn là được sản sinh vào thời thiên địa linh khí còn chưa tiêu tan, không rõ vì lý do gì mà lại lưu lạc tại bờ sông hoang dã này.

Đám Chuột Hỏa Cán đó là dùng để đối phó ả sao?

Chuyện này có liên quan đến Chuột Hỏa Cán thì hẳn cũng phải liên quan đến Bạch Ô thị. Linh Chí rất muốn làm rõ chuyện này, nhưng trai tinh này hành xử quả thực quá kỳ dị. Nhung Nhung vừa rồi suýt mất mạng, bây giờ không biết nếu chọc giận ả thì sẽ còn xảy ra chuyện gì.

"Bọn ta không có ác ý, chỉ là đi ngang nơi này tình cờ phát hiện ánh lửa khác thường." Linh Chí cố gắng nói với con trai tinh bằng giọng ôn hòa: "Ngươi có biết đám Chuột Hỏa Cán là do ai gọi đến không?"

"Đừng có giả vờ giả vịt! Các ngươi đều muốn ta chết, ta sẽ không cho các ngươi như ý đâu!"

Thấy con trai tinh sắp nổi điên, để đề phòng, Linh Chí lập tức triệu hồi thanh kiếm lại.

Trai tinh liền phát ra tiếng kêu gào thảm thiết: "Liệt Vũ, trả Liệt Vũ lại cho ta!"

"Ngươi nhận ra Liệt Vũ sao?" Linh Chí kinh ngạc.

"Ta không những nhận ra Liệt Vũ mà còn nhận ra ngươi. Ta vừa nếm được máu của Bạch Ô Nhân, chính các ngươi đã trộm mất Liệt Vũ Kiếm của ta!"

"Liệt Vũ bao đời nay đều là của Bạch Ô..."

"Đó là vì các ngươi đã dùng thủ đoạn vô liêm sỉ giết chết chủ nhân của thanh kiếm này!"

Con trai tinh nổi cơn thịnh nộ, phun ra vô số sợi tơ màu trắng nhằm về phía thanh kiếm trong tay Linh Chí. Linh Chí phi thân né tránh, nhưng những sợi tơ mềm mại như rắn ấy dường như có mắt, lập tức vươn ra bốn phương tám hướng. Không còn cách nào khác, Linh Chí phải vung kiếm chém đi mấy sợi tơ gần hắn nhất, số tơ ấy rơi xuống đất lập tức hóa thành chất dịch hôi thối, đám tơ còn lại cũng mau chóng thu lại vào bên trong con trai.

"A... Thật không ngờ có ngày ta lại bị Liệt Vũ làm bị thương." Con trai tinh nói bằng giọng thê lương: "Quả không hổ danh là hậu duệ của Yến Chân và Hạo Anh."

"Yến Chân là ai?" Linh Chí thật sự không hiểu nổi mấy câu nói của con trai tinh này, song cái tên này hắn đã từng nghe Vũ La nhắc đến. Vũ La cũng giống như trai tinh, vừa nhận ra Liệt Vũ là liền nhắc đến cái tên Yến Chân. Lẽ nào người này thật sự có liên quan đến thanh kiếm này sao?

"Ngươi hỏi ta Yến Chân là ai sao?" Con trai tinh cười đến mức hai cái vỏ dày cũng rung lên, "Ngươi là hậu duệ đời thứ mấy của Hạo Anh rồi? Ta thật sự rất muốn nghe xem ả ta nói lại cho con cháu của mình về phụ thân của chúng như thế nào!"

"Bạch Ô Nhân chỉ biết có mẹ, không biết có cha."

"Cho dù ngươi có nói gì thì cũng không xóa đi được huyết mạch của mình, ngươi nếu đã là Bạch Ô Nhân thì cũng là hậu duệ của Chúc Long."

"Nói năng xằng bậy!" Linh Chí phẫn nộ nói: "Chúc Long tội ác chất chồng, hậu duệ từ lâu đã bị xem là tà ma!"

Tiếng cười của trai tinh lại vang lên không dứt, "Thắng làm vua thua làm giặc! Những kẻ sống sót, những kẻ chiến thắng, và cả những kẻ đang yên nghỉ ở Quy Khư... Bọn chúng có dám nói bản thân mình thánh thiện trong sạch không? Hạo Anh nếu vô tội thì tại sao lại nổi điên tự vẫn? Ả ta đã dùng thủ đoạn đê tiện để giết đi người mình yêu."

Lưỡi kiếm trong tay Linh Chí khẽ rung lên, một dòng máu tươi từ cánh tay bị thương của hắn men theo lưỡi kiếm mà rơi xuống.

"Sao, ngươi không tin à? Muốn ra tay giết ta sao? Đến đây, ta sắp không chờ nổi nữa rồi!" Con trai tinh nhìn thấu tâm tư của Linh Chí, nhưng không vội vàng thuyết phục hắn, dường như đang muốn tận hưởng niềm vui từ sự nghi ngờ kinh ngạc của Linh Chí, một lúc sau thậm chí còn khẽ hát ngân nga.

Linh Chí cảm thấy Thời Vũ nói rất đúng, ả ta đã điên rồi! Lời nói của một con yêu già phát điên thì làm sao có thể xem là thật? Nếu trai tinh này đã không còn muốn liều chết với hắn nữa thì hắn cũng không cần thiết phải ở lại đây hao tổn sức lực với một kẻ điên!

"Đây là khúc nhạc mà Yến Chân từng tấu, tấu cho ta nghe. Ngươi nghe nhé, 'cưỡi áng mây ngàn, ánh sét vang rền, sáng rực rừng hoang'... Ngươi đừng đi mà, đừng đi! Ta không gạt ngươi nữa, thật ra chàng chưa từng tấu đàn cho ta, chưa một lần nào hết, nhưng đây đúng là khúc nhạc mà chàng thích nhất. Hạo Anh thì biết gì chứ? Trong mắt ả ta chỉ có hình phạt và giết chóc mà thôi."

"Ngươi giết chóc cũng chỉ là vì muốn thay trời hành đạo!"

Con trai tinh cứ mặc kệ lời nói của Linh Chí, chỉ tiếp tục nói theo ý mình: "Khúc nhạc này tên là Cưỡi Mây, ta biết chắc chắn ngươi chưa bao giờ nghe. Từ khoảnh khắc Chúc Long quyết định tham chiến thì tay của Yến Chân đã không còn chạm vào dây đàn nữa. Hạo Anh đã lừa chàng, nói rằng trong trận đại chiến ả ta sẽ không ra tay giúp phe nào cả, còn lấy đứa bé trong bụng ra làm mồi nhử, dụ chàng từ bỏ ý định chém giết, cùng ả đến Tây Hải Tụ Quật Châu. Ta đã nói chàng đừng đi, Hạo Anh sẽ không chịu buông tay quy ẩn vào lúc ấy đâu, nhưng chàng cứ không tin, một mình đi đến Triều Tịch Thủy..."

"Ngươi nói cái gì? Triều Tịch Thủy?" Linh Chí giật mình quay đầu lại. Hắn có nằm mơ cũng không ngờ lại nghe được cái tên này phát ra từ miệng của một con trai tinh bị điên.

Con trai tinh lại ngân nga một lúc lâu nữa, mấy sợi tơ bên cạnh vỏ khẽ rung lên bên vỏ trai, tựa như bàn tay chơi đàn. Linh Chí biết lúc này bản thân càng nóng vội thì sẽ càng hợp ý của trai tinh. Cầu xin không được, giết cũng không xong, dùng biện pháp cứng hay mềm cũng đều không được. Cũng may Linh Chí trước nay luôn là người trầm tĩnh, cho dù trong ruột có đang nóng như lửa đốt thì vẫn kìm chế được, cứ đứng yên mặc cho Thời Vũ băng bó vết thương của mình. Tạ Trân thì ngồi xếp bằng gần đó, vừa quan sát Nhung Nhung vừa chống cằm, tựa hồ như cũng sắp ngất đi chung với nàng ta.

Khi chân trời xuất hiện ánh sáng thực sự thì trai tinh kia cũng đã hát thỏa thuê, lúc này ả mới thẫn thờ nói: "Triều Tịch Thủy là một nơi tuyệt biết bao nhiêu. Yến Chân đã bị Hạo Anh giết ở Triều Tịch Thủy. Thanh Dương và Ngu Quách đều là đồng mưu, bọn chúng mới đáng chết..."

Linh Chí không dám chọc giận trai tinh, bèn e dè hỏi: "Triều Tịch Thủy ở đâu?"

Trai tinh lại cười điên dại, nhưng tiếng cười sau khi thoát ra khỏi vỏ nghe chẳng khác gì tiếng khóc thê lương, "Táng Long Than gì chứ? Ác long gây họa gì chứ? Đám người phàm đó thì biết cái gì? Chàng chưa từng gây hại đến một người vô tội nào cả. Trận chiến ở Cô Mộ Sơn, đến ngay cả mấy vị đại thần thượng cổ cũng chia thành hai phe, đấu nhau dữ dội, nào có ai đứng ngoài cuộc được đâu? Các ngươi nói cho ta biết đi, Yến Chân sai ở chỗ nào? Chàng chỉ sai ở chỗ là con trai của Chúc Long mà thôi!"

Linh Chí thấp thỏm trong lòng, "Ý ngươi tức là, Yến Chân chính là con hắc long đó sao? Nơi này chính là Triều Tịch Thủy sao?"

"Hôm đó ta đã âm thầm đi theo sau lưng chàng. Ta biết rõ, cho dù mọi chuyện có không may diễn ra đúng như lời ta nói thì ta cũng không làm gì được Hạo Anh. Ta chỉ có thể thầm báo chuyện này cho Trường Dao, bởi bọn họ là huynh đệ ruột. Nhưng tiếc là Trường Dao cũng không cứu được chàng. Yến Chân thật sự quá ngốc, cứ thế một mình mà đến, nhưng thứ đáp trả nỗi mong ngóng chờ đợi của chàng là gì chứ? Là âm mưu của Hạo Anh và Thanh Dương, còn có cả thủ đoạn bỉ ổi của Ngu Quách nữa."

Giọng của trai tinh hệt như một sợi dây đàn bị lỏng, những nỗi đau đớn xưa kia giờ nghe ra chỉ còn lại tiếng than van trống rỗng.

"Hạo Anh biết rõ điểm yếu của Yến Chân, ngay khoảnh khắc chàng đặt chân lên Triều Tịch Thủy thì đã cầm chắc cái chết rồi. Ả ta tuyệt tình như vậy, nhưng đến phút cuối cùng, Yến Chân vẫn không rút kiếm ra với ả! Trường Dao cũng giống như ta, tận mắt nhìn thấy Yến Chân hiện nguyên hình dưới nước, bị rút gân rồng ra đau đớn mà chết. Hai huynh đệ họ tình cảm thân thiết, Trường Dao nổi cơn điên, thà chết cũng không chịu theo ta bỏ chạy, cứ nhất quyết chiến đấu đến hơi thở cuối cùng, cuối cùng bại dưới tay chúng. Thanh Dương giả nhân giả nghĩa bảo rằng tha chết cho Trường Dao, nhưng sau khi đại chiến kết thúc phân định thắng thua thì lại giáng cả tộc của họ xuống làm tà ma, đời đời phải chuộc tội... Chắc các ngươi cũng biết rồi, những kẻ 'Liệu Nô' mà các ngươi luôn gọi ấy chính là hậu duệ còn sót lại của Chúc Long. Bạch Ô Nhân lấy danh nghĩa là kẻ thắng cuộc mà sai khiến Liệu Nô, nhưng điều nực cười là trong người của các ngươi lại đang chảy chung một dòng máu với họ!"

"Những lời hoang đường này là do ngươi hay là do Liệu Nô bịa đặt ra?" Bức họa do Hạo Anh để lại và những câu nói của Vũ La, Linh Chí vẫn còn nhớ rõ, nơi này rõ ràng không thể nào là Triều Tịch Thủy.

Chương 29

Tan theo mây khói

"Ha, cái gì là thật, cái gì là ảo chứ?" Giọng của trai tinh kéo dài: "Bộ dạng hiện giờ của ngươi làm ta nhớ đến Hạo Anh lúc đứng bên cạnh xác của Yến Chân. Các ngươi luôn tự cho mình là đúng, tự gạt mình gạt người. Ngươi không chịu nổi việc ta 'bôi nhọ' tiền bối và huyết mạch Bạch Ô thị của ngươi, nhưng trong vô thức ngươi đã tin ta rồi. Rõ ràng biết từng câu ta nói đều là thật, cứ cố phản đối thì có ích gì?"

"Ai nói ta đã tin ngươi?"

"Chế ngự Thiên Hỏa vốn là năng lực bẩm sinh của Chúc Long tộc, ngươi giải thích thế nào về việc một nhánh hậu duệ của Bạch Ô cũng không sợ Thiên Hỏa hệt như Liệu Nô? Kiếm của Yến Chân vì sao lại được truyền hết đời này qua đời khác trong tay các ngươi, mặc cho các ngươi tự do điều khiển?"

Thời Vũ trông thấy trên gương mặt lạnh lùng của Linh Chí thoáng hiện lên một nét thẫn thờ và bất lực, biểu cảm này chỉ từng hiện lên chớp nhoáng khi Linh Chí bị trọng thương vì bị Thổ Bá dùng móng vuốt đâm xuyên qua ngực. Hắn đưa tay khẽ chạm vào cánh tay Linh Chí, định nói gì đó, nhưng rồi lại cảm thấy có nói gì cũng vô ích.

Linh Chí không gạt tay Thời Vũ ra, chỉ lắc đầu, cúi đầu nhìn thanh kiếm, hay còn gọi là Liệt Vũ. Ôn Kỳ đã từng nói với hắn, không phải ai cũng có thể điều khiển được thanh kiếm này, nhưng khi đó Linh Chí cứ tưởng hắn làm được là do đã khổ công tu luyện.

"Ta không tin Hạo Anh tiên tổ lại có thể đê tiện như ngươi nói!"

"Ả ta làm sao có thể đê tiện? Trong mắt của ả thì tất cả mọi việc đều là vì thiên lý, vì đại nghĩa. Đại nghĩa của ả đã khiến Bạch Ô thị mang đầy nợ máu, cũng giúp Phủ Sinh Tháp đứng vững không đổ. Có điều Yến Chân thì ở trong tháp, còn ả cuối cùng lại hóa thành tro kiếp dưới chân tháp, ha ha, ha ha ha, đều là báo ứng cả!"

Nói xong câu ấy, con trai tinh lại bắt đầu chìm đắm vào mấy câu hát của mình, còn Linh Chí cứ đứng yên không nói không rằng một lúc lâu, không biết là đang nghĩ gì, Thời Vũ không kìm được bèn hỏi trai tinh: "Bà... là gì của Yến Chân?"

"Tiểu tử, còn ngươi thì là gì của hắn?" Trai tinh giảo hoạt hỏi lại, những sợi tơ lại bung ra, vươn đến đùa nghịch gương mặt của Thời Vũ.

Thời Vũ khẽ quay mặt né tránh, lạnh lùng nói: "Nếu bà luôn nhớ nhung ông ta như vậy, sao có thể khoanh tay đứng nhìn ông ta chết trước mặt mình, lại còn sống thoi thóp ở đây suốt một vạn tám ngàn năm như vậy?"

Mấy sợi tơ của trai tinh lả rả rơi xuống đất, "Chàng là thiên thần, dù có chết thảm thì nguyên linh cũng vĩnh viễn bất diệt. Còn ta chỉ là một con tiểu yêu, nếu tiêu vong thì thậm chí còn chẳng được luân hồi. Ta vẫn đang mong đến ngày chàng hồi sinh quay lại, cho dù có là thiên thu vạn đại, ta cũng phải chờ chàng! Nhưng không ngờ, bọn chúng lại tạo ra một cái lồng, dùng lực của Bạch Ô để nhốt những nguyên linh bất diệt vào trong ấy, rồi lại lấy Bất Tận Thiên Hỏa thiêu đốt, khiến họ vừa không thể bị tiêu diệt, nhưng cũng không thể tái sinh, còn phải ngày đêm chịu nỗi đau bị tôi rèn bởi Thiên Hỏa. Thủ đoạn thâm độc tàn nhẫn này cũng là do một tay của bọn thần linh suốt ngày mở miệng ra là nói thiên lý đại nghĩa ấy gây ra... Nói đến điều này thì còn ai hiểu rõ hơn hắn chứ?"

"Hắn" mà trai tinh đang nhắc đến chính là Linh Chí lúc này vẫn đang đứng lặng lẽ, Linh Chí nghe thế thì không phủ nhận, chỉ nói: "Ngươi có từng nghĩ đến việc những nguyên linh trong tháp nếu được thả ra thì sẽ một lần nữa khiến chúng sinh rơi vào cảnh lầm than không?"

"Cái gì gọi là chúng sinh chứ? Người phàm và muông thú là chúng sinh, còn yêu ma quỷ quái thì lại không đáng được tồn tại trong thiên địa sao? Đám thiên thần bọn họ đấu qua đấu lại, những kẻ thành công thì về cõi Quy Khư, những người thân bại danh liệt thì trầm luân trong tháp. Có ai từng nghĩ đến những sinh linh khổ sở tu luyện không?" Trai tinh cười mỉa mai Linh Chí: "Ngươi đừng ở đó đắc ý, Bạch Ô là những kẻ bị thiên địa vứt bỏ, chắc chắn không có tương lai. Cũng không biết vào phút cuối cùng, Hạo Anh có hiểu ra được đạo lý này không, ả ta vứt bỏ tất cả, cuối cùng đổi lại được thứ gì? Hậu duệ của các chân nhân thượng cổ lần lượt tiêu vong, những kẻ tu luyện vô tội thì sống lay lắt, đây là kết cục mà ả muốn đó sao? Ngươi nói ả thay trời hành đạo, nhưng trời là trời của ai, đạo là đạo của ai? Nếu trận chiến ở Cô Mộ Sơn đổi lại kẻ thắng người thua thì có lẽ Thanh Linh khí đã không tiêu tán nhanh như vậy, bọn người phàm cũng đâu thể phát triển tràn lan!"

Linh Chí quay sang nhìn Thời Vũ đang đứng cạnh mình, Thời Vũ vội vàng giấu đi vẻ mặt u ám, mỉm cười với hắn. Chuyện xưa đều đã qua rồi, đúng sai thế nào mỗi người tự hiểu rõ. Kết cục của Chấn Mông thị khiến người ta thương xót, ngay cả Linh Chí cũng thấy phẫn nộ bất an cho tình cảnh khốn cùng của cả tộc, nhưng chuyện này liệu có thay đổi được không?

"Ta không biết Hạo Anh tiên tổ có hối hận hay không, chỉ biết Bạch Ô thị luôn không thẹn với lòng!" Linh Chí dần bình tâm lại, "Ngươi có biết tiên nhân của Bạch Ô, lại hiểu rõ chuyện của Liệu Nô, vậy có thể cho ta biết đám Chuột Hỏa Cán kia vì sao lại xuất hiện ở nơi này không?"

"Chính là vì bảo bối trên người ta, không phải ngươi cũng vì nó mà đến sao?"

"Bảo bối?"

"Khi trận đại chiến ấy đi đến hồi kết, Cô Mộ Sơn sụp đổ, bảo bối trong lòng núi vỡ ra rồi bắn đi khắp nơi. Ta nấp sâu dưới lòng sông, vô tình lại nuốt được một mảnh vỡ ấy vào trong bụng. Khi đó tất cả những tộc chân nhân còn sót lại của bên bại trận không ai thoát nạn, nhưng nhờ có bảo bối thần thông quảng đại này mà ta lại tránh được kiếp nạn. Ta biết các ngươi đều muốn tìm ra nó, nhưng nó nằm trong bụng ta, ta đã hóa nó thành ngọc, thế nên chẳng ai phát hiện ra được!" Nói đến đây, trai tinh chợt tỏ vẻ vui mừng kỳ lạ, vừa vung vẩy mấy sợi tơ vừa nói: "Thiên Đế đã từng phái rất nhiều thiên thần truy tìm tung tích của nó. À... Thanh Dương cũng từng đến, bọn chúng đến mấy lượt, tìm đi tìm lại. Nhưng ta không ngốc như vậy, bảo bối đã khiến chúng không nhìn thấy ta. Ta không đi đâu cả, ta phải giữ lại bảo bối chờ Yến Chân quay lại. Cô Mộ Sơn đã sụp đổ rồi, Triều Tịch Thủy cũng thành ra dáng vẻ này, vậy thì sẽ có một ngày Phủ Sinh Tháp cũng sẽ sụp đổ thôi!"

"Bảo bối... bên trong Cô Mộ Sơn... Ý ngươi muốn nói đến mảnh Phủ Sinh sao?" Hàng loạt bất ngờ dồn dập cùng lúc,

Linh Chí lại chẳng còn kinh ngạc nữa, một đêm ngắn ngủi này đối với hắn còn dài hơn cả khoảng thời gian một trăm chín mươi bảy năm vừa qua, những điều tai nghe mắt thấy hiện giờ còn giống với ảo ảnh hơn cả ảo ảnh từ pháp thuật của Thời Vũ.

"Bảo bối chính là bảo bối của ta."

"Nó ở trong người ngươi sao?"

Trai tinh đột nhiên nổi giận đùng đùng, hai cái vỏ đột ngột mở ra, ánh ngọc trai và mùi hôi thối đồng loạt ập đến. Tạ Trân nôn thốc nôn tháo tại chỗ, sự kích thích mạnh mẽ này cũng làm cho Nhung Nhung dần hồi tỉnh lại.

Ngược lại với vẻ sần sùi xấu xí của lớp vỏ bên ngoài, bên trong của trai tinh lại rất sáng sủa sạch sẽ, phần thịt mềm mại trong suốt, tuy nhiên nó đã có dấu hiệu thối rữa, chảy ra khá nhiều chất nhờn. Linh Chí còn phát hiện ra giữa phần thịt thối ấy có một lỗ hổng, giống như đã bị ai khoét mất một miếng.

Thảo nào trai tinh vừa gặp họ đã liên tục mắng họ là "kẻ trộm cướp" đã cướp đi "bảo bối" của mình.

"Là ai làm vậy?"

"Là ta tự làm! Yến Chân cứ mãi không quay lại, ta cũng không nhớ mình đã bơ vơ ở đây bao lâu. Cho đến cách đây khoảng một trăm năm, có một chàng trai trẻ trọng thương chợt xuất hiện. Hắn biết tên của ta nhưng lại không nhìn thấy ta. Ta lặng lẽ ngồi bên cạnh hắn, nhìn máu của hắn từ từ chảy xuống sông, nguyên linh cũng dần dần tiêu tan..."

Thời Vũ khẽ thở dài: "Nhưng bà vẫn cứu người đó đúng không?"

"Ta đã cứu hắn, bởi vì hắn là hậu duệ Chúc Long đầu tiên mà ta gặp được trong suốt mấy ngàn năm qua, cũng giống như ngươi, trên tay hắn cũng cầm vật của cố nhân."

"Hơn một trăm năm trước, hậu duệ Chúc Long..." Nghi hoặc trong lòng Linh Chí đã có được lời giải. "Kẻ đó có phải bị hao tổn nguyên linh, mắt phải bị một mũi tên xuyên qua không?"

"Ha ha, ta biết ngay là ngươi có quen hắn mà."

"Trúc Ân quả nhiên vẫn còn sống, hắn đã chạy đến đây."

"Trúc Ân là ai?" Thời Vũ hỏi.

Linh Chí quay sang trả lời hắn: "Ngươi có còn nhớ ta từng kể, bằng hữu của ta từng bắn xuyên qua mắt của tên thủ lĩnh Liệu Nô phản loạn không? Trúc Ân quỷ kế đa đoan, loạn Liệu Nô lần đó suýt nữa đã ảnh hưởng đến cả Phủ Sinh Tháp. Lúc ấy hắn bị thương nặng rơi xuống vực, không tìm thấy xác, thật không ngờ hắn lại có bản lĩnh thoát ra khỏi kết giới lôi vân."

Điều khiến Linh Chí kinh ngạc nhất chính là, việc hắn tìm ra được Triều Tịch Thủy chỉ là nhờ may mắn, vậy mà Trúc Ân lại có thể tìm được đến đây sớm hơn hắn cả trăm năm, thậm chí còn biết được cả lai lịch của trai tinh này. Xem ra vì là hậu duệ của Trường Dao nên Trúc Ân thâm sâu khó đoán hơn những gì họ tưởng tượng nhiều. Liệu Nô nhẫn nhục suốt bao năm qua, nhưng sâu trong xương tủy chúng chưa bao giờ chịu khuất phục, bây giờ lại còn xuất hiện một nhân vật như vậy, thảo nào Liên Phách đã luôn xem hắn là cái gai trong mắt.

"Khi hắn cười lên trông thật sự rất giống Yến Chân! Tuy không biết tấu đàn, nhưng hắn lại biết dùng lá sậy mà tấu bản Cưỡi Mây cho ta nghe. Hắn dùng lời đường mật dụ dỗ ta, còn nói hắn hận bọn Bạch Ô Nhân và Phủ Sinh Tháp thấu xương, chỉ cần có được những mảnh Phủ Sinh thì sẽ có cách thả hết những nguyên linh trong tháp ra... Kẻ lừa đảo, hắn là kẻ lừa đảo!" Trai tinh chợt bật khóc hu hu, "Ta đã tin lời hắn, chính ta móc bảo bối ra giao vào tay hắn, thật không ngờ hắn sau đó gọi cả bầy Chuột Hỏa Cán đến vây lấy ta, muốn ta phải chết ở đây."

"Năm xưa khi nơi này còn chưa bị đám súc sinh Chuột Hỏa Cán ấy đốt cho trơ trụi, trong các bụi cỏ thường hay có Đan Tri[130] xuất hiện. Đan Tri mười năm mới kết xong lưới, dây đàn làm từ tơ của bọn chúng sẽ tạo ra âm thanh rất du dương, điều này chính Yến Chân đã nói cho ta biết, thế nên cứ mỗi mười năm ta lại đi thu thập tơ Đan Tri cho chàng. Tơ Đan Tri phải một trăm năm mới mục. Ta còn nhớ mình đã đi thu thập rất nhiều lần, rồi cũng rất nhiều lần nhìn chúng mục đi, vậy mà chàng thì vẫn cứ ở trong tháp... Ta đã chờ quá lâu rồi, còn tưởng cuối cùng sẽ chờ được."

[130] Một loài nhện.

Trai tinh để lộ phần thịt thối rữa trong vỏ cứng của mình ra ngoài ánh mặt trời, cất tiếng khóc ai oán. Bà ta chẳng hề có thiện ý với Bạch Ô Nhân, nhưng Linh Chí lại không thể nào hận bà ta được, chỉ cảm thấy bà ta thật đáng thương.

"Bạch Ô Nhân, ta đã trả lời câu hỏi của ngươi rồi. Bây giờ đến lúc ngươi phải báo đáp lại cho ta. Ta muốn ngươi làm cho ta một chuyện!"

Linh Chí có hơi do dự, "Ta sẽ tìm ra Trúc Ân rồi giết hắn. Nhưng mảnh Phủ Sinh cũng là thứ mà Bạch Ô thị đang muốn tìm..."

"Không, chuyện ta muốn ngươi làm không phải chuyện này. Trúc Ân là kẻ vô liêm sỉ, hắn đã hủy đi chấp niệm cuối cùng của ta, nhưng hắn chết rồi thì có ích gì chứ? Đáng lẽ ta không nên ôm hy vọng. Đã một vạn tám ngàn năm rồi, nhưng ta dường như vẫn còn nhìn thấy cảnh Triều Tịch Thủy nhuốm màu đỏ tươi. Yến Chân giãy giụa bên bờ sông, còn ta ở dưới nước, máu của chàng chảy vào miệng vào mũi ta, sao lại có nhiều máu đến như vậy... Ngươi mau đến gần ta đi."

Linh Chí chợt thấy có bàn tay nắm chặt cánh tay mình, quay sang thấy Thời Vũ đang lắc đầu với hắn.

Tạ Trân mặt mày trắng bệch cũng vội cất tiếng: "Linh Chí, cẩn thận kẻo mắc bẫy."

"Đừng lo." Linh Chí giằng tay Thời Vũ ra, bước đến trước mặt trai tinh.

Mấy sợi tơ của trai tinh vốn bị lưỡi kiếm cắt đứt lúc này chợt quấn lấy vết thương của Linh Chí, nhưng Linh Chí không né tránh.

"Trong máu của ngươi có mùi của chàng."

Thời Vũ cảm thấy tim mình như sắp ngừng đập, Linh Chí tuy tài nghệ cao cường, nên dũng mãnh hơn người nhưng hành vi của yêu quái điên khùng này không thể lý giải bằng lẽ thường được. Trai tinh sau đó chợt khẽ nói gì đó với Linh Chí, Thời Vũ không nghe được liền quay sang nhìn Nhung Nhung, nhưng Nhung Nhung đầu óc vẫn còn đang mơ màng, cũng không nghe được gì, chỉ áy náy lắc đầu.

Trai tinh nói xong, Linh Chí lặng yên một lúc rồi chợt đứng thẳng người dậy, ánh sáng trên ô Thông Minh hơi lóe lên, Thời Vũ lập tức cảm thấy có điều bất ổn. Quả nhiên, thanh kiếm trong ô được rút ra. Khi Thời Vũ xông lên thì con trai khổng lồ đã không còn nữa, thay vào đó là một thiếu nữ gầy trơ xương xuất hiện trước mặt họ, thanh kiếm của Linh Chí đã đâm thẳng vào ngực của người đó.

"Liệt Vũ... Tốt lắm!" Trai tinh đã hóa thành hình người, hai mắt mơ màng, gương mặt dưới mái tóc lòa xòa kia khi có da có thịt hẳn cũng không xinh đẹp là bao, nhưng bù lại trông rất ôn hòa, hoàn toàn khác hẳn với sự điên loạn vừa rồi.

Thời Vũ hoàn toàn không ngờ kết cục lại như thế này, chợt nghe trai tinh gắng gượng nói với Linh Chí: "Ngươi đến gần hơn chút đi, ta muốn nhìn kỹ ngươi."

Chỉ sau một thoáng do dự, Linh Chí đã quỳ một chân bên cạnh trai tinh, nhẹ nhàng đỡ lấy thân hình mỏng manh của bà ta, để bà ta tựa lên đùi mình.

Máu của trai tinh hòa vào máu trên người Linh Chí, cánh tay bị thương của Linh Chí sau khi bị đám tơ kia vây lấy bây giờ đã lành lặn trở lại.

Trai tinh cứ đưa mắt nhìn Linh Chí rất lâu, một cánh tay nhấc lên, nhưng rồi sau đó không hiểu do không còn sức lực hay do e ngại mà lại buông thõng xuống, sau đó khẽ nói: "Yến Chân thiếu chủ, tôi đã làm mất bảo bối rồi."

Linh Chí thấy khẽ xao động trong lòng, nhưng hắn trước nay không biết ăn nói, chỉ biết đưa tay đặt vào thiên linh của trai tinh rồi từ từ hút đi nguyên linh của bà ta.

Mảnh Phủ Sinh một trăm năm trước đã bị cướp mất, vậy mà sức mạnh còn sót lại của nó vẫn giúp trai tinh chống cự được Thiên Hỏa từ Chuột Hỏa Cán suốt trăm năm qua.

"Ta sẽ đem nguyên linh của ngươi phát tán dưới chân Phủ Sinh Tháp." Linh Chí khẽ nói.

Trai tinh chợt cười thẫn thờ, "Không cần đâu, ở đó đã có Hạo Anh rồi."

Hai mắt bà ta đã trở nên mơ hồ, ánh ngọc trai quanh người cũng dần biến mất trong lòng bàn tay của Linh Chí, đó là một trong những nguyên linh thuần khiết nhất mà ngay cả Linh Chí cũng hiếm khi gặp được.

"Thật ra ngươi không giống chàng chút nào, ngươi giống Hạo Anh hơn, nếu là Yến Chân thì đã không nỡ ra tay rồi. Thật ra Trúc Ân cũng không giống chàng, chỉ là do ta quá cô đơn mà thôi... Đa tạ! Ta rất muốn quên đi Triều Tịch Thủy, quên đi đống máu ấy."

Một hạt tuyết nhẹ nhàng rơi xuống chạm vào tay Linh Chí rồi lập tức tan chảy. Cả con sông trước đó còn bốc mùi cháy khét lẹt lúc này chợt được tuyết trắng phủ kín. Chỉ có mỗi Tạ Trân là ngơ ngác không hiểu gì, hắn chỉ thấy Nhung Nhung chợt đưa tay ôm lấy người co ro một chỗ, sau đó lại chợt chìa tay ra như đang hứng lấy một vật gì đó từ trong không trung một cách thích thú.

"Chương Vỹ Sơn..." Ánh sáng trong mắt trai tinh lúc này chợt lay động như ngọn đèn le lói sắp tắt.

Linh Chí và Nhung Nhung trông thấy một thiếu niên mặc áo đen mau chóng bước ra từ trong bóng tối, trong tay hắn cầm một thanh kiếm, trên bao kiếm có hình rồng uốn lượn.

"Tiểu Thiện, phụ thân đã đồng ý giao Liệt Vũ cho ta rồi!" Giọng nói trong trẻo của chàng thiếu niên không giấu nổi vẻ vui mừng.

"Không phải người nói ghét nhất là vung đao múa kiếm hay sao?" Thiếu nữ vừa cất tiếng có gương mặt bình thường, nhưng hai mắt sáng lấp lánh, trên mái tóc đen nhánh có cài viên minh châu.

Chàng thiếu niên thích thú vung trường kiếm trong tay, tỏ vẻ bí ẩn: "Sau này ngươi sẽ biết thôi."

Vùng đất lạnh giá chợt trong phút chốc biến thành một cung điện thoáng đãng nằm dưới những tán mai ngọc bích xum xuê. Nhung Nhung giật mình kêu lên, trước khi kịp định thần lại thì đã thấy hai mắt ướt đẫm.

Đây chính là Đông Hải Thương Linh Thành, nơi từng là mái nhà duy nhất của nàng.

Một con chồn tím có bộ lông hơi xù nhảy lên trên một cây đàn giương mắt ngắm nghía một hồi, chàng thiếu niên áo đen đang tấu đàn liền cau mày nói: "Mao Nhung Nhi, cây đàn này của chủ nhân ngươi thật chẳng ra làm sao cả."

Nhung Nhung quan sát cảnh tượng trước mặt rồi kinh ngạc lẩm bẩm: "Đây là ta đấy à? Sao ta lại không nhớ ra chuyện này nhỉ?"

Chàng thiếu niên trong ảo ảnh tất nhiên không nghe thấy lời nói của Nhung Nhung, tiếng đàn của hắn chợt trở nên hối hả, hoàn toàn mất đi nhịp điệu. Một bóng người bước ra từ Bích Mai Lâm[131], khi người đó đến gần, Tiểu Thiện đứng sau lưng chàng thiếu niên lập tức giật bắn mình suýt nữa cắn luôn lưỡi: "Giai nhân... mà người nói chính là cô ta sao?"

"Suỵt!"

---

[131] Rừng mai màu ngọc bích.

Thiếu nữ đưa tay gạt mấy nhành cây chắn trước mặt mình, mấy cánh hoa ánh màu ngọc bích rơi nhè nhẹ lên chiếc mặt nạ dữ tợn mà nàng đang đeo, nhưng giọng nói của nàng thì lại rất trầm ổn và dịu dàng: "Người mà Thanh Dương tiến cử với ta là ngươi sao? Ngươi tên gì?"

Chàng thiếu niên đỏ bừng mặt, nhưng vẫn cố gắng trấn tĩnh khom người hành lễ: "Yến Chân bái kiến Hạo Anh đại thần!"

...

Yến Chân nửa thân là người, nửa thân là rồng nằm dưới nước, toàn thân đầy vết thương lớn nhỏ.

Tiểu Thiện muốn dùng minh châu trị thương cho hắn, nhưng Yến Chân nói: "Không cần đâu, dù sao đến mai sẽ lại như thế này!"

Tiểu Thiện không kìm được mà oán trách: "Mỗi lần người quay về từ Triều Tịch Thủy đều như thế này. Tuy nói là truyền thụ võ nghệ, nhưng Hạo Anh đại thần cũng không nên ra tay tàn nhẫn thế này chứ!"

"Thế này đã là gì?" Yến Chân cười với vẻ hoàn toàn không quan tâm: "Đấy là ngươi chưa thấy lúc nàng ấy nhẫn tâm hơn đấy."

Tiểu Thiện bất lực, đành đưa một vật cho Yến Chân, "Ngọc Lang Can ăn vào sẽ trị được vết thương da thịt, người mau nuốt đi."

"Đây không phải thứ mà Trường Dao tặng cho ngươi sao? Sao lại đưa cho ta?" Yến Chân ngay lập tức từ chối, sau đó nhảy lên khỏi mặt nước, làm vô số bọt hoa bắn tung tóe trên dòng Nhược Thủy.

"Ta là con trai của Chúc Long, rồi sẽ có ngày đánh bại nàng ấy thôi! Ngươi cứ chờ mà xem, Tiểu Thiện!"

Tiểu Thiện.

Tiểu Thiện...

Giọng cười trong trẻo của Yến Chân vẫn còn vang bên tai, cứ mãi vấn vương trong trái tim của Tiểu Thiện vào phút hấp hối.

Trai tinh mỉm cười đáp lời rồi tan theo mây khói trong ảo ảnh của Thời Vũ.

Chương 30

Mảnh vỡ Phù Sinh

Tiếng khóc thút thít của Nhung Nhung khiến Linh Chí định thần lại.

Ảo ảnh đã biến mất hoàn toàn. Mặt trời đã lên, những cơn gió ôn hòa thổi qua bờ sông khô cạn, tất cả những giết chóc tàn sát, yêu hận oán trách đều tan biến theo màn đêm vừa qua.

"Ngươi khóc cái gì?" Linh Chí đứng dậy hỏi.

"Ta khóc cho Tiểu Thiện đáng thương." Nhung Nhung sụt sịt mũi nói: "Còn có cả Yến Chân ấy nữa... Trông ông ấy chẳng có gì là hung ác cả. Ông ấy thật sự là tiền nhân của người sao?"

Thời Vũ trả lời thay Linh Chí: "Ngươi nên tự thương xót cho bản thân mình thì hơn. Tối qua kẻ nào suýt nữa đã bị nuốt sống, ngươi quên rồi sao?"

"Ta bị ai nuốt chứ?" Nhung Nhung giật bắn mình. Nàng chỉ nhớ được mình đã nhảy lên một tảng đá, sau đó mọi thứ chợt tối sầm lại, khi tỉnh lại thì đã ngồi bên bờ sông rồi.

Thời Vũ không nhìn bóng người đang dính đầy máu kia nữa, nói giọng mỉa mai: "Ta sai rồi, ngươi không đáng thương, người cứu ngươi mới đáng thương."

"Nếu một ngày nào đó các ngươi gặp chuyện, ta cũng sẽ xả thân cứu giúp!" Nhung Nhung nói những lời sáo rỗng mà ngay cả bản thân cũng không tin. Nàng ta trước nay luôn sống dưới sự che chở của Thanh Dương, sau này khi xuống phàm trần thì việc gì cũng nhờ vào Thời Vũ, bây giờ lại ỷ lại vào Linh Chí, thế nên cho dù trời có sập xuống thì với nàng ta cũng không sao, vì đã có bọn họ chống đỡ rồi.

Nhung Nhung rất tự tin vào khả năng quan sát và vận may của mình, những người đã lọt vào tầm mắt của nàng thì chắc chắn đều là những nhân vật phi phàm. Bọn họ cái gì cũng tốt, duy chỉ có tính cách là chẳng ra làm sao.

Nàng đưa mũi ngửi mùi trên người mình rồi nhăn nhó hỏi tên người phàm dễ gần nhất: "Có phải ta hôi lắm không?"

"Chỉ là hôi hơn cá mắm một chút thôi, ta vừa nôn một lần nên cũng quen rồi." Tạ Trân quả nhiên trả lời rất ôn hòa.

"Tất cả những cảnh tượng trong ảo ảnh của Thời Vũ đều là ký ức của trai tinh Tiểu Thiện, vậy thì ta hẳn đã từng gặp bà ta rồi, sao ta lại không nhớ chút gì thế nhỉ?" Nhung Nhung vỗ đầu, rồi chợt nhớ ra một chuyện, "Linh Chí, Tiểu Thiện vừa rồi đã nói thầm gì với ngươi vậy?"

Thời Vũ lạnh lùng nói: "Tất nhiên là chuyện không muốn người ngoài biết rồi."

"Hừ! Ta hỏi Linh Chí mà. Biết đâu ta giúp được thì sao?"

"Điều duy nhất mà ngươi giúp được chính là ngậm miệng lại."

"Thời Vũ thối tha, ta không tin là ngươi không muốn biết đâu!"

"Bà ấy bảo ta quay lại Phúc Lộc trấn." Linh Chí ngán ngẩm ngắt lời họ, càng ngán ngẩm hơn khi hắn nhận ra mình đang dần quen với sự ồn ào này.

"Là Phúc Lộc trấn mà chúng ta vừa rời khỏi ấy à? Tại sao chứ?"

Linh Chí nhớ lại cảnh tượng ban nãy, điều mà trai tinh đã nói với hắn chính là: "Ta biết ngươi muốn tìm điều gì. Ngươi giết ta đi, sau đó quay về vùng đất bẩn thỉu của đám người phàm bên kia núi, đó mới là nơi bắt nguồn mọi chuyện. Hãy nhớ kỹ, những gì mà ngươi nhìn thấy đều chỉ là hư ảo. Đừng giống như ta, né tránh được kiếp nạn trời định nhưng lại không né tránh được sự lừa gạt."

Hắn nói lại câu nói của trai tinh, nhưng bỏ qua câu nói cuối cùng.

"Thứ mà người muốn tìm không phải Triều Tịch Thủy sao? Sao lại trở thành Phúc Lộc trấn rồi?" Nhung Nhung càng nghe càng thấy khó hiểu.

Thời Vũ thì đã hiểu được ý định của Linh Chí. "Chủ nhân vốn tưởng sẽ tìm được thứ ấy ở Triều Tịch Thủy."

Linh Chí không phủ nhận.

Thời Vũ nói đúng. Thật ra thứ mà Linh Chí đang tìm là mảnh Phủ Sinh và cách để ghép các mảnh vỡ lại.

Từ thuở hỗn độn sơ khai đến nay, Cô Mộ Sơn chính là thông đạo nối giữa thiên với địa, giữa người và thần, ở đó có cất giữ bảo bối trấn thủ phổ độ chúng sinh vạn vật, thế nên được tôn là Thánh Sơn. Phủ Sinh là tâm núi của Cô Mộ Sơn, tất cả sức mạnh đều bắt nguồn từ đó. Trận chiến của các thần vào một vạn tám ngàn năm trước tương truyền là bắt nguồn từ việc phân chia sức mạnh của Phủ Sinh. Trận chiến này đã làm thiệt mạng vô số thiên thần, nhưng cuối cùng chỉ khiến Cô Mộ Sơn sụp đổ, tâm núi vỡ nát. Sau khi Phủ Sinh không còn nguyên vẹn thì Thanh Linh khí bắt đầu tan đi, các thiên thần cũng lực bất tòng tâm, thời đại của thần linh dần dần kết thúc.

Lồng giam các nguyên linh mà Bạch Ô thị đang trấn thủ tuy gọi là Phủ Sinh Tháp, nhưng thật ra chỉ được tạo thành từ hai mảnh Phủ Sinh mà bên thắng cuộc sau trận chiến Cô Mộ Sơn có được. Các mảnh còn lại không rõ tung tích, ngay cả cách ghép các mảnh lại cũng không ai biết được.

Họ đã dùng hai mảnh này để giam cầm nguyên linh của các nghịch thần cho đến tận bây giờ. Phủ Sinh sau khi bị vỡ thì sức mạnh không còn như trước, oán khí trong tháp lại ngày một tăng lên, đến ngay cả Bất Tận Thiên Hỏa vì mất đi thiên địa linh khí nên cũng không còn được "bất tận" nữa. Bạch Ô thị khổ sở cầm cự, một khi Thiên Hỏa bị tắt hoặc mảnh vỡ có tổn hại thì hậu quả sẽ khôn lường.

Nhưng điều đau buồn hơn chính là, những đại thần đã từng trải qua trận chiến Cô Mộ Sơn đều lần lượt quy tịch, Phủ Sinh Tháp và Bạch Ô thị hệt như đã bị lãng quên ở Tiểu Thương Sơn, trên thế gian còn mấy ai hiểu được nỗi khổ của Bạch Ô? Thanh Dương quân từng là chỗ dựa cuối cùng của Bạch Ô thị, sau khi Hạo Anh mất thì hai lần Phủ Sinh Tháp xuất hiện vết nứt đều phải nhờ ngài ra tay tương trợ, nhưng vì việc này mà ngài bị hao tổn nguyên khí, khoảng thời gian phải bế quan tĩnh dưỡng càng lúc càng dài.

Bạch Ô thị bị cô lập không còn nơi nương tựa, chỉ có tìm ra các mảnh Phủ Sinh còn lại thì mới có đường sống. Nhưng khi Thiên Đế chưa về Quy Khư đã dốc hết sức tìm các mảnh vỡ mà vẫn không có chút thu hoạch gì, ngay cả những tiên nhân của Bạch Ô vốn có quan hệ mật thiết với Phủ Sinh cũng không cảm nhận được sự tồn tại của các mảnh vỡ.

Từ lúc đại chưởng chúc đời trước là Lễ Phong tiếp quản Bạch Ô đến nay thì tộc nhân đã không còn kỳ vọng gì vào bên ngoài nữa. Tiêu diệt cả tộc Chấn Mông chính là lần thay trời hành hình cuối cùng của Bạch Ô, từ đó về sau họ đoạn tuyệt qua lại với bên ngoài, cất Lôi Việt đi, không cho ai được ảo tưởng về mảnh Phủ Sinh nữa, chuyển sang tăng cường kiểm soát Liệu Nô và Thiên Hỏa, dốc hết toàn lực của tộc ra đấu với oán khí trong tháp.

Lần đầu tiên khi nghe nói đến trận chiến ở Cô Mộ Sơn và mảnh Phủ Sinh, Linh Chí đã hỏi Ôn Kỳ, tại sao lại không tiếp tục đi tìm. Ôn Kỳ trả lời, có lẽ mấy mảnh Phủ Sinh còn lại cũng đã vỡ tan theo ngọn núi, Lễ Phong tiền bối không muốn cứ mang mãi trong mình những kỳ vọng không đáng, vì Bạch Ô không còn thời gian chờ đợi nữa.

Linh Chí trước nay luôn thẳng thắn với Ôn Kỳ, thế nên lại truy hỏi: "Đại chấp sự, người có tin những mảnh Phủ Sinh khác vẫn còn tồn tại không?"

Ôn Kỳ đáp: "Ta tin theo Liên Phách."

Trong lòng Liên Phách, tin hay không không quan trọng, bà chỉ quan tâm việc đó có tác dụng hay không. Linh Chí thầm nghĩ, nếu gạt đi thân phận của mình, Ôn Kỳ có khi sẽ đưa ra câu trả lời khác, nói không chừng ông cũng từng rất tin, nếu không ông đã không chống lại lệnh của Lễ Phong tiền bối mà ra ngoài lang bạt nhiều năm như vậy. Linh Chí và Sương Xung đều từng nghe vài tin đồn trong tộc, rằng Ôn Kỳ từng là người được kỳ vọng sẽ kế nghiệp Lễ Phong, nhưng vì ông đã làm trái lời bà nên chức đại chưởng chúc cuối cùng mới rơi vào tay Liên Phách, một người có cung cách hành xử giống hệt Lễ Phong.

Ôn Kỳ sau khi nhận ra Linh Chí quá quan tâm đến mảnh Phủ Sinh thì tuyệt nhiên không nhắc đến nó nữa. Song lúc đó Linh Chí đã nhìn thấy bức họa của Hạo Anh, luôn tin rằng bức tranh ấy có ẩn ý. Thay vì cứ kẹt ở Tiểu Thương Sơn này cùng chôn mình với Phủ Sinh Tháp đến chết thì chi bằng cứ có bệnh mà vái tứ phương đi.

Linh Chí lén rời khỏi Tiểu Thương Sơn, còn chưa ra khỏi Lương Phong Ao thì đã bị Ôn Kỳ ngăn lại. Ôn Kỳ bảo hắn quay về, nhưng Linh Chí không chịu cúi đầu. Hắn nói với Ôn Kỳ, cho dù lần này không thành công, có giam hắn sáu mươi năm, thậm chí là sáu trăm năm sau, thì sau khi được thả ra hắn vẫn sẽ trốn tiếp, nhất quyết không cam tâm.

Ôn Kỳ lúc ấy đã bật cười. Linh Chí chưa bao giờ cãi lại mệnh lệnh của Liên Phách, nhưng sự cố chấp của hắn quả thực quá giống Liên Phách, mà thật ra người hắn giống đâu chỉ có Liên Phách.

"Nhân lúc còn có cơ hội, ra ngoài một chuyến cũng được. Nhân gian rất náo nhiệt, ngoài trách nhiệm bên mình thì những sinh linh ở đó còn sống vì mục đích khác. Thế sự tốt xấu lẫn lộn, thiện ác giao hòa, lúc tụ lúc tán, thế nên mới sinh ra yêu hận, được mất, buồn vui. Bản lĩnh của con đủ để tự bảo vệ bản thân, không phải lo lắng, trời không tuyệt đường người, chỉ cần nghe theo trái tim là được. Con nên tận mắt đi ngắm sen ở Giang Nam, ngắm tuyết ở Bắc U, rượu ở Trường An Quỷ Thị cũng rất ngon đấy." Đó là những lời dặn dò Ôn Kỳ dành cho Linh Chí trước khi từ biệt.

Linh Chí chỉ mới được uống rượu ở Quỷ Thị, còn những thứ còn lại thì vẫn chưa có cơ hội trải nghiệm. Không biết có phải do số mệnh an bài hay không mà chính chén rượu đó lại là thứ dẫn hắn tìm được đến Triều Tịch Thủy!

Thứ mà Hạo Anh trước khi lao mình vào Bất Tận Thiên Hỏa cứ mãi không quên, Linh Chí luôn cho rằng đó hẳn phải là một vật rất quan trọng đối với Bạch Ô tộc, ngoài mảnh Phủ Sinh ra thì không thể là gì khác được. Nhưng đến bây giờ hắn mới biết mình đúng là quá ngây thơ. Trong mắt một người sắp phát điên như Hạo Anh thì trọng trách ở Phủ Sinh Tháp hay sự tồn vong của Bạch Ô tộc hoàn toàn chẳng còn liên quan gì đến bà nữa. Thứ cuối cùng bà muốn tìm lại chẳng qua chỉ là một khoảng hồi ức đặc biệt mà thôi.

Rốt cuộc Hạo Anh có biết được có một mảnh Phủ Sinh đã bị trai tinh Tiểu Thiện nuốt vào bụng hay không, Linh Chí cũng không rõ nữa, hắn chỉ đoán có lẽ bà không biết điều ấy, vì đến ngay cả Thanh Dương quân cũng không biết về bí mật này. Hạo Anh đã mất, không ai còn biết được tâm tư suy nghĩ của bà, cũng may sự cố chấp của Linh Chí đã không uổng công, mảnh Phủ Sinh thật sự còn tồn tại ở nhân gian, chỉ là hắn đã đến chậm mất một trăm năm thôi.

Chỉ tiếc cho một báu vật quý giá nhất thiên địa như mảnh Phủ Sinh, nếu nó đến tay Thanh Dương quân thì có thể cứu vớt thiên địa, đến tay Bạch Ô thì có thể tu sửa Phủ Sinh Tháp, nhưng cuối cùng lại rơi vào tay của một Liệu Nô, e sẽ khó tránh khỏi một phen sóng gió. Vậy mà trong suốt một vạn tám ngàn năm sở hữu nó, Tiểu Thiện cũng chỉ mượn sức mạnh của nó để ẩn mình, âm thầm chờ đợi một nguyên linh mãi mãi không thuộc về mình.

Trong tay Linh Chí vẫn còn cầm một mảnh vỏ trai, trông nó giống như một viên đá đã bị thiêu rụi, nhưng trong ánh đen vẫn có chút ánh sáng lấp lánh. Hắn dùng bàn tay cầm kiếm nhiều năm của mình nhẹ nhàng mân mê vỏ trai. Hắn vẫn chưa hiểu được "tình là gì", cũng vẫn chưa hiểu được tại sao "họ lại làm như vậy", chỉ cảm thấy lồng ngực của mình như có một móng vuốt đã bị bào đi vẻ sắc nhọn khẽ cựa vào, không đau đớn nhưng đủ để khiến hắn xao động.

"Có cần chôn cất không?" Tạ Trân vỗ nhẹ lên vai hắn.

"Gì chứ?" Linh Chí không hiểu.

"Theo quan niệm của người phàm bọn ta, người chết cần được chôn cất mới có thể yên nghỉ, siêu thoát."

Linh Chí buông tay ra, vụn vỏ trai rơi xuống khe hở của đống đá bên dưới.

"Không cần, bà ấy đã được giải thoát rồi."

Đất cát không là nơi mà trai tinh thuộc về, cho dù có ở đâu thì bà và Yến Chân cũng không bao giờ được gặp lại nhau.

"Vậy còn bọn chúng thì sao?" Tạ Trân hất cằm chỉ về phía xác mấy con Chuột Hỏa Cán đang nằm la liệt bên bờ sông, giả vờ vu vơ nói: "Nếu bị chó hoang tha đi khắp nơi sẽ khiến người ta sợ chết khiếp đấy."

Đầu của con "chuột đầu đàn" kia nằm cách chân của Linh Chí không xa, máu của nó đã khô lại, nhưng hai mắt vẫn mở trừng trừng.

Linh Chí đốt cháy gỗ Bất Tận rồi thiêu hết số thi thể ấy. Trong ánh lửa chợt hiện lên một đôi mắt, đôi mắt đó từng nhìn hắn đầy vẻ thuần phục, đôi mắt ấy có màu hổ phách, hắn vẫn còn nhớ rất rõ.

"Nhìn kìa, vừa rồi có một con sẻ bay ngang qua đấy." Tạ Trân chỉ lên bầu trời, ngạc nhiên kêu lên.

"Ở đâu, ở đâu thế?" Nhung Nhung ngơ ngác nghển cổ nhìn, tuy rằng cũng không hiểu một con chim thì có gì mà đáng xem.

Thời Vũ hóa thành cú tuyết, bay xung quanh Linh Chí. Hắn vốn định đậu lên vai Linh Chí, nhưng chợt nhớ ra Tạ Trân không thấy được hình dạng này của hắn, hắn sẽ chỉ thấy cảnh đường đường một nam tử mà lại ngồi lên vai của Linh Chí, cảnh tượng ấy thật sự là quá đáng sợ, hắn không dám nghĩ nữa, đành phải quay đầu bay vào cánh rừng trong Ô Vỹ Lĩnh.

"Ơ, sao Thời Vũ cũng bay đi rồi?" Tạ Trân có hơi sợ sệt, "Lần trước hắn cũng bay lên như vậy rồi lao đến cắn ta một cái..."

Nhung Nhung tất nhiên không muốn bỏ lỡ chuyện kỳ lạ này, vội vàng truy hỏi đến cùng. Tạ Trân giải thích đôi lời với nàng, Nhung Nhung cười đến mức lộ ra cả đôi tai lông nhung của mình, chuyện này chắc chắn sẽ đủ cho nàng ta chọc ghẹo Thời Vũ tận năm trăm năm.

Linh Chí cũng hơi nhếch mép. Hắn không phải không hiểu thiện ý của Tạ Trân, quay đầu lại mỉm cười với bằng hữu.

Tạ Trân ngoài mặt có vẻ thoải mái, nhưng Linh Chí phát hiện ra khí sắc của hắn không ổn, rõ ràng đám chuột Hỏa Cán đã đi xa rồi nhưng trán hắn vẫn cứ đầm đìa mồ hôi.

"Có phải ngươi lại đau đầu rồi không?" Linh Chí nghi hoặc. Từ sau ngày Tết Thượng Tỵ lần trước khi hắn dùng lực Bạch Ô giúp giảm đau đầu cho Tạ Trân thì cơn đau đầu của hắn dường như không tái phát thường xuyên nữa.

"Cũng không phải, chỉ là ta cảm thấy cả người cứ choáng váng." Tạ Trân ôm trán nói, "Chắc là do rượu uống từ đêm hôm trước còn chưa tỉnh, về ngủ một giấc là khỏi thôi."

Nhung Nhung cười ha hả: "Chắc chắn là tác dụng của Tư Vô Tà quá mạnh rồi!"

"Lần sau ta sẽ đưa các ngươi đi nếm thử Nguyệt Quế Hương do nhà ta ủ, màu rượu nhìn giống như, giống như..."

"Giống như cái gì? Không bịa nổi rồi chứ gì?" Nhung Nhung thè lưỡi chọc Tạ Trân, đúng lúc ấy thì thấy cả người hắn đổ gục xuống.

Chương 31

Lá sen trải dài

Trong một căn phòng trên lầu cao của khách xá Phúc Lộc trấn, cửa được đóng chặt, bên trong không một tiếng động.

Nhung Nhung đi qua đi lại trong vườn, hốt hoảng hệt như một con ruồi mất đầu.

"Tạ Trân chắc sẽ không chết chứ? Làm sao đây, làm sao đây... Ta đã bảo không nên dùng Dân Vũ rồi mà!"

Thời Vũ đùa nghịch một cành cây táo rồi dựa vào trí nhớ mà tạo ra một ngọn lửa có màu lưu ly, nhưng tất nhiên ngọn lửa này chỉ trông giống chứ không thể nào uy lực đáng sợ như Thiên Hỏa.

"Kêu la gì chứ? Sợ Linh Chí không nghe thấy sao?" Thời Vũ cười khinh khỉnh, "Không phải ngươi đã tìm danh y trong trấn đến chữa trị cho hắn rồi sao?"

Nhung Nhung nhăn nhó mặt mày nói: "Hắn là người phàm, muốn cứu mạng hắn thì đương nhiên nên thử cách của người phàm trước. Lão già râu bạc đó nói một loạt những câu gì ta nghe không hiểu, cái gì mà 'chân âm hao tổn, hỏa không về nguồn, kinh mạch dồn dập'... Ta hỏi lão ta rốt cuộc thế là ý gì, lão ta cứ lắp bắp một hồi rồi bảo ta mau lo chuẩn bị hậu sự đi."

Thời Vũ lặng yên không nói, Nhung Nhung lại nói tiếp: "Tạ Trân tuy có vẻ ngoài như công tử, nhưng khi xuất chiêu hắn vô cùng dũng mãnh. Ta nghe Linh Chí kể lại, tối qua Tạ Trân chỉ vung một roi mà hất tung con chuột khổng lồ, sức lực không nhỏ. Có khi nào Dân Vũ chỉ có thể bảo vệ hắn khỏi cái nóng bên ngoài, nhưng lại không ngăn được Bất Tận Thiên Hỏa tổn thương tâm mạch[132] của hắn không? Lại cộng thêm việc hắn dốc hết toàn lực ra để ứng phó trong tình hình nguy cấp, thế nên mới thành ra thế này không?"

Quán trọ của Phúc Lộc trấn hôm nay vô cùng náo nhiệt, những người khách mới đến thuê phòng liên tục dỡ đồ đạc, vội vàng đi qua đi lại xung quanh Nhung Nhung và Thời Vũ, những tiếng chuông lạc đà, tiếng kêu của các con thú cộng với nhiều âm thanh hỗn tạp khác vang lên không dứt bên tai. Nhung Nhung càng thấy bất an hơn, nàng định phồng má thổi

[132] Một trong năm mạch tương ứng với ngũ tạng theo quan niệm của Đông y.

tắt ngọn lửa trong tay Thời Vũ nhưng chợt trông thấy một cái đầu chuột đầy máu chui ra từ đám lửa liền bủn rủn chân tay.

"Đừng có đùa nữa! Ngươi không trông thấy vẻ mặt của Linh Chí lúc Tạ Trân ngã xuống sao? Lỡ chẳng may... Ngươi mau nghĩ cách đi, lẽ nào ngươi thật sự mong hắn chết sao?"

"Chết thì chết thôi, sinh lão bệnh tử của người phàm là chuyện hết sức bình thường, có gì mà lo lắng?" Ánh mắt Thời Vũ lạnh như hồ băng, "Ngươi và hắn mới quen nhau không bao lâu, việc gì ngươi phải căng thẳng như vậy? Lẽ nào ngươi thích hắn rồi sao?"

Nhung Nhung nổi nóng, giậm chân quát: "Ta cứ không muốn hắn chết đấy! Người phàm thì đã sao? Hắn tốt hơn ngươi gấp trăm lần, thảo nào Linh Chí lại quan tâm đến hắn nhiều hơn ngươi!"

Nàng nói xong liền đùng đùng bỏ đi.

Thời Vũ dường như một lúc sau mới nghe rõ lời của Nhung Nhung, hừ một tiếng: "Hoang đường!" Cành cây táo đang cháy trong tay hắn bị dập tắt.

Vào lúc hoàng hôn thì Tạ Trân tỉnh lại. Sắc mặt hắn vẫn nhợt nhạt một cách khác thường, đôi môi khô khốc, hai má lại hơi ửng đỏ.

Thật ra bắt đầu từ hôm qua, hắn đã bắt đầu bất thường rồi, từ sau khi rời khỏi Ô Vỹ Lĩnh, ngoại trừ lúc ra đòn quật roi mạnh mẽ kia thì cả người hắn cứ lừ đừ, thở dốc ít nói, có khi cứ yên lặng không nói không rằng, chỉ là do lúc khỏe mạnh thì trông hắn cũng có bộ dạng uể oải như thế nên Linh Chí mới không để tâm lắm.

"Xem ra ta vẫn chưa chết nhỉ." Tạ Trân trong lúc mơ màng vẫn còn giữ lại ý thức, hắn loáng thoáng nghe được mấy câu trong cuộc nói chuyện giữa Nhung Nhung và đại phu. Hắn gắng gượng nói với Linh Chí: "Người kéo ta về từ Quỷ Môn Quan là ngươi hay là thần y kia?"

"Ta."

"Nếu đến cuối cùng vẫn phải dựa vào ngươi thì tại sao còn để ông già ấy châm kim đầy người ta như con nhím vậy?"

Hắn đã nói được mấy lời vớ vẩn này thì có lẽ đã không sao nữa rồi. Linh Chí vốn ngồi bên mép giường lúc này mới đứng dậy bước sang một bên, mở rương lấy ra một bộ y phục dính máu ngắm nghía một lúc.

"Đó là gì vậy?" Tạ Trân ngoẹo cổ sang nhìn về phía hắn.

"Bộ y bào hôm qua ta mặc." Giọng nói của Linh Chí có chút hụt hẫng, "Là áo mới, mới mặc chưa được mấy ngày."

Cuối cùng hắn cũng hiểu ra vì sao người trong tộc hay mặc y phục sẫm màu, vì như thế sẽ không sợ bị dính máu.

"Bộ này vừa nhìn là biết hàng đắt tiền rồi, tiếc quá."

"Hôm qua lúc ngươi ngã xuống đất đã ộc máu lên người ta."

Tạ Trân thều thào nói: "Huynh đệ như thủ túc, ngươi nể tình 'thủ túc' này suýt mất mạng, đừng tính toán chuyện y phục với ta nhé."

Linh Chí nghe thế liền quay đầu nói, "Mạng của ngươi không mất nổi đâu!"

"Tại sao?"

"Ngươi đã từng chết trước mặt ta một lần rồi."

Trong căn nhà tranh dưới chân Tiểu Thương Sơn, Linh Chí đã lặng lẽ nhìn kiếp trước của Tạ Trân trút hơi thở cuối cùng. A Vô Nhi khi ấy đã đến ngày tận số, Linh Chí không thể làm được gì, nhưng hắn rất ghét cảm giác bất lực ấy.

"Nếu tình nghĩa của chúng ta trường tồn thì ta sẽ còn chết trước mặt ngươi rất nhiều lần." Tạ Trân cười nói, "Ta không có duyên với tiên pháp, thế nên mấy thuật cải tử hồi sinh của các ngươi cũng sẽ không có tác dụng, cứu ta có phải là tốn sức vô ích không? Thật ra ngươi cũng không cần thiết phải..."

Linh Chí ngắt lời Tạ Trân: "Nhung Nhung nói đúng, một người phàm thì không nên chán sống như vậy."

"Ngươi bảo với Nhung Nhung, lần sau đừng có bệnh thì vái tứ phương như vậy, lãng phí tiền là chuyện nhỏ, nhưng ta bị châm cho đau điếng khắp cả người vẫn còn đau thì là chuyện lớn đấy!"

"Im miệng đi."

...

Tạ Trân sau đó không nói gì nữa, mệt mỏi nhắm mắt lại. Linh Chí nhấc sợi Trường Sinh đang đặt cạnh đầu hắn lên, cuộn tròn lại trong tay. Hai hàng vết khắc trên cán của Trường Sinh hiện rõ ràng trước mắt, gợi nhớ về những hồi ức từ kiếp trước. Trước đây hai người bọn họ tỷ thí võ nghệ, ai thua thì phải khắc một vạch lên một bên cán roi đã định sẵn. Linh Chí chỉ thua A Vô Nhi đúng một lần duy nhất, mà thật ra lần đó là do hắn cố tình nhường A Vô Nhi.

Thời Vũ đã đoán ra điều này, vậy nên từng "có lòng" đề nghị: Dù sao Tạ Trân cũng không thể nào đánh bại được Linh Chí, vậy thì hãy đổi một cách chơi mới, đó là mỗi một lần Tạ Trân chết thì sẽ thêm một vạch trên đó.

Tên nghiệp chướng ấy liên tục nhắc nhở Linh Chí rằng, hắn và Tạ Trân không thể chung một đường. Sợi roi có thể "trường sinh", nhưng con người thì không thể. Linh Chí trước đây không để tâm, nhưng khi thực sự phải đối mặt với tình cảnh ấy hắn mới nhận ra, một kẻ trường sinh như hắn lại đặt nặng chuyện sinh tử như vậy, đến độ một người phàm như Tạ Trân phải lựa lời trêu đùa an ủi hắn, cũng không biết điều này đối với người nào là tàn nhẫn hơn.

"Thật không ngờ bị chạm phải ánh lửa kỳ lạ ấy mà Trường Sinh lại không hề bị tổn hại chút nào." Tạ Trân không kìm được lại dặn dò một câu: "Sau này nếu ta vào vòng luân hồi lần nữa thì ngươi nhớ cất giữ nó cẩn thận giúp ta đấy."

"Cành của Cây Rỗng Ruột là thứ cứng nhất mà cũng là mềm nhất, mềm mại như nước lại cứng cáp như kim thạch.

Trường Sinh được làm từ đó tất nhiên có chỗ phi phàm, nó không chỉ không sợ Thiên Hỏa đâu." Linh Chí muốn chứng minh lời mình nói là thật bèn rút kiếm trong ô ra rạch một đường lên sợi roi, quả nhiên chỉ để lại dấu vết mờ mờ.

"Ấy ấy, đừng mà..." Tạ Trân xót của đau lòng đến mức dù bệnh nặng cũng phải bật người dậy.

Linh Chí liền ấn Tạ Trân nằm xuống, "Khắp nơi trên Tiểu Thương Sơn đều có vật này, cho dù có bị hủy thì ta cũng vẫn có thể làm lại cho ngươi."

Tạ Trân giật lại Trường Sinh, đặt ở nơi xa tầm với của Linh Chí, suy nghĩ gì đó rồi nghi hoặc hỏi: "Nếu Cây Rỗng Ruột ấy dẻo dai như vậy thì ngươi lấy cành của nó bằng cách nào?"

"Cây Rỗng Ruột có thân giống như tùng bách, cành lại mỏng như liễu, ba trăm năm mới có hoa. Khi nở hoa thì nó cũng giống như các cây cối bình thường khác, đẹp thì có đẹp nhưng không dùng được. Chỉ khi móc ruột cây ra thì nó mới bắt đầu trở nên cứng rắn. Người trong tộc ta sẽ đợi đến mùa hoa rồi lấy đi ruột cây đã trưởng thành, sau bảy ngày thì cây sẽ dần dần mất đi màu sắc, từ đó thủy hỏa đao thương đều không làm gì được nó nữa. Thời gian bảy ngày ấy chính là lúc thích hợp nhất để thu hoạch."

Hành động ngồi bật dậy vừa rồi khiến Tạ Trân lúc này có hơi đuối sức, hắn nghe Linh Chí giải thích xong liền cảm thán: "Đúng là đồ tốt đấy, nhưng cách làm này nghe ra thật sự quá tàn nhẫn!"

"Cây này có hoa mà không có quả, thời gian nở hoa rất ngắn, có lúc chỉ sau một đêm đã héo tàn. Nếu không lấy ruột cây trong lúc hoa nở thì sớm muộn gì nó cũng khô héo mà chết."

"Mất ruột mất tim rồi thì mới sống lâu được... Thú vị đấy! Nói thế nghĩa là người trong tộc của ngươi ai cũng có roi tốt nhỉ."

"Bạch Ô Nhân dùng roi vốn không nhiều, đa phần đều lấy nó làm dây cung hoặc các dụng cụ khác. Ruột cây cũng có khá nhiều nước, nấu lên có thể uống được."

"Có thể khiến người ta trường sinh bất lão không?"

"Không thể... Nhưng có thể khiến người ta trong lòng vui vẻ."

"Thế thì có ích gì?" Tạ Trân rõ ràng có hơi thất vọng, muốn trong lòng vui vẻ thì uống một bình rượu cũng được mà.

Linh Chí nói: "Đối với Bạch Ô Nhân thì chuyện này còn hữu dụng hơn cả trường sinh bất lão."

"Cũng phải, không phải cá thì không thể hiểu niềm vui của cá. Một vật kỳ diệu như vậy, tiếc là ta không có duyên tận mắt nhìn thấy."

"Nếu không phải lúc hoa nở thì cả rừng cây chỉ có một màu trắng thôi, chẳng có gì đẹp cả."

Tạ Trân cười hỏi: "Thế trong mắt của những người như các ngươi thì có thứ gì là quý hiếm không?"

"Ta chưa bao giờ trông thấy hoa sen."

"Hoa gì cơ?"

"Cũng chưa bao giờ trông thấy lá sen."

Lần này thì Tạ Trân mới tin là mình đã không nghe lầm, liền bật cười: "Trong nhà ta lại có một hồ sen, đợi sau khi xong việc rồi, ngươi cứ theo ta về đó ngắm cho thỏa... Chỉ có điều phụ mẫu ta tuổi đã cao, không chịu nổi sợ hãi, các ngươi đừng biến ra những thứ kỳ lạ là được rồi."

Linh Chí gật đầu mỉm cười.

Tạ Trân sức lực đang yếu, cố gắng nói chuyện một lúc, cuối cùng không chịu nổi nữa mà ngủ thiếp đi. Linh Chí ra ngoài đóng cửa lại, vừa quay đầu liền trông thấy Thời Vũ, người đã đứng chờ từ rất lâu.

"Chủ nhân sắc mặt nhẹ nhõm, xem ra Tạ Trân đã bình an vô sự rồi."

"Ừ."

Thời Vũ thấy Linh Chí có vẻ không muốn nói nhiều liền trầm ngâm: "Tạ Trân có biết chuyện chủ nhân đã hao tổn tu vi bản thân để giữ lại tâm mạch cho hắn không?"

Linh Chí đợi đến tận khi đã bước ra xa khỏi căn phòng mới quay đầu dặn dò: "Không cần nói cho hắn biết, mà việc này cũng không liên quan đến ngươi."

"Lần này đã cứu được hắn, nhưng nếu lần sau tính mạng hắn lại nguy cấp, lẽ nào chủ nhân sẽ giết luôn cả Quỷ Sai đến câu hồn hắn sao?" Thời Vũ cười nói nửa thật nửa đùa. Thấy Linh Chí không trả lời, hắn lại nói tiếp: "Làm thế này cũng chỉ miễn cưỡng kéo dài mạng sống cho hắn, chừng nào hắn còn sống thì chừng ấy chủ nhân sẽ không thể thư thái được. Người đã quên mất việc mình bị thương nặng chưa khỏi, ngộ nhỡ lại gặp phải cường địch..."

"Ta đã nói là không cần ngươi lo." Linh Chí nhướng mắt nhìn Thời Vũ. Giọng nói của hắn không mang cảm xúc gì, nhưng vang lên rất rõ ràng.

Nụ cười trên môi Thời Vũ dần dần tắt đi, ảm đạm nhìn dãy Ô Vỹ Lĩnh đang bị mây phủ mờ ở phía xa, "Tôi biết bây giờ tôi có nói gì thì người cũng không muốn nghe. Người đang trách tôi đã hại Tạ Trân, chắc Nhung Nhung đã nói hết cho người biết rồi."

Nhung Nhung tưởng Tạ Trân sắp chết, thế nên sau khi hốt hoảng tự trách bản thân một lúc thì liền khóc lóc chạy đi nói cho Linh Chí biết về chuyện Dân Vũ. Nàng ta nói trong chuyện này bản thân cũng có lỗi, nếu không phải do nàng ta lấy Dân Vũ ra thì có lẽ Tạ Trân lúc đó đã bỏ về, nói không chừng đã không xảy ra chuyện như thế này rồi.

Linh Chí cũng nói với Nhung Nhung rằng chuyện này không liên quan đến nàng ta, hắn biết Nhung Nhung không có ý muốn hại ai cả. Còn về Thời Vũ... Con người hắn trước nay đều như thế rồi, Linh Chí cũng không cảm thấy bất ngờ.

"Ta vẫn chưa điều tra ra được Tạ Trân vì sao lại bị thương, việc nói Thiên Hỏa làm tổn thương tâm mạch cũng chỉ là suy đoán. Khi các ngươi đề nghị cho hắn đeo Dân Vũ, ta cũng có mặt, nếu thật sự lý do là vậy thì ta cũng không tránh khỏi có can hệ."

Linh Chí càng tỏ ra bình thản, Thời Vũ lại càng cảm thấy nghèn nghẹn ở cổ.

"Chủ nhân vẫn còn việc chưa làm xong, không nên nhọc lòng vì chuyện nhỏ nhặt. Chẳng qua chỉ là truyền tu vi vào người Tạ Trân để bảo vệ tâm mạch cho hắn thôi đúng không? Vậy chuyện này cứ giao cho tôi làm đi."

"Không cần."

Thời Vũ im lặng một lúc mới cười lạnh lùng, "Nói tới nói lui cũng là lo sợ tôi sẽ hại tính mạng của hắn!"

"Lẽ nào ta không nên lo sao?" Giọng của Linh Chí còn lạnh lùng hơn.

"Nếu trong lòng người có oán trách thì cứ trách phạt tôi một trận đi. Muốn đánh muốn mắng, thậm chí muốn lấy mạng của tôi cũng được, tôi sẽ không oán trách nửa lời. Nhưng người đề phòng tôi, lạnh lùng với tôi thế này là có ý gì chứ?" Ánh lửa mà vừa rồi Thời Vũ dập đi trong lòng bàn tay bây giờ dường như lại muốn bùng lên lại.

"Vậy thì ngươi cứ..."

"Cứ cút đi chứ gì?" Thời Vũ cướp lời trước khi Linh Chí kịp nói xong, "Tôi biết ngay người sẽ nói như vậy. Người chỉ biết nói với tôi câu đó thôi, trước nay chỉ có mỗi một câu đó!"

Linh Chí hoàn toàn không ngờ Thời Vũ lại có thể trách móc mình như vậy. Hắn vốn không quen với mấy chuyện này, mà hôm nay cũng không muốn ra tay, thế nên chỉ quay đầu muốn rời khỏi chỗ thị phi này.

"Tôi vẫn còn chưa cút thì người đừng hòng đi đâu!"

Thời Vũ vừa dứt lời, Linh Chí lập tức nghi hoặc nhìn một bàn tay vừa mới đặt lên vai mình. Nếu không phải chủ nhân của bàn tay đó hiện giờ trông thần sắc vẫn đang rất tỉnh táo, đồng thời cũng không phải là kẻ dễ dàng bị thao túng thì Linh Chí có lẽ sẽ cho rằng hắn đã bị ma nhập rồi.

"Ngoài việc bảo tôi cút đi thì người không còn câu nào khác để nói với tôi sao?"

"Ta trước nay chưa bao giờ ép ngươi, đi hay ở đều là tự do của ngươi cả."

"Câu này vẫn có nghĩa là muốn tôi cút đi. Đổi câu khác đi!" Thời Vũ hai mắt trợn trừng đỏ ngầu.

Linh Chí cũng cảm thấy lửa giận bừng lên, "Từ lúc ở Trường An Quỷ Thị thì ngươi đã nằng nặc muốn đi theo ta. Suốt cả quãng đường cho dù ngươi có tính toán mưu kế gì, ta cũng chưa bao giờ so đo với ngươi. Ngươi còn muốn ta phải làm sao nữa?"

"Người có thể tính toán với tôi mà, chỉ là người không muốn hao tốn tâm tư vào việc của tôi mà thôi... Đổi câu khác đi!"

Linh Chí nhất thời cứng họng. Từ lúc sinh ra đến nay hắn chưa bao giờ lâm vào tình cảnh nực cười thế này. Sao hắn lại có thể đôi co qua lại như một đứa trẻ với tên nghiệp chướng này vậy? Thậm chí muốn nói gì còn phải nghe theo ý hắn nữa chứ.

Hắn cố gắng đợi cơn giận của mình trôi qua mới mở miệng nói tiếp: "Phương thức tính toán của ta với người khác chỉ có hai cách, một là cút đi cho ta, hai là ta sẽ giết ngươi."

"Người đối xử với con Chuột Hỏa Cán kia cũng như thế." Thời Vũ ngẩng cổ lên, nhưng giọng nói lại chùng xuống, "Chỉ là một con thú nuôi, có cũng được mà không có cũng được, làm mất cũng không luyến tiếc, chỉ cần chống đối lại thì sẽ giết ngay! Tạ Trân kiếp trước gặp nạn, người đã quỳ gối xuống trước mặt trưởng bối trong tộc để cầu xin cho hắn, dù bị nhốt sáu mươi năm vẫn muốn gặp mặt hắn lần cuối. Chỉ có hắn là quan trọng nhất, còn tôi trong mắt của ngươi còn không bằng cả con Chuột Hỏa Cán!"

Đôi mắt sáng quắc của Thời Vũ lúc này đã ngân ngấn nước, vừa có nét bi thương lại vừa có sự oán trách. Linh Chí giật mình, cố gắng né tránh cảm giác kỳ lạ đã từng trải qua này.

"Tạ Trân là người phàm!"

"Thế thì đã sao?"

Tạ Trân là người phàm, đại chưởng chúc cũng không thể tùy ý quyết định sự sống chết của hắn. Bà chẳng qua chỉ muốn cảnh cáo Linh Chí, thấy Linh Chí đã hiểu ra, đã quỳ gối nên bà đã giữ lại mạng sống cho Tạ Trân. Nhưng Chuột Hỏa Cán thì có đáng là gì? Chính nó đã ngang nhiên làm loạn trước mặt mọi người, còn liên lụy đến cả con Chuột Hỏa Cán của Sương Xung, con chuột đó đã bị ép phải rời đi. Sương Xung khi ấy đã tranh cãi một phen, thế là Chuột Hỏa Cán của hắn đã bị đại chưởng chúc giết chết, ngay cả xương cũng không còn. Lẽ nào Linh Chí cũng phải làm vậy hay sao? Để cho Chuột Hỏa Cán rời đi, chí ít nó còn có thể sống thêm hơn một trăm năm nữa, mặc dù điều này khiến nó hận Linh Chí thấu xương.

Linh Chí không hiểu Thời Vũ vì sao lại cố chấp như vậy, nhưng nghĩ kỹ lại mới thấy, Thời Vũ dường như chẳng hề nói sai gì cả.

"Bỏ tay ra." Hắn nhắc nhở.

Thời Vũ hoàn toàn bỏ ngoài tai, "Vô tình vốn đã là truyền thống của Bạch Ô Nhân rồi, thế nên Hạo Anh mới chính tay giết chết Yến Chân. Cũng may Tạ Trân chỉ là người phàm, nếu không lỡ như hắn có gây họa gì cho Bạch Ô thì chắc chắn người sẽ lôi hắn lên tế đài."

Bàn tay của Thời Vũ vẫn đặt trên vai Linh Chí, còn tay của Linh Chí thì đã đặt lên ô Thông Minh, ánh sáng ở mũi ô bắt đầu lóe lên.

Thời Vũ lại càng nắm chặt tay, "Rút kiếm ra đi, Linh Chí!"

Một màu xanh biếc chợt hiện lên xung quanh hai người, những cây hoa kỳ lạ nhô lên từ mặt nước tỏa mùi hương thơm ngát, một giọt sương từ trên phiến lá rộng xanh mướt rơi xuống làm ướt vạt áo của Linh Chí.

"Không phải người muốn ngắm hồ sen ở Giang Nam sao? Tôi cũng có thể cho người mà."

Gió nhẹ thổi qua, hoa sen chớm nở, nhú lên mặt nước, lá sen trải dài... Nhưng ô Thông Minh chợt bung ra, khung cảnh tuyệt đẹp trước mắt liền biến mất.

"Cút!"

"Tôi lại sai rồi, thứ mà người quan tâm nhất chỉ là kẻ cùng người ngắm sen mà thôi."

Hết tập 1.

Mục lục

CHUONG

CHƯƠNG

NHÀ XUẤT BẢN THANH NIÊN
64 Bà Triệu, Quận Hoàn Kiếm, Tp. Hà Nội
Tel: (024) 6263 1706; Fax: (024) 3943 6024
Website: nxbthanhnien.vn
Email: info@nxbthanhnien.vn
Chi nhánh: 145 Pasteur, Phường 6,
Quận 3, Tp. Hồ Chí Minh
Tel: (028) 3910 6962 - (028) 3910 6963

Phù Sinh - Cô Mộ Triều Tịch (tập 1)

Tân Di Ổ
Phương Đông *dịch*

Chịu trách nhiệm xuất bản
Giám đốc - Tổng Biên tập
Lê Thanh Hà

Biên tập : Nguyễn Thị Hảo
Sửa bản in : Đinh Thị Kim Anh
Trình bày : Lê Tuấn Anh
Vẽ bìa : Jade Line

Liên kết xuất bản
NANUBOOKS
(Thương hiệu trực thuộc **Công ty CP Sách Bách Việt**)

Trụ sở chính:
Địa chỉ: *Số 9, ngõ 55/9 Huỳnh Thúc Kháng, phường Láng Hạ, quận Đống Đa, Tp. Hà Nội*
Tel: (024) 3776 5580 - Fax: (024) 3776 5579
Fanpage: http://www.facebook.com/NanuBooks

In 3.000 cuốn, khổ 14,5x20,5 cm tại Công ty TNHH In Thanh Bình.
Địa chỉ: Số 432, đường K2, P. Cầu Diễn, Q. Nam Từ Liêm, Hà Nội.
Số ĐKXB: 4253-2019/CXBIPH/42-114/TN.
Quyết định xuất bản số: 1286/QĐ-NXBTN,
cấp ngày 15 tháng 11 năm 2019.
ISBN: 978-604-978-053-0
In xong và nộp lưu chiểu năm 2019.